பனிமுடி மீது ஒரு கண்ணகி

பனிமுடி மீது ஒரு கண்ணகி

எம்.வி. வெங்கட்ராம் (1920 – 2000)

மணிக்கொடி எழுத்தாளரான எம்.வி.வி. தஞ்சை மாவட்டத்திலுள்ள கும்பகோணத்தில் 1920 மே 18இல் பிறந்தார். தந்தை வெங்கடாசலம், தாயார் சரஸ்வதி. பி.ஏ (பொருளாதாரம்) மற்றும் ஹிந்தியில் விஷாரத் படித்தார். 'சிட்டுக்குருவி' என்ற முதல் சிறுகதை, அவரது 16ஆம் வயதில் *மணிக்கொடியில்* வெளியாயிற்று. அப்போது அவர் கல்லூரியில் முதல் வருடம் படித்துக்கொண்டிருந்தார்.

அதன் பிறகு தொடர்ந்து கதைகள், நாவல்கள், குறுநாவல்கள், ஓரங்க நாடகங்கள், கவிதைகள், கட்டுரைகள் முதலியன எழுதினார். பிரபல பத்திரிகைகளிலும் சிற்றிதழ்களிலும் அவை வெளிவந்தன.

1948இல் *தேனீ* என்ற இலக்கிய இதழைத் தொடங்கி நடத்தினார். தமிழின் தலைசிறந்த எழுத்தாளர்கள் அனைவரும் அதற்குப் பங்களித்தனர். *பாலம்* என்ற தமிழ் இலக்கிய இதழுக்கும் எம்.வி.வி. கௌரவ ஆசிரியராகப் பணியாற்றினார். 'காதுகள்' என்ற அவரது நாவல் அதில் தொடராக வெளியாயிற்று.

சொந்தப் படைப்புகள் தவிர ஆங்கிலத்திலிருந்தும் ஹிந்தியிலிருந்தும் நிறைய மொழிபெயர்த்திருக்கிறார். ராஜாராம் மோகன் ராய், மகாத்மா காந்தி, நேருஜி, பகத் சிங், இந்திரா காந்தி போன்ற இந்தியாவின் புகழ்பெற்ற மனிதர்கள் பற்றிய வாழ்க்கை வரலாறுகள் எழுதியிருக்கிறார். அவரது மொத்தப் படைப்புகள் இருநூறுக்கு மேல் இருக்கும்.

1993இல் சாகித்திய அக்காதெமி விருது பெற்றார்.

14.1.2000 அன்று கும்பகோணத்தில் காலமானார்.

எம்.வி. வெங்கட்ராம்

பனிமுடி மீது ஒரு கண்ணகி

தொகுப்பாசிரியர்
பாவண்ணன்

காலச்சுவடு பதிப்பகம்

பனிமுடி மீது ஒரு கண்ணகி ♦ சிறுகதைகள் ♦ ஆசிரியர்: எம்.வி. வெங்கட்ராம் ♦ © எம்.வி. ஜெயகுமார் ♦ முதல் பதிப்பு: டிசம்பர் 2007, மூன்றாம் (குறும்) பதிப்பு: பிப்ரவரி 2021 ♦ வெளியீடு: காலச்சுவடு பதிப்பகம், 669 கே. பி. சாலை, நாகர்கோவில் 629001 ♦ அட்டை வடிவமைப்பு: கு. கலைச்செல்வன்

panimuTi miitu oru kaNNaki ♦ ShortStories ♦ Author: M.V. Venkatram ♦ © M.V. Jayakumar ♦ Language: Tamil ♦ First Edition: December 2007, Third (Short) Edition: February 2021 ♦ Size: Demy 1 x 8 ♦ Paper: 18.6 kg maplitho ♦ Pages: 232

Published by Kalachuvadu Publications Pvt. Ltd., 669 K.P. Road, Nagercoil 629001, India ♦ Phone: 91-4652-278525 ♦ e-mail: publications@kalachuvadu.com ♦ Cover Design: K. Kalaiselvan ♦ Printed at Adyar Students xerox Pvt. Ltd., No.9, Sunkuraman Street, Parrys, Chennai 600001

ISBN 978-81-89945-23-7

02/2021/S.No. 236, kcp 2916, 18.6 (3) rss

பொருளடக்கம்

முன்னுரை	9
யாருக்குப் பைத்தியம்?	13
வாழ வைத்தவன்	27
மழை	45
வயிறு பேசுகிறது	55
அழகி	63
சிறைச்சாலை என்ன செய்யும்?	74
மாளிகை வாசம்	87
'பைத்தியக்காரப்பிள்ளை'	101
மூக்குத்தி	123
பனிமுடி மீது ஒரு கண்ணகி	131
இனி புதிதாய் . . .	139
பெட்கி	147
குற்றமும் தண்டனையும்	180

முன்னுரை

ஆசை என்னும் வேள்வித்தீ

நூற்றுக்கும் மேற்பட்ட எம்.வி.வெங்கட்ராமின் சிறு கதைகளை வாசித்தபோது அவை ஒவ்வொன்றும் ஏதோ ஒரு விதத்தில் மனிதனின் அகத்தூண்டுதலுக்குக் காரணமான உணர்வை அடையாளப்படுத்த விழையும் முயற்சிகளாகவே தோன்றின. அந்த ஆதார உணர்வைச் சித்தரித்துக்காட்டும் விருப்பம் அவரை இயக்கியபடி இருப்பதை ஒவ்வொரு சிறுகதையிலும் உணரமுடிந்தது. அதே சமயத்தில் சிறு கதைக்குரிய சுவாரஸ்யத்தைக் கைவிடக்கூடாது என்கிற எச்சரிக்கையுணர்வும் அவரிடம் செயல்பட்டிருப்பதைத் தெரிந்துகொள்ளமுடிந்தது.

மனிதர்களின் ஆழ்மனத்தில் உறைந்துள்ள பால் வேட்கையை வெவ்வேறு விதமாக அடையாளப்படுத்திய படி செல்கிறார் எம்.வி.வி. "யாருக்குப் பைத்தியம்?" என்பது அவருடைய தொடக்கக்காலச் சிறுகதைகளில் ஒன்று. ஜவுளி வியாபாரிகளை அடையாளம் காட்டுவதாக வாக்களித்து ஜரிகை மூட்டையைச் சுமந்துவரும் ஒரு பெரியவர் வாழ்ந்துகெட்ட தன் கதையைச் சொல்கிறார். ஒரு தாசியிடம் பணத்தையும் மனத்தையும் பறிகொடுத்து நின்ற கதை. அவரைப் பைத்தியம் என்று விரட்டியடிக்கிற மகன் அதே தாசியிடம் பணத்தையும் மனத்தையும் பறிகொடுத்த தன் இளமை வாழ்வைப்பற்றிச் சொல்கிறான். அவர்கள் இருவரையும் பைத்தியங்கள் என்று சொல்கிறார் ஊர்க் காரர் ஒருவர். யார் பைத்தியம் என்றொரு கேள்வியை முன்வைக்கிறது எம்.வி.யின் சிறுகதை. "பெட்கி" என்பது எம்.வி.வி.யின் இன்னொரு சிறுகதை. வசீகரமான உடல் கட்டுடைய இளம்பெண்ணான பெட்கிக்கு மற்றவர்கள்மீது

இருக்கிற ஈர்ப்பும் அவள்மீது மற்றவர்களுக்கு இருக்கிற ஈர்ப்பும் தன் ஈர்ப்பைத் தணித்துக்கொள்ள ஆளுக்கு ஆள் ஈடுபடுகிற வெவ்வேறு செயல்களும் கதைநெடுக நிறைந்துள்ளன. குடும்பத்துக்குள் வேலைக்காரியாக அவளைத் தொடர அனுமதிப்பது ஏதேனும் சிக்கல்களை உருவாக்கக்கூடும் என்று நினைக்கிற தந்தை அவளை நேரம் பார்த்து வெளியேற்றுகிறார். அதுவரை அவளைப் பார்த்தாலேயே கசந்து முகம்சுளித்த மகன் அக்கணத்தில் மனம்மாறி அவளுடைய வீட்டுக்கு வந்து சந்திப்பதாக வாக்களிக்கிறான். இந்த எண்ணமும் மாற்றமும் ஒருவருடைய மனத்தில் எப்படி ஏற்படுகின்றன என்பவை சுவாரஸ்யமான கேள்விகள். வாசகனின் மனத்தில் இந்தக் கேள்விகள் படரத் தொடங்கும் தருணத்தில் கதைகள் முற்றுப் பெறுகின்றன.

எம்.வி.வி.யின் மிகச்சிறந்த சிறுகதைகளில் ஒன்று "பைத்தியக்காரப்பிள்ளை." ஆண்குழந்தைகளில் ஐந்தும் பெண்குழந்தைகளில் ஐந்தும் பிறந்த ஒரு நெசவாளிக் குடும்பம் இக்கதையில் சித்தரித்துக்காட்டப்படுகிறது. பெண்குழந்தைகள் பெரிதானதும் எப்படி மணம் செய்விக்கப்போகிறேனோ என்று புலம்பிப்புலம்பியே உயிரைவிடுகிறார் தந்தையார். அவருடைய பொறுப்புகளையெல்லாம் தன் தோளில் சுமந்து குடும்பத்தைத் தாங்குகிறவன் மூத்த பிள்ளை ராஜம். ஆனால் அவன்தான் பைத்தியக்காரப்பிள்ளை என்று சொல்லப்படுகிறான். மூன்று தங்கைகளின் திருமணங்களைச் செய்யத் துணையாக நின்றவன் அவன். ஏராளமான கடன்சுமைகளை மௌனமாக ஏற்றுக் கொண்டவன். தம்பிகளைப்போல வீட்டைவிட்டு வெளியேற நினைக்காதவன். ஆனாலும் அவனைப்பற்றிய மதிப்பீட்டில் யாரிடமும் எவ்விதமான மாற்றமும் இல்லை. அவனை மதிப்பிடுவது இரண்டு பெண்கள். ஒருவர் அவனுடைய தாயார். இன்னொருவர் அவனுடைய மனத்தைக் கவர்ந்தவள். காதலி.

சேவல் கூவும் அதிகாலை நேரத்தில் வெறியேறிய குரலில் தன்னைத் தொட்டால் வயிற்றைக் கிழித்து குடலை உருவி மாலையாகப் போட்டுக்கொள்வதாகக் கூப்பாடு போடும் தாயாரின் மனத்தில் அவனைப்பற்றிய எவ்விதமான பாராட்டுணர்வும் இல்லை. நன்றியுணர்ச்சியும் இல்லை. சரியான பொறியில் அவனைச் சிக்கவைத்து அல்லாடவிட்டு பணம் கறக்கிற தந்திரம் மட்டுமே மேலோங்கியிருக்கிறது. அவள் வார்த்தைகள் ஒவ்வொன்றும் அம்புபோலப் பாய்ந்து தைப்பது அந்தக் காரணத்துக்காகத்தான். தம்ஊரில் சாம்பார் வழங்கும் பழக்க மில்லாத ஓட்டலிலிருந்து சாம்பாரும் தோசையும் வாங்கிவர வேண்டும் என்று தீர்மானமாகப் பேசுவதெல்லாம்கூட அதனால் தான். அவன் மறுக்கமறுக்க, அந்தச் சந்தர்ப்பம் பார்த்து வருங்

கால மனைவிக்காகப் பாடுபட்டு சம்பாதித்து வைத்திருக்கும் பணம், நகைகள், புடவையைக் கொண்ட பெட்டியின் ரகசியத்தை அம்பலப்படுத்தி அவனை நிலைகுலையவைக்கிறாள் அவள். மனம் குலைந்து ஒவ்வொரு அடியாக அவன் சரிந்து விழவிழ தாயின் அகங்காரம் படிப்படியாக அதிகரிக்கிறது. தறிமேடையில் உதவிசெய்யும் சின்னத்தங்கையின் வேலைக்கு ஒப்பந்தப்பணம் கேட்கிற அளவுக்கு அவளைத் தூண்டுகிறது அந்த வெறி. வார்த்தைகளாலும் செயல்களாலும் அவள் உருவாக்கும் நெருக்கடிகள்தாம் இரயில்முன்னால் பாய்ந்து உயிரை மாய்த்துக் கொள்ளும் அளவுக்கு அவனைத் தூண்டுகின்றன. துவண்டு விழும் மகனை முன்வைத்து ஒரு தாயின் மதிப்பீடும் செயல்பாடும் இப்படி மாறிப்போக என்ன காரணம்? சந்தர்ப்பச் சூழல்களைத் தந்திரமாகப் பயன்படுத்தி தன் சுயநலன்களைப் பாதுகாத்துக்கொள்ளவேண்டும் என்கிற தன்னலஉணர்வைத் தாண்டி வேறெந்த நலனொன்றும் இல்லை. தன்மீது ஆசைப்பட்டவன் பிணமாகிவிட்டதைக் கண்டு "பைத்தியக்காரப் பிள்ளை. கல்யாணம் ஆனப்பறம் இந்த வேலை செய்யாம இருந்தானே?" என்று மனஅமைதி கொள்கிறாள் காதலி. பைத்தியக்காரப்பிள்ளை என்னும் வார்த்தை சற்றே அழுத்தமாகவே அவளிடமிருந்து வெளிப்படுகிறது. தன்னை விதவையாக்காமல் போய்ச் சேர்ந்ததற்காக நிம்மதிப் பெருமூச்சு விடுவதைப்போலவும் இருக்கிறது அவள் பேச்சு. காலம் முழுக்க சுமந்தாகவேண்டிய விதவைத் துயரங்களையெல்லாம் ஒருகணம் கண்முன் கொண்டுவந்து பார்த்ததால் உருவான அச்சத்தையும் பதற்றத்தையும் அவளால் உதறமுடியவில்லை. அவன்மீது கனிவோ, காதலோ, பரிதாப உணர்ச்சியோ தோன்றுவதற்கு முன்னால் இந்த அச்சமும் பதற்றமும் தோன்றிவிடுவதுதான் துரதிருஷ்டம். காதல் என்னும் தளத்துக்குக்கீழே தன்னலமும் உண்டு என்பதையும் தாய்மை என்னும் தளத்துக்குக்கீழேயும் தன்னலம் உண்டு என்பதையும் தற்செயலாகக் கண்டடைகிறது இந்தச் சிறுகதை. மூத்தவனாகப் பிறந்து தந்தையில்லாத குடும்பத்தைத் தன் உழைப்பால் தாங்கி நிறுத்திய அவனுடைய தியாகமும் நெஞ்சுக்குள்ளேயே பொத்திப் பொத்தி வளர்த்த காதலும் பொருளற்றுச் சரிந்துவிடுகின்றன.

மானுடமனத்தின் ஆழத்தைப் பரிசீலிக்கும் இன்னொரு முக்கியமான சிறுகதை "இனி புதிதாய்......" சரக்குப் பிடிப்பதற்காக முதலாளி கொடுத்த ஆயிரம் ரூபாயோடு பட்டணத்துக்கு வருகிறான் ஒருவன். முதலாளியின் பெயரைச் சொல்லி பட்டணத்து ஓட்டலின் ராஜபோகத்தைத் தானும் சிறிதளவு அனுபவித்துப் பார்க்கலாம் என்கிற எண்ணத்தில் விடுதி யொன்றில் அறையெடுத்துத் தங்குகிறான் அவன். தேவையே இல்லாத நேரத்தில் தூங்கி எழுகிறான். தேவையே இல்லாத

நேரத்தில் காப்பி அருந்துகிறான். பசியே இல்லாத நேரத்தில் சாப்பிடுகிறான். அனுபவித்துப் பார்க்கும் ஆசை அவனுடைய ஒவ்வொரு செயலையும் தூண்டிக்கொண்டே இருக்கிறது. சீட்டாட்டம், துணைநடிகை உறவு என ஆசையின் எல்லைகள் நள்ளிரவில் விரிவாகிக்கொண்டே போகின்றன. முக்கால்வாசிப் பணத்துக்கும் மேல் கையைவிட்டுப் பறிபோனபிறகுதான் அவன் மனம் விழிப்படைகிறது. ஆனால் அந்த விழிப்பு எவ்விதமான குற்ற உணர்ச்சியையும் அவனிடத்தில் தூண்டவில்லை. சொந்த ஊரைநோக்கியும் செலுத்தவில்லை. மாறாக, தற்செயலாக அனுபவிக்கும் இச்சையை ஆறுபோலப் பெருக்கெடுத்தோட வைக்கிறது. புதியபுதிய – இச்சைகளை நாடியும் புதியபுதிய இடங் களைத் தேடியும் வடக்குநோக்கிப் பயணத்தை மேற்கொள்ள வைக்கிறது. நாணயஸ்தன் என்ற தளத்துக்குக்கீழே கொழுந்து விட்டெரிகிற ஆசை என்னும் வேள்வித்தீயை அடையாளம் காட்டுகிறது சிறுகதை.

புதுமைப்பித்தனின் "மனித யந்திரம்" சிறுகதையை இவ்விடத்தில் ஒருகணம் நினைத்துப் பார்ப்பது பொருத்தமானது. வெளியூர் சென்று பிழைத்துக்கொள்ளலாம் என்கிற ஆசையில் கல்லாவிலிருந்து பணத்தை எடுத்துக்கொண்டு ரயிலடிவரை வந்துவிட்ட கணக்குப்பிள்ளை – இறுதிக்கணத்தில் மனம்மாறி, எடுத்த தொகையைத் தன் கணக்கில் பற்றுவைத்து எழுதிவிட்டு, கடைச்சாவியோடு முதலாளி வீட்டுக்குச் செல்கிறார். நவீன உலகம் நாள்தோறும் மாறிக்கொண்டு இருந்தாலும் துளிகூட மாறாத அளவுக்கு அறஉணர்வில் நம்பிக்கை மிகுந்த மனிதனைக் காட்டு கிறது அக்கதை. யந்திரத்துச் சூத்திரத்துக்குக் கட்டுப்பட்ட இயந்திரத்தின் உறுப்பைப்போல அறஉணர்வுக்குக் கட்டுப்பட்ட மனிதனைச் சித்தரித்தது புதுமைப்பித்தன் காலம். அறக்கட்டுப் பாடுகள் தவிடுபொடியாகச் சிதறிவிழ இச்சைகளால் வழிநடத்தப் படுபவனாக மனிதன் மாறிவிட்ட காலத்தை அடையாளப்படுத்து கிறது எம்.வி.வி.யின் சிறுகதை.

இப்படி ஒவ்வொரு சிறுகதையையும் முன்வைத்து நாம் தொடர்ந்து யோசிக்கலாம். அதற்கு வழிதரும் வகையிலேயே அக்கதைகள் அமைந்திருக்கின்றன. காலம் கடந்து அக்கதைகள் வாழ்வதற்கு இந்தப் பண்பே முக்கியமான காரணம். அவருடைய சில முக்கியமான சிறுகதைகளைக் கொண்ட இத்தொகுதி வாசகர்களுக்கு மனநிறைவை அளிக்கும் என்பது என் அழுத்தமான நம்பிக்கை.

பாவண்ணன்

யாருக்குப் பைத்தியம்?

நான் ஜரிகை வியாபாரம் ஆரம்பித்த சமயம், சரக்குக் கிராக்கி தேடி, நெசவுத் தொழில் பிரதானமாக நடக்கும் ஊர்களுக்குச் சென்று, பட்டு, நூல் ஜவுளி உற்பத்தியாளர்களை அணுகி 'ஆர்டர்' வாங்கிக் கொண் டிருந்தேன்; உறையூருக்கும் போனேன். எத்தனையோ தடவை திருச்சிக்குப் போயிருந்தும், உறையூருக்கு அதற்கு முந்தி நான் போனதில்லை. அங்கே எனக்குத் தெரிந்தவர் களும் கிடையாது; பெரிய ஜவுளி வர்த்தகர்களின் விலாசங்களைக் குறித்துக் கொண்டு போய் விட்டேன். அவ்வூரை அடைந்தபோது மத்தியானம் ஒரு மணிக்கு மேல் இருக்கும். சாப்பாட்டு நேரமாதலால் கடைகள் மூடியிருக்கும் யாரையும் காண முடியாது, நாமும் வயிற்றுப்பாட்டை முடித்துக் கொண்டு மாலை நாலு மணி சுமாருக்கு வியாபாரிகளைப் பார்க்கலாம் என்ற முடிவோடு ஒரு ஹோட்டலில் புகுந்தேன்.

சரியாகச் சாப்பிட ஆரம்பிக்கக் கூட இல்லை. 'சாருக்கு தஞ்சாவூரோ?' என்று எங்கள் பாஷையில் கேட்டுக்கொண்டே ஒருவர் என் அருகில் வந்து உட் கார்ந்தார். சௌராஷ்டிர மொழியைத் தாய் மொழி யாகக் கொண்டவன் நான். என்னை அவர் புரிந்து கொண்டது எனக்குக் கொஞ்சம் ஆச்சரியமாக இருந்தது; என்னை யாரும் அவ்வளவு சுளுவாக 'சௌராஷ்டிரன்' என்று கண்டு கொண்டதில்லை. ஜாதி ஒழிய வேண்டும் என்பதுதான் என் தீவிரமான கருத்து. ஆனால் ஐயர் ஐயரையும், ஐயங்கார் ஐயங்காரையும், முதலியார் முதலியாரையும், செட்டியார் செட்டியாரையும் முகம்

பார்த்தே புரிந்து கொள்ளுவதைப் பார்த்தால் ஜாதி ஒழியாதோ என்று கூடத் தோன்ற ஆரம்பித்து விடுகிறது!

அவ்வளவு அக்கறையாக என்னை விசாரித்தவரைக் கவனித்துப் பார்த்தேன். ஏனென்றால் முன்பின் தெரியாதவர்களோடு தாராளமாகப் பழகி விடாதபடி என் கையில் ஐயாயிரத்துக்கு மேல் பெறுமானம் உள்ள ஜரிகை நிறைந்த 'டிரங்க்' பெட்டி இருந்தது. உறையூர், சென்னை அல்ல என்றாலும், ஜாக்கிரதையாக இருப்பது தவறு அல்லவே?

அவர் வயதானவர்; அறுபது தாண்டி சில வருஷம் ஆகியிருக்கலாம். கறுப்புக் கோடுகள் ஓடும் வெள்ளைக் குடுமி; கட்டைவிரல் பருமனுக்கு திருமண் துலங்கும் நெற்றி; ஒரு மாத க்ஷவரம் காணாத முகம்; ஆணா, பெண்ணா என்று ஊகிக்க முடியாதபடி திரைந்த மார்பு; அதை இரண்டாகப் பிரிக்கும் மொத்தமான பூணூல்; சலவை காணாது பழுப்புற்ற வேஷ்டி இடுப்பில்; இந்தக் கோலத்தில் கள்ளன் வர முடியாது என்று கொஞ்சம் நம்பிக்கை உண்டாகவே, சாப்பிட்டபடி நானும் அவரோடு பேச்சுக் கொடுத்தேன்.

"நான் கும்பகோணம்; நீங்கள்?"

"நான் இந்த ஊர்தான்; பண்டா வீடு; (சௌராஷ்டிரத்தைச் சேர்ந்தவர்களுக்குக் குடும்பப் பெயர் ஒன்றாக இருக்கும்) நன்னய்ய பாகவதர் என் நாமதேயம். கும்பகோணத்தில் சௌராஷ்டிரர் பெரியதெருவோ." என்றார் அவர். என் 'ஜாதி'யைக் கண்டு கொண்டவர், தெருவையும் ஊகித்து விடவே, அவரோடு மேலும் தாரளமாகப் பேசத் தொடங்கினேன்.

"ஆமாம், பெரிய தெருவில் யாரையாவது தெரியுமோ?" என்று கேட்டேன்.

"அந்தத் தெருவில் ஒவ்வொரு வீடும் தெரியும். ஜானகி, ஜகந்நாத பாகவதரைத் தெரியுமா உங்களுக்கு?"

"தெரியும், எங்கள் பக்கத்து வீட்டில்தான் இருந்தார். இப்போது வேறு எங்கோ குடியிருக்கிறார்."

"அப்படிச் சொல்லுங்கள் ... இங்கே ஜவுளிக் கொள் முதலுக்காக வந்தீர்களோ?" என்றார் அவர் விடாமல்.

"ஆமாம்" என்று பொய் கூறினேன்.

"எனக்கு ஒரு ஒத்தாசை செய்வீர்களா? நாலணா டிபனுக்கு சாங்ஷன் செய்யுங்கள். இந்த ஊர் ஜவுளி வியாபாரிகள் வீடுகளை எல்லாம் காட்டுகிறேன்."

சாப்பிடும்போது பக்கத்தில் நின்று யாசகம் கேட்டால் எப்படி மறுப்பது? அனுமதிகொடுத்தேன்.

சாப்பாடு முடிந்ததும் என்னையும் முந்திக்கொண்டு அவர் பெட்டியைத் தூக்கினார். ஜரிகை மிகவும் கனமான பொருள்; அவர் சுளுவாகத் தூக்கினாலும் ஓடிவிடமுடியாது. வெயில் கடுமையாக இருந்தது. சாப்பிட்ட பிறகு ஹோட்டலில் 'சும்மா' உட்கார்ந்திருக்க எனக்குப் பிடிக்கவில்லை. பக்கத்தில் இருக்கும் பஞ்சவர்ண சுவாமி கோயிலில் போய் உட்கார்ந் திருந்தால், சாயங்காலமாய்ப் புறப்படலாம் என்று எண்ணி பெரியவர் பெட்டியோடு முன் நடக்க, நான் கோயிலுக்குப் போனேன். என் துரதிஷ்டம், அங்கும் கதவு மூடியிருக்கவே வாசலில் நிழலாயிருந்த இடத்தில் உட்கார்ந்தோம்.

"பெட்டி ரொம்ப கனக்கிறது! ஜரிகையோ?" என்றார் பெரியவர். மீன் குட்டிக்கு நீந்தவா தெரியாது? அவரும் சௌராஷ்டிரர்; நெசவுத் தொழிலில் ஊறியவர்; அவரை எப்படி ஏய்க்க முடியும்?

"ஆமாம், எனக்கு ஜரிகை வியாபாரம். ஜவுளியும் ரகத்தோடு இருந்தால் கொள்முதல் செய்வேன்" என்று பொய்யை ஊர்ஜிதம் செய்தேன்.

"சரிதான்" என்றவர், உறையூரில் உள்ள பெருத்த ஜவுளி உற்பத்தியாளர்களைக் கூறி, அவர்களோடு என்னை அறிமுகப் படுத்தி வைப்பதாய்ச் சொன்னார். பெட்டி தூக்கத்துணை ஆயிற்று; புது ஊரில் விலாசம் தேடித்திரிய வேண்டிய அலைச்சலும் குறையும் என்று நான் முடிவு பண்ணிக் கொண்டேன்.

சிறிது நேரத்தில் எங்கள் பேச்சு கட்டுப்பட்டது. எவ்வளவு நேரம் ஜவுளி, ஜரிகை பற்றிப் பேசமுடியும்? கிழவருடைய வாயைக் கிண்ட ஆரம்பித்தேன்.

"சரி, எங்கள் தெரு ஜகந்நாத பாகவதரோடு உங்களுக்கு எப்படிப் பழக்கம்?" என்றேன்.

"அவர் தகப்பனாரும் என் தகப்பனாரும் அடி நாட்களி லிருந்தே சிநேகம், நாங்கள் இரண்டு பேரும் அப்படியே பழகினோம். பாகவதர் பரம பக்தராக இருக்கிறாரே என்று நம்பிய பலன்தான் இன்றைக்கு 'ஓசி' டிபன் சாப்பிடும் நிலைக்குக் கொண்டு வந்தது. பாகவதரைத் தெரியும் அல்லவா?"

"தெரியும். என் தகப்பனார்கூட அவரிடம் தொகை கோட்டை விட்டார். உங்களுக்குப் பெரு நஷ்டமோ?"

எம்.வி. வெங்கட்ராம்

"அதை ஏன் கேட்கிறீர்கள்? அது ஒரு பெரிய கதை" என்றார் பெரியவர்.

வியாபாரியாக அவ்வூருக்கு நான் போனாலும், என் கதைக்கார உணர்ச்சி மறைந்துவிடுமா? கதைக்கும் ஏதாவது பொருள் கிடைக்கும், நேரமும் கழியும் என்று அவரைத் தூண்டினேன்.

"சொல்லுங்கள். ஏதாவது பேசாவிட்டால் தூக்கம் வந்துவிடும்."

2

பெரியவர் தம் கதையை ஆரம்பித்தார்:

"எனக்கு ஜவுளி வியாபாரம். சொந்தத்தில் இருநூறு 'மக்கம்' (தறி) போட்டிருந்தேன்; கொள்முதலும் இருந்தது. கடைத்தெருவில் பெரிய கடை வைத்திருந்தேன்; அங்கே விற்பனை. கடையில் நூல் ஜவுளி தவிர, மில் துணிகள், காஞ்சீபுரம், கும்பகோணம், ஆரணி பட்டுச் சேலைகள் எல்லாம் கிடைக்கும். சாதாரண காலத்தில் ஒருலட்சத்துக்குக் குறையாத ஸ்டாக் இருக்கும். தீபாவளி, பொங்கல் ஸீஸன் என்றால் மூன்று 'ல'வுக்கு மேல் ஓடும். அந்தக் காலத்தில் லட்சம் என்றால் இப்போது யோசித்துப் பாருங்கள். கடையைக் கவனித்துக் கொள்ள ஒரு டஜன் கணக்குப் பிள்ளைகள் இருந்தார்கள்.

'எல்லாவற்றையும் நான்தான் கவனித்துக் கொள்வேன். சரக்கு வாங்க நான்தான் போவது வழக்கம். கும்பகோணத்துப் பட்டுச் சேலைகள் கொள்முதல் செய்யப் போவேன். போனால் ஜகந்நாத பாகவதர் வீட்டில்தான் தங்குவேன்.

"பாகவதரை நேரில் பார்த்திருக்கிறீர்களா? இரண்டு காலும் நொண்டி; தொடைக்குக் கீழே இரண்டு கால்களும் சப்பை; பிறவியே அப்படி. கைகளையும் தரையில் ஊன்றி அவர் நடந்து வருவதைப பார்த்தால் தவழும் கண்ணன் ஞாபகம் வரும்; கண்ணபிரான் இந்தவிதம் ஒரு லீலை செய்கிறாரோ என்று நினைக்கத்தோன்றும். வழுக்கைத் தலையும், கருத்த மேனி பூராவும் பன்னிரண்டு திருமண்ணு மாய்த் தவழுகிற அவரைப் பாத்தால் கையெடுத்துக் கும்பிடத் தோன்றும். தொடையும் உடம்பும் பார்த்தால் இடும்பன்போல் இருப்பார். இப்படி அங்கஹீனமாயிருந்ததால் தானோ என்னமோ, வியாபாரத்தில் மகா 'வில்லனாக' இருந்தார். அவரும், குமாஸ்தாக்களும் இருக்கிற இடம் தெரியாமல், வீடு பூராவும் கோறா (கச்சாப்பட்டு) பேல்கள் நிறைந்து கிடைக்கும். காலை

ஏழு மணிக்கு ஆரம்பிக்கும் வியாபாரம் ராத்திரி பத்து மணிவரை ஓயாது. ஆனால் சனிக்கிழமை மட்டும், யார் உயிர் எப்படிப் போனாலும், ஏழுமணிக்கே கடையைக் கட்டிவிடுவார். சனி தவறாமல், அவர் வீட்டில் பஜனை நடக்கும். பஜனையில் கலந்து கொள்கிறவர்களுக்கு திவ்யமான சாப்பாடு கிடைக்கும். பாகவதரின் வியாபாரத் திறமையையும், பக்தியையும் பார்த்து நானே மலைத்துப்போனேன்."

"என் கடைக்குச் சொந்த முதல் ஐம்பதாயிரம் இருந்தது. முதலைவிடக் கடனுக்கு வாங்கிய சரக்கு அதிகம். ஜவுளிக் கடை ரகசியமே அதுதான். சொந்த முதல் கூடாது; ஊரான் முதல் கொண்டுதான் நடத்த வேண்டும். என் கேடுகாலத்துக்கு ஒரு விபரீத யோசனை உண்டாயிற்று. என் கடைமுதலைத் தனியாக எடுத்துவிட்டால் தனியாக வட்டி வருமே என்று யோசித்தேன். ஜகந்நாத பாகவதர் போல் நாணயமான ஆசாமியிடம் வட்டிக்குப் போட்டால் பயமில்லை என்று அவரையே கலந்தேன்."

"பாகவதர் கை நீட்டி என்னிடம் பணம் வாங்கவே மறுத்தார். பண விஷயம் சிநேகித பங்கம் செய்யும் என்று கூறிவிட்டார். பணத்தை அவர் வியாபாரத்தில் ஈடுபடுத்தி லாபம் சம்பாதிக்கப் போவதால், நூற்றுக்கு ஒரு வட்டி வீதம் நான் வாங்கிக் கொள்வதாக இருந்தால்தான் அதை எடுத்துக் கொள்வதாக ஒருவாறு ஒப்புக் கொண்டார். நான் அவரைக்கேட்டது அரை வட்டிதான். இவ்வளவு பெருந் தன்மையாக இருப்பவரை நம்பாமல் இருக்க முடியுமா?"

"இவ்வளவு விபரமாக ஏன் சொல்லுகிறேன் என்றால், உனக்குச் சிறு வயது; உன் தொழிலோ பெரிது, ஆள்தோற்றம் பார்த்து மயங்கிவிடக்கூடாது என்பதற்காகத் தான். கடைசியில் என்ன ஆயிற்று?"

"இரண்டு வருஷம் வரையில் வட்டி 'கரெக்டாக வந்தது. பிறகு ஒரு நாள் காலை கும்பகோணம் சிநேகிதர் ஒருவரிட மிருந்து ஒரு தந்தி வந்தது. 'ஜகந்நாத பாகவதர் 'டல்' உடனே வரவும்!' என்று. அலறிப் புடைத்துக்கொண்டு ஓடினேன். ரயிலில் போகும்போது ஒரு நம்பிக்கை; பாகவதர் எனக்குத் துரோகம் செய்யமாட்டார் என்று.

"ஆனால் அவர் வீட்டில் 'ஜே ஜே' என்று கூட்டம் இருந்தது. வியாபாரிகள் மட்டும் அவருக்குக் கடன் தர வில்லை; வட்டிக்கு ஆசைப்பட்டு. புருஷனுக்குத் தெரியாமல் மனைவியும், அண்ணனுக்குத் தெரியாமல் தங்கையும் 'தாலி அறுத்து கூலி' வாங்கிய விதவையும் அவரிடம் பணம் கொடுத்துவிட்டு. அங்கு பரிதவித்துக் கொண்டிருந்தார்கள்.

அவர் இருக்கிற இடத்திற்குப் போகவும் முடியவில்லை என்னால். அன்று சாயங்காலம் கடன்காரர்கள் எல்லோரும் கூடி மூன்று டிரஸ்டிகளை நியமித்துப் பத்திரம் எழுதினார்கள்; என்னையும் ஒரு டிரஸ்டியாக இருக்கும்படி சொன்னார்கள்; நான் மறுத்துவிட்டேன். ரூபாய்க்கு இரண்டணா தேறலாம், அதுவும் மூன்று நான்கு வருஷத்தில் கிடைக்கும் என்று டிரஸ்டிகள் சொன்னபோது எனக்கு அடிவயிற்றில் பற்றிக் கொண்டது. அங்கே நிற்கப் பிடிக்காமல் வெளியே வந்து விட்டேன்.

3

பெரியவரின் கதை எனக்கு அவ்வளவு சுகப்படவில்லை. பணக்காரன் ஏழை ஆவதும், ஏழை பணக்காரன் ஆவதும் புது விஷயமல்லவே? ஜகந்நாத பாகவதர் கதை எங்கள் தெருவில் சிறு குழந்தைகளுக்கும் தெரியும். அவரால் அடிபட்ட குடும்பங்களில் பெரியவர் குடும்பமும் ஒன்று. அவ்வளவுதான். வறட்சியான அப்பழங்கதையைக் கேட்ட எனக்குத் தூக்கம் வந்தது.

"பாகவதரிடம், உங்கள் பணம் நஷ்டம் ஆனதைக் கேட்டு உங்களுடைய கடன்காரர்கள் உங்களைத் தொந்தரவு செய்திருப்பார்கள், இல்லையா?" என்றேன்.

"தம்பி! அந்த ஒரு கண்ணராவியோடு போயிருந்தால் பரவாயில்லையே? அன்றே இன்னொரு பெரிய விஷயம் நடந்து விட்டது."

கதையில் ரஸமான கட்டம் ஏதாவது வராதா என்று எதிர்பார்த்த நான், "என்ன அது?" என்றேன் ஆவலுடன்.

"பாகவதர் வீட்டை விட்டு வந்தேனோ? என்புத்தி என்னிடம் இல்லை. கால் போனபடி எல்லாம் நடந்தேன். கும்பகோணத்தில் ஒவ்வொரு அங்குலமும் எனக்குத் தெரியும்; ஆனால் அப்போது எந்தத் தெருவில் நடக்கிறோம் என்ற பிரக்ஞையே எனக்கு இல்லை. அப்போது 'கரண்ட்' வெளிச்சம் ஏது? அங்கு 'லாந்தர்' வெளிச்சம் இருந்தாலும் இருட்டாகத் தான் இருக்கும். அதோடு பெரிய மழையும் சேர்ந்து கொண்டது. காலையில் காப்பி சாப்பிட்டு ரயிலில் ஏறினவன் சாப்பாட்டு ஞாபகமே எனக்கு இல்லை. முழுவதும் நனைந்த பிறகு, கொஞ்சம் சுரணை வந்தபோது, ஏதோ ஒரு திண்ணையில் ஒதுங்க முயன்றவன், அப்படியே மயங்கி விழுந்துவிட்டேன்.

மூர்ச்சை தெளிந்தபோது நான் முன்பின் பார்த்திராத ஓர் இடத்தில் இருப்பதை உணர்ந்தேன். அழகாய்ப் பூவேலை

செய்த வெள்ளை உறையிட்ட பெரிய மெத்தையில் நான் படுத்திருந்தேன். அறைச் சுவர்களிலெல்லாம் பாரீஸ் லேடிகளின் அழகான படங்கள் தொங்கின. லேசாக செண்ட் வாசனை கமழ்ந்தது. பாகவதர் வீட்டிலிருந்தது ஞாபகம் வந்தது. 'இவ்வளவு சௌகரியமான இடத்தில் எப்படி வந்தோம்?' என்று யோசித்துக்கொண்டே எழுந்திருக்க முயன்றேன். அடித்துப் போட்டது போல் கைகால்கள் வலித்தன; மறுபடியும் சாய்ந்து விட்டேன்.

'என்ன வேணும்?' என்று கேட்ட ஒரு பெண் குரல் என் கால்களை மிருதுவாகத் தடவியது. திடுக்கிட்டுப் பார்த்தவன் மேலும் திடுக்கிட்டேன். என் காலடியில் நின்றது யார் என்று உன்னால் ஊகிக்க முடியுமா? ரமாமணி! ஆமாம், அந்த ரமாமணிதான்."

"நீ கேள்விப் பட்டிருப்பாயே அவளைப் பற்றி? அந்தக் காலத்தில் கும்பகோணம் ரமாமணி என்றால், கைக்குழந்தை கூடத் தலை தூக்கிப் பார்க்கும். அவள் வேஷம் போட்டு நாடகமாடுகிறாள் என்று நோட்டீஸ் போட்டால் ஊரே அல்லோல கல்லோலப்படும். இந்தக் காலத்திலும் 'டான்ஸ்' என்று ஆடுகிறார்களே, அன்று ரமாமணி ஆடுவதைப் பார்க்க வேண்டும். இன்றைக்குப் பூராவும் பார்த்துக் கொண்டிருக்கலாம். ரூபவதி என்றால் ரூபவதி. எனக்குக் கூத்து, நாடகம் எல்லாம் அவ்வளவாகப் பிடிக்காது; ஸ்திரீ சபலமும் இல்லை. ஒன்றிரண்டு தடவை அவள் நாடகம் பார்த்தேன். ஆனால் அவளை ஒரு நொடி பார்த்தால் போதும், ஆண் மகனாகப் பிறந்தவனானால், அவளை ஆயுசு உள்ளவரை மறந்துவிட முடியாது. அந்த ரமாமணி என் பக்கத்தில் நிற்கிறாள், என்ன வேணும் என்று கேட்கிறாள். என் கால்களைத் தடவிக் கொடுக்கிறாள் என்றால், எனக்கு எப்படி இருக்கும்? இப்போது நினைத்தாலும் என் உடம்பு சிலிர்க்கிறது . . .?"

அந்த நாளைக் கண்முன் மீண்டும் காண்கிறவர் போல் அவர் கொஞ்ச நேரம் மெய்மறந்து எங்கோ பார்த்துக் கொண்டிருந்தார். கதை ரஸமான பகுதியை அடைந்துவிடவே என் தூக்கக் கலக்கம் தெளிந்தது. கிழவர் குமரன் ஆகும் போது எனக்கு விறுவிறுப்பு உண்டாகாதிருக்குமா?

"அங்கே எப்படிப் போய்ச் சேர்ந்தீர்கள்."

"நான் மூர்ச்சித்து விழுந்தது அவள் வீட்டுத் திண்ணையில் தான், காலையில் தற்செயலாக, திண்ணைக்கு வந்திருக்கிறாள்; என்னைப் பார்த்ததும் விதி வேலை செய்துள்ளது; நாலு ஆளைவிட்டுத் தூக்கச் சொல்லி படுக்கையில் படுக்க வைத்து

டாக்டரையும் வரவழைத்துப் பார்த்திருக்கிறாள். ஒரு நாள் பூராவும் எனக்குப் பிரக்ஞை வரவில்லை, 'என் உயிர் போய்விடுமோ?' என்று அவள் கலங்கி விட்டாளாம்...!"

"எனக்கு எப்படி இருந்தது என்று வருணிக்க முடியுமா? நிமிஷத்துக்கு ஒரு முறை அவள் 'என்ன வேணும்?' என்று கேட்பதும், 'தலை வலிக்கிறதா, கால் நோகிறதா' என்று வருடுவதுமாயிருந்தால் எனக்கு எப்படி உயிர் இருக்கும்? பாகவதரிடம் பணம் போச்சே என்ற கவலைக்கு ஈடாகத்தான் பகவான் இந்த ஆனந்தம் கொடுத்தாரோ என்னவோ! இதைத்தான் விட்டகுறை தொட்டகுறை என்பது; இல்லையா? இல்லாவிட்டால் கடன்காரர்களுக்கு அஞ்சி நான் நடுங்குகிறேன் என்பதை அறிந்தும் அவள் என் மேல் அப்படிப் பைத்தியக் கார மோகம் கொள்வாளா? அல்லது ஊரையும், தொழிலை யும், குடும்பத்தையும் மறந்து நான் அவளிடம் பைத்தியமா இருப்பேனா? பணத்துக்காகக் கவலைப்பட வேண்டாம்; என்னிடம் ஏராளமாக இருக்கிறது. கொடுக்க வேண்டியவர் களுக்கு எல்லாம் கடையில் உள்ள சரக்கைக் கொடுங்கள்; பாக்கிப்படுவதை நான் தருகிறேன்,' என்று சொன்னவளை 'பைத்தியக்காரி' என்று தானே சொல்ல முடியும் தம்பி? அந்தக் காலத்திலும் எனக்கு ஸ்திரீ சபலம் கிடையாது. ஆனால் அவ்வளவு ரூபவதி அப்படிப் பேசும்போது சுகப்பிரம்ம மாகவே இருக்கட்டுமே, சொக்காமல் மீள முடியுமா? இரண்டு மாசம் எப்படிப் போயிற்று என்றே புரியவில்லை; அவள் ஞாபகப்படுத்திய பிறகுதான் ஊர் விவகாரத்தை முடிப்பதற் காக அவசரம் அவசரமாய்க் கிளம்பினேன்."

"பாகவதரிடம் பணம் பறிபோனதால் நான் ஊரை விட்டே ஓடி விட்டதாக அங்கே கதைகட்டி விட்டார்கள். கடன்காரர்கள் கோர்ட்முலம் ஸீல் வைத்து, ஸ்டாக் எடுத்து, சரக்குகளையும் ஏறக்குறையப் பிரித்துக் கொண்டு விட்டார்கள். ரூபாய்க்குப் பதினாலு அணா தேறியிருந்தது. நான் ஊருக்குத் திரும்பியதும் கடன்காரர்கள் எலலோரையும் அழைத்து, பாக்கி இரண்டணாவையும் கொடுத்தேன்; 'வெள்ளியாக' இருபது ஆயிரம் ஆயிற்று. ரமாமணியின் பணம்தான்."

"அந்த விவகாரம் தீர்ந்ததும், கும்பகோணம் திரும்பிவிட வேண்டும் என்று பறந்தேன். ஆனால் என் சம்சாரம் விசுவாசம் கெட்டவள்; அவள் தாசியோடு சேர்ந்து வாழ முடியாது என்று விட்டாள்; இரண்டு குழந்தைகளையும் என்னோடு அனுப்பச் சம்மதிக்கவில்லை; 'அதுவும் ஒரு நன்மைக்குத்தான்' என்று எனக்குத் தோன்றியது. மாசம் நூறு ரூபாய் அவர்கள் செலவுக்கு அனுப்புவதாகச் சொல்லிவிட்டு ரமாமணியிடம் திரும்பினேன்."

"அவள் உங்களை நீங்கள் யார்? என்று கேட்டு விடுவாளோ?"

"என்ன வார்த்தை சொன்னாய் தம்பி? ரமாமணி மகாராணியாகப் பிறக்க வேண்டியவள்; அல்பத்தனம் அவள் அண்டையிலும் வர முடியாது. என்னோடு பழகுமுன் எப்படியோ... என்னைக் கண்ட பிறகு பிறத்தியாரைத் தலை தூக்கிக் கூடப் பார்ப்பதில்லை. என்னைப் பார்த்ததும் அவள் அழுது விட்டாள்; அந்தப் பதினைந்து நாள் பிரிவை அவளால் தாங்க முடியவில்லை. சம்சாரமும் குழந்தைகளும் வரவில்லை என்று தெரிந்ததும் மறுபடியும் அழுதாள்."

"அப்புறம் இரண்டு வருஷம், விடிந்தது அஸ்தமித்தது கூடப் புரியாமல் போய் விட்டது. எனக்கு முப்பத்து மூன்று வயசு; அவளுக்கு இருபது இருக்கலாம். தம்பி, அந்தக் காலம் திரும்பாதுதான்; ஆனால் அந்த ஞாபகம் வந்தாலே என் உடம்பில் புதுத்தெம்பு உண்டாகிறது."

"ஆனால் நல்லகாலம் நீடித்திருப்பதில்லை. ரமாமணி திடீரென்று 'காயலா'வாகப் படுத்தாள். நாலைந்து நாள்தான்; அவளுக்கே பிழைப்போம் என்கிற நம்பிக்கை போய்விட்டது. புண்ணியவதி என்ன செய்தாள் என்கிறாய்? ஒரு வக்கீலை வரவழைத்து, அவளுடைய சகல சொத்து சமுதாயங்களையும் என் பெயருக்கு உயில் எழுதி வைத்துவிட்டாள். கண்ணை மூடும் கடைசி நிமிஷத்திலும் இந்தப் பாவியின் மடியில் தலை வைத்திருந்தாள்..."

சுமார் முப்பது வருஷங்களுக்கு முன் உடலை நீத்த ரமாமணிக்காகக் கிழவரின் கண்களிலிருந்து நீர் கசிவதைப் பார்க்க எனக்கு வியப்பாக இருந்தாலும் அவர் மேல் ஒரு பரிவும் ஏற்பட்டது. கொஞ்சநேரம் அவர் பேசவில்லை.

"அவள் போன பிறகு எனக்கு உயிரே வெறுத்துவிட்டது. கும்பகோணத்தில் இருக்கவும் பிடிக்கவில்லை. அவளுடைய வீடு உள்பட எல்லாவற்றையும் விற்று ரொக்கமாக ஒன்றரை லட்சம் கையில் எடுத்துக்கொண்டு உறையூருக்குத் திரும்பினேன். தொழில் செய்யவும் மனம் இல்லை; பணத்தை அப்படியே பாங்கில் போட்டு, வட்டியில் காலக்ஷேபம் செய்து வந்தேன்."

"அவ்வளவு பணமும் என்ன ஆயிற்று?"

"என்ன ஆகும்? பெரிய பையன் தலை எடுத்தான்; மகா மூர்க்கன்; கடோத்கஜன் போல் இருப்பான்; மண்டையில் ஒன்றும் இல்லாவிட்டாலும் திமிர்பிடித்த பயல், ஜவுளிக்கடை வைக்க வேண்டும் என்று பிடிவாதம் பிடித்தான். நான் என்ன

சொன்னாலும் கேட்கவில்லை. சேலைக்கடை வைத்ததும் பையனுக்கு 'ஷோக்' பிறந்து விட்டது. எனக்கு அந்தத் தத்தாரிப் பயலோடு பேசவும் பயம். அவன் விளையாடுவதை வேடிக்கை பார்க்கத்தான் முடிந்தது. 'எந்த வழியில் சம்பாதித் தோமோ அந்த வழியிலேதான் பணம் போகும்' என்று என் மனசை ஆற்றிக் கொண்டேன். இதிலே வயிற்றெரிச்சல் என்ன வென்றால் சின்னவனும் பெரியவனோடு சேர்ந்து கொண்டான். இரண்டு 'மைனர்'களும் மூன்றே வருஷத்தில் எல்லா வற்றையும் காலி பண்ணிவிட்டுக் கடன்காரர்களாய் நின்றார்கள். வயசான காலத்தில் இப்படி என்னைப் பரிதவிக்க விட்டார்கள். ரமாமணி தீண்டிய இந்த உடம்பு இப்படி வெயிலிலும் மழையிலும் வாடுகிறது."

4

'உறையூர் நன்னய்ய பாகவதர் கதையை முடித்தார்; நானும் வியாபாரத்துக்காகக் கிளம்பினேன்' என்று இந்தக் கதை முடிகிறது என்று எல்லோரும் எதிர்பார்க்க முடியும். அவர் கதையை மேலும் வளர்த்துவது 'உத்திக் குறை' என்றுகூட விமரிசகர்கள் குற்றம் காணலாம். ஆனால் துர்பாக்கிய வசமாகப் பெரியவரின் கதை முடியவில்லை.

கிட்டதட்டப் பதினைந்து வருஷத்து வரலாற்றை அவர் சுமார் அரைமணி நேரத்தில் கூறி முடித்து விட்டார். அதற்கு மேல் அவரால் பேசமுடியாது; ரமாமணியின் ஞாபகம் அவர் வாயை அடைத்துவிட்டது. வெயில் அன்று மிகவும் உக்கிரமா யிருந்தது. கோயில் வாசலில் உட்கார்ந்திருந்த எனக்கு நெருப் பருகில் இருப்பது போல் பட்டது; வியர்வையைப் பிழிந்து எடுக்கலாம் போல் நனைந்துவிட்டேன். கதை முடிவதோடு அடுக்கடுக்காய்க் கொட்டாவி வர ஆரம்பித்தது. என் அவஸ்தையைக் கிழவர் கவனித்தார்.

"எங்கள் வீடு பக்கத்துத் தெருவில்தான் இருக்கிறது. கொஞ்சநேரம் படுத்திருந்து வெயில் தாழ்ந்தபின் கிளம்பலாமே?" என்றார்.

இந்த விஷயத்தை அவர் ஆரம்பத்தில் சொல்லியிருந்தால் அவரை நம்பிப் போயிருக்க மாட்டேன். அவருடைய வாழ்க்கை வரலாறு கேட்டபின் அவரிடம் எனக்கு நம்பிக்கை விழுந்து விட்டது. அவரோடு கிளம்பினேன்.

பக்கத்துத் தெருவை அடைந்ததும் "இதான் என் வீடு" என்று சுட்டிக் காட்டிய பாகவதர், வீட்டை நெருங்கும்போது பின்தங்கத் தொடங்கினார்.

“என்ன விஷயம்.” என்றேன்.

“ஒன்றும் இல்லை; வாசலில் நிற்கிறவன் என் பையன்.”

“அதனால் என்ன?”

“நான் சொல்லவில்லையா? ரொம்ப முரடன்” என்று, அவர் கூறியதும் எனக்குச் சிரிப்பு வந்தது. அவர் சொன்னது போல், ‘பையன்’ கடோத்கஜனாகவோ பீமனாகவோ, இல்லை; மிகவும் சாதாரணமாயிருந்தான்.

“பரவாயில்லை, வாருங்கள். பையனை நான் சமாதானம் செய்கிறேன்” என்று அவருக்குத் தைரியம் அளித்து அழைத்துச் சென்றேன்.

“வா வா, உதை தின்றால் தான் உனக்குப் புத்திவரும்” என்று பையன் – நாற்பது வயசுக்கு குறையாது – கர்ஜிக்கவே, நான் மலைத்து நின்று விட்டேன். தகப்பனை இவ்வளவு அழகாக மைந்தன் வரவேற்பதை நான் அதுவரை பார்த்ததே இல்லை.

“இல்லை, இவர்...” என்று கிழவர் நீட்டினார்.

“இவர் என்ன, அவர் என்ன, போ உள்ளே?” என்று அவன் கத்தினதும், பெட்டியை அப்படியே திண்ணையில் வைத்துவிட்டு அவர் உள்ளே பறந்து விட்டார்.

“நீங்கள் வாருங்கள் சார்!” என்று அவன் என்னை வரவேற்றபோது, தந்தையை அதட்டும்போது குரலில் இருந்த வெறி இல்லை. அதற்கு மாறாக மரியாதையும் ஒழுங்கும் இருந்தன. தந்தையும் மைந்தனும் புதிய முறையில் பழகுகின்ற அந்த வீட்டில் கால் வைக்கவே அருவருப்பாக இருந்தது. இவ்வளவு தூரம் வந்தபின் திரும்புவது சரியல்ல என்று அவனோடு உள்ளே சென்றேன். உட்காருவதற்குள், என்னைப் பற்றிய விஷயம் முழுவதையும் நயமாக விசாரித்துத் தெரிந்து கொண்டான் அவன்.

“அது எல்லாம் போகட்டும். அப்பாவை இப்படிப் பேசலாமா வயசான காலத்தில், ஊர் சுற்றத் தோன்றுவது சகஜம். அதற்காக...”

“உங்களுக்குச் சேதி தெரியாதா?” என்றான் அவன் – பெயர் அழகர்சாமி”

“எந்தச் சேதி?”

“அவருக்குக் கொஞ்சம் புத்தி ஸ்வாதீனம் இல்லை. ஒரேடியாகப் பைத்தியம் என்றுவிட முடியாது. நெசவு

நெய்கிறார்; வீட்டு வேலை எல்லாம் செய்கிறார். திடீர் என்று சொல்லாமல் கொள்ளாமல் வெளியே கிளம்பிடுவார். சில சமயம் நான் சங்கிலியால் கட்டி வைத்து விடுவேன்" என்று அழகர்சாமி சொன்னபோது ஆகாசத்தில் பறப்பது போல் இருந்தது எனக்கு! பைத்தியத்தோடு சுவராஸ்யமாகப் பேசிக் கொண்டிருக்கிறவனைப் பார்க்கிறவர்கள் என்ன நினைப்பார்கள்?

அவன் என் அருகில் உட்கார்ந்தான்.

"நான் அவரைப்பற்றி அப்படிக் கொஞ்சமும் சந்தேகப் படவில்லை. புத்தி ஸ்வாதீனம் இல்லாதவர் எல்லா விஷயம் பற்றியும் எவ்வளவு ஜோராகப் பேசினார்! கதையாக ஜோடித்து, என்ன வர்ணனை?"

"அவர் பிதற்றியதை எல்லாம் நிஜம் என்று நம்பி விட்டீர்களா?" என்றான் அவன் சிரித்தபடி.

"அவர் சொன்னது அவ்வளவும் பொய்யா? ஜகந்நாத பாகவதரிடம் ஐம்பதாயிரம் தொலைத்தது, ரமாமணியோடு அவர் வாழ்ந்தது எல்லாம் பொய்யா? ஏதாவது நிஜக்கலப்பு இருக்கிறதோ?"

'சரிதான், அப்பா உங்களைப் பைத்தியமாக அடித்து விட்டாரே. ஜகந்நாதபாகவதர் உங்கள் தெரு என்கிறீர்கள்; உறையூர் ஆசாமி ஒருவரிடம் அவர் ஐம்பதாயிரம் கடன்பட் டிருப்பாரா என்று தெரியவில்லையே. பாகவதரும் அப்பாவும் சிநேகிதர்கள் என்பது வாஸ்தவம். ஆனால், அப்பா எந்தக் காலத்திலும் ஜவுளிக்கடை வைத்ததில்லை; ஐம்பது ஆயிரம் சம்பாதித்ததும் இல்லை. ஒரு ஜவுளிக்கடையில் முப்பத்தேழு ரூபாய் சம்பளத்தில் குமாஸ்தாவாயிருந்தார். நல்ல அனுபவஸ்தர். வேலை செய்தபடியே எப்படியோ நூறு ரூபாயை மிச்சம் பிடித்துப் பாகவதரிடம் வட்டிக்குப் போட்டார். பாகவதர் அவுட் ஆனதும் அப்பா இங்கிருந்தே அலறிக்கொண்டு கும்பகோணம் போனார். பணம் தேறாது என்று தெரிந்ததும், அவருக்கு மூளைக் குழப்பம் உண்டாகி அங்கேயே சுற்ற ஆரம்பித்துவிட்டார்..."

"கும்பகோணம் போனவர் இரண்டு நாள் ஆகியும் திரும்பாமற் போகவே, எனக்குக் கவலை அதிகம் ஆகிவிட்டது. அவரை அழைத்து வரப் புறப்பட்டேன். உங்கள் ஊர் எனக்குப் புதுசு. ராத்திரி நேரம் போய்விட்டேன். மழைவேறு பெய்ய ஆரம்பித்தது. நனைந்த ஈரத்தோடு ஏதோ ஒரு திண்ணையில் குந்தினேன். குளிர் ஜுரம் கண்டு, எனக்குப் பிரக்ஞை பிசகிவிட்டது.

“இரண்டு மூன்று நாட்கள் கழித்து கண் விழித்தபோது ரமாமணி வீட்டில் இருந்தேன். அவளுக்கு என்மேல் ஏதோ ஒரு அசட்டுப் பிரியம். ரமாமணி பற்றி உங்களுக்குத் தெரியும் அல்லவா? ஆறு மாசம் அவளோடு விளையாட்டாகப் போயிற்று. அப்புறம், அவளே என்னைக் கூப்பிட்டு, கையில் ஐநூறு ரூபாய் வைத்து, ‘ஊருக்குப் போய் கல்யாணம் செய்து கொண்டு இரு! என்று சொல்லி அனுப்பிவிட்டாள். என் அதிர்ஷடம் அவ்வளவுதான் என்று பெருமூச்சு விட்டான் அழகர்சாமி.

“இப்போது தான் எனக்குப் புரிகிறது. உன் அனுபவத்தை எல்லாம் பெரியவர் தனக்கு நடந்ததாய் என்னிடம் சொல்லி விட்டார். ரமாமணியை நீ கூட அவ்வளவு அழகாக வருணிக்க முடியாது!”

“கொஞ்ச நேரம் நீங்கள் தூங்குங்கள். அப்பாவை நெசவில் உட்கார வைத்துவிட்டு வருகிறேன்” என்று பாயும்தலையணை யும் கொடுத்து விட்டுப் போனான் அழகர்சாமி.

பாயில் புரண்டுகொண்டே, ‘எல்லாம் உண்மை போல எவ்வளவு அழகாய்ப் பேசினார்!’ என்று பெரியவரை வியந்த வாறு, கண் அயரும் சமயம், தேள் கொட்டுவது போல் ‘வெடுக்’கென்று ஓர் எண்ணம் கொட்டியது; ஜகந்நாதபாகவதர் நொடித்த விஷயம் முப்பது வருஷத்துக்கு முன்னால் நடந்தது. அழகர்சாமிக்கு இப்போது நாற்பது வயசு இருக்கலாம்; பத்துப் பன்னிரண்டு வயசுப் பையன் ரமாமணியோடு விளையாடி இருக்க முடியுமா?’ இந்த சந்தேகம் உண்டானதும், எனக்குப் பைத்தியம் பிடித்து விட்டதுபோலத் தோன்றியது. அப்பனிடம் ஏமாந்தது போல் பிள்ளையிடமும் ஏமாந்து விட்டேனா, அல்லது இருவரும் சேர்ந்து என்னைப் பைத்திய மாக அடித்துப் பெட்டியைப் பறிக்க சூழ்ச்சி செய்கிறார்களா? அதற்குமேல் அந்த வீட்டில் எனக்கு இருப்புக் கொள்ள வில்லை. அவசரமாய்ப் பெட்டியைத் தூக்கிக்கொண்டு எழுந்தேன்.

“புறப்பட்டீர்களா?” என்றான் அழகர்சாமி. ஆமாம். சோமசுந்தரம் செட்டியார் கடையில் மூன்று மணிக்கு வரச் சொன்னார்கள். மறந்து விட்டேன்.” என்று அவன் கையில் ஒரு ரூபாய் கொடுத்துவிட்டுத் தெருவுக்கு வந்த பிறகுதான் என் பரபரப்பு அடங்கியது.

பக்கத்து வீட்டிலிருந்து வெளியில் வந்த ஒருவரிடம், பெரியவரைப்பற்றி விசாரித்தேன்.

“அந்தக் குடும்பமே ஒரு மாதிரி. அப்பா பிள்ளையைப் பைத்தியம் என்பார். வேலை கொடுத்தால் மாடு மாதிரி உழைப்பார்கள். பேச்சுக்கொடுத்தால் வந்தது ஆபத்து. சுற்றி வளைத்து ஒரு தாசி கதையில் கொண்டு வந்துதான் முடிப்பார்கள். அழகர்சாமிக்குத் தம்பி ஒருத்தன் இருந்தான்; அவன் கூட இப்படித்தான். பெரியவர் தன் சொந்த அனுபவம் என்று தாசிக் கதைகள் சொல்லியே தன் மனைவியைத் தீர்த்து விட்டார்,” என்று அவர் கூறிய போது ‘நான் ஏமாறவில்லை’ என்ற திருப்தி ஏற்பட்டது.

‘பெரியவரும் அழகர்சாமியும் முன் பிறவியில் சிறுகதை ஆசிரியர்களாக இருந்திருப்பார்களா?’ என்று கூடத் தோன்றுகிறது.

வாழ வைத்தவன்

கிணற்றிலிருந்து வாளி வாளியாகத் தண்ணீர் இழுத்துத் தலையில் கொட்டிக் கொள்வது ஒரு சுகம்; குழாயடியில் கைகளைக் கட்டிக்கொண்டு உட்கார்ந்து குளிப்பது வேறொரு மாதிரி சுகம்; ஆகாசத்திலோ, பாலத்திலிருந்தோ, மரத்திலிருந்தோ ஆற்றில் குதித்து, நீரில் அமுங்கி, மேலே மிதந்து, வாயில் நீர் வாங்கி, மார்பில் கொப்பளித்து, நீந்திக் கும்மாளம் அடித்துக் குளிப்பது மற்றொரு வகை சுகமாக இருக்க வேண்டும். பட்டுவுக்கு அந்தச் சுகம் தெரியாது. பெண்களும் நீந்து கிறார்கள் என்கிற விஷயம் அறியாத பெண் அவள். ஆனால் அவள் கடலில் ஸ்நானம் செய்திருக்கிறாள்; அலைகள் ஏகிறிக்குதித்து வரும்போது பயமாகத்தான் இருக்கிறது; ஆனால் உயரும் அலைமேல் ஏறிச்சவாரி செய்தும், குனிந்து அலைக்குள் புகுந்தும் எவ்வளவு ஜாக்கிரதையாகக் குளித்தாலும், ஓர் அலையிலிருந்து தப்பித் தலை தூக்குவதற்குள் மற்றோர் அலை அவளைக் கீழே தள்ளி, சுருட்டி, ஆடையைக் கண்ட கண்ட பக்கம் இழுத்து, கை ஒரு புறம் கால் ஒரு புறமாய் உடலைக் கோணக் கோண வளைத்து ஒடித்து, மணலோடு தேய்த்துக் கரையில் உருட்டிவிடும் போது, ‘குளியல் போதும்’ என்று தோன்றும். மறு நிமிஷம் வாயில் எலுமிச்சம்பழம் கவ்விக்கொண்டு அலைகளோடு விளையாடுகிறவர்களைப் பார்க்கும்போது, மீண்டும் அலைகளோடு ஆடுவதற்கு ஓடி விடுவாள்; அது ஒரு தனி சுகம். குளியலில் இத்தனை சுகங்களையும் மீறின ஓர் இன்பம் அளிப்பது அருவி ஸ்நானம்தான்.

முதலில் பட்டுவுக்கு அச்சமாயிருந்தது. "நீ பெண்கள் பக்கம் போய் குளி; நான் அந்தப் பக்கம் போகிறேன்." என்று சொல்லிகொண்டே சந்தானம் அருவியை நோக்கி ஓடி விட்டான். கொஞ்ச நேரம் அவள் தயங்கி நின்றாள். உயர்ந்த மலையிலிருந்து பொங்குமாங் கடலில் குதித்து, அங்கிருந்து ஒரு 'எகிறு' எகிறிக் கீழே கொட்டுகிற அருவியின் இரைச்சலும் வேகமும் அவளுக்குப் பயம் உண்டாக்கின. ஆண்களும், பெண்களும், எல்லா வயதினரும், எண்ணெய் தேய்த்த உடம்பினராய் அருவி நோக்கி உல்லாசமாக விரைவதைப் பார்த்து, அவளுக்குச் சற்றுத் தெம்பு வந்தது. சீயக்காய், அரைப்பு ஒன்றும் இல்லாமலே நீர்வீழ்ச்சி எண்ணெயை எடுத்து விடுகிறதே! அவளும் தலைமுதல் கால்வரை சொட்டச் சொட்ட எண்ணெய் தேய்த்துக் கொண்டிருந்தாள். வேடிக்கை பார்த்துக் கொண்டிருந்தால் கண் எரிச்சல்தான் அதிகமாகும். குளிக்காமல் திரும்பலாமா? அரைப்பு தேய்த்துக் குளித்தால் இந்த இடத்தில் வெகு வேடிக்கையாக இருக்கும்; எல்லோரும் அவளைப் பார்க்க ஆரம்பித்து விடுவார்கள். பத்து, எட்டு வயதுக் குழந்தைகள் கூடி ஆனந்தமாய்க் குளிக்கின்றன. அவளுக்கு மட்டும் அப்படி என்ன பயம்?

கடல் ஸ்நானம் அவளுக்குப் புத்தி புகட்டி இருந்தது; சேலையையும், ரவிக்கையையும் இறுக்கிக்கொண்டு அருவியை நெருங்கினாள்; சாரல் மேலே பட்டதும் அவளுக்குக் குளிரு கிறாப்போல் இருந்தது. அப்பால் அவள் எப்படி அருவியடியில் புகுந்தாள் என்று அவளுக்கே தெரியாது. பின்னாலும் தள்ளப்பட்டு அருவி கனமாகக் கொட்டும் ஓரிடத்துக்குச் சென்று விட்டாள்; ஒரு பெரிய நெல் மூட்டையை அப்படியே தலையில் தூக்கிப்போட்டாற் போலிருந்தது. தரையில் விழுந்து மூக்கு உடையப் போகிறது என்று அவள் நினைப்பதற்குள் 'சடசட' வென்று அவளைத் தட்டிக் கொடுத்து ஆசுவாசப் படுத்தியது அருவி. சிறிது நேரத்தில் அருவி ஸ்நானம் அவளுக்குப் பழக்கம் ஆகிவிட்டது. பிடித்துக் கொள்வதற்காகவும், பாது காப்பிற்காகவும் போட்டிருக்கும் கம்பியைக் கெட்டியாகப் பற்றிக்கொண்டு, கனமாக நீர் கொட்டும் இடத்தில் நின்றாள்; தலை கொடுத்தாள்; முதுகு காட்டினாள்; இடுப்பு வலி தீர வளைந்து நின்றாள்; மார்பை நீட்டினாள்; வலக்கையையும், இடக்கையையும் மாற்றி மாற்றிக் காண்பித்தாள். உடம்பின் இண்டு இடுக்குகளில் உள்ள வலி எல்லாம் தண்ணீரோடு ஓடுகிறது; குளிக்கக் குளிக்கக் குளித்துக்கொண்டே இருக்கலாம் என்று தோன்றுகிறது.

கொஞ்சம் களைப்புத் தட்டியது; அலுப்பு அல்ல, களைப்பு. சிறிது வெளியே நின்று பிறகு திரும்பலாம் என்று எண்ணி

எல்லோரையும் முண்டித் தள்ளிக்கொண்டு வெளியில்வந்து நின்றாள். ஜனங்கள் ஒருவர் மேல் ஒருவர் விழுந்து அருவிக்குப் போவதன் ரகசியம் அவளுக்கு விளங்கிக் கொண்டது. சுகத்துக்கு சுகம்; ஆரோக்கியத்துக்கு ஆரோக்கியம். இரண்டு மாசம் தொடர்ந்து அருவியில் ஸ்நானம் செய்தால் இருக்கிற வியாதிகள் நீங்கிவிடும், உடல் 'தளதள' வென்று ஆகிவிடுமாமே? ஏன் ஆகாது? நிச்சயம் ஆகும். அருவியின் சப்தத்தில் மனக் கவலைகள் கூட மறைந்து விடுகின்றன. பெரியவர்கள் குழந்தைகள் மாதிரி ஆகிவிடுகின்றனர். மூன்று வயசுக் குழந்தையை அருவியில் நீட்டுகிறாள் ஒருத்தி; அது முதலில் கத்துகிறது; பிறகு அதற்கும் குஷி பிறந்து விடுகிறது தலை முகத்தில் புரள, வாயில் ஜலம் புகுந்து மூச்சு திணருகிறாள் ஒருத்தி; உப்...ப்.. என்று அவள் சமாளிக்கும் போது, அவள் கன்னங்கள் பலூன் போல உப்புகின்றன. பாவம், பட்டுவைப் போல புதிசாக வந்த ஒருத்தி; ஆனால் பட்டுவைப்போல் ஜாக்கிரதை இல்லாதவள்; ஆடை அலங்கோலப்பட்டு எல்லோருடைய பார்வைக்கும் இலக்கு ஆகிறாள். பட்டுவுக்கு சுவாரஸ்யமா யிருந்தது. எண்ணெய் பாட்டில்களோடு நின்றபடி, அருவியோடு பெண்களையும் பார்த்து சீமான்களைப் பார்க்க அவளுக்கு அருவருப்பாயிருந்தது. சிலர் அவசரமாகவும், சிலர் மெதுவாக வும் எண்ணெய் தேய்த்துக் கொண்டிருந்தனர். ஸ்நானத்தை முடித்துக்கொண்டு, ஓடுகிற அருவி ஜலத்தில் துணியை அலசிக்கொண்டும், பிழிந்துகொண்டும் இருந்தனர் சிலர். நல்ல ஆண் பிள்ளைகள்! விளையாட்டாகக் குளிக்கட்டும். இதற்கு இவ்வளவு கூப்பாடு போடுவானேன்? உய் என்று கத்துகிறார்கள், விசில் அடிக்கிறார்கள், சினிமாக் கொட்டகை களில் கூத்தடிக்கிறது போல். அருவிகளின் இரைச்சலோ அவர்களுடைய சப்தத்தை அள்ளித் தரையில் அடிக்கிறது.

அந்தக் கூட்டத்திலும் அவனைக் கண்டுபிடிக்க அவளுக்குக் கஷ்டமாக இல்லை. ஆயிரம் பேர் கூட்டத்திலும் அவள் அவனை எளிதில் கண்டுகொள்ள முடியும். 'கடகட'வென்று ஆவேசத்துடன், நீர்ப்பாறைபோல் ஜலம் கொட்டுகிற ஓரிடத்தில் அவன் நிற்கிறான். மற்றவர்கள் அவனருகில் சென்று, தலை முட்டி மேல் மூச்சு கீழ் மூச்சு வாங்கித் தடுமாறிக்கொண்டே அப்பால் ஓடுவதைப் பார்க்க அவளுக்கு வேடிக்கையாக இருந்தது. ஓரிருவர் அவனோடு போட்டி போட்டுப் பக்கத்தில் நிற்க முயன்று, இரண்டு நிமிஷங்கள் கூடத் தாக்குப்பிடிக்க முடியாமல் நகருகின்றனர். ஆனால், அவனோ நிற்கிற இடம் விட்டு அசையாமல், பாறைபோல் நிற்கிறான். கம்பியைக் கூடப் பிடித்துக் கொள்ளாமல், இரு கரங்களையும் தலைக்கு மேலே குவித்துப் பிரார்த்தனை செய்வதுபோல் கொஞ்ச

நேரம்; விழுகின்ற நீரை முஷ்டியால் குத்துவதுபோல் கொஞ்ச நேரம். பிறகு என்ன செய்கிறான்? அட, பஸ்கி எடுப்பதுபோல் குந்திக் குந்தி எழுகிறான். பட்டுவுக்கு அவன் குளிப்பதைப் பார்க்க ஆனந்தமாக இருந்தது. அவன் மறறவர்களைப் போலவா இருக்கிறான்? இல்லை அவ்வளவு கூட்டத்தில் அவனைப்போல் ஒருவரும் இல்லை. வியாதியும், 'வெக்கை'யுமாக இருக்கிறவர்கள்தான் குளிக்க வருகிறார்களா, என்ன? சுருங்கின மார்பு, துவளுகிற மார்பு, எலும்பு மார்பு, கூடை மார்பு, 'பலூன்' வயிறு, 'டயர்' வயிறு, ஒருவருக்காவது வயிறு, 'கொள, கொள' வயிற்றைக் காணோம். அவனை விட உயரமானவர்கள் இருக்கிறார்கள்; ஆனால், அவனைப் போல் உருவத்துக்கு ஒத்த அங்க வெட்டு இல்லை. சோனிகளும் நோஞ்சான்களும் நிறைந்த அந்தக் கூட்டத்தில் உளியால் கடைந்தது போன்ற அங்கவெட்டுகளுடன் கோலாகலமாய் ஸ்நானம் செய்கிறவனை அருவி நீரின் வேகத்துக்கு ஈடு கொடுக்கும் போது அவனுடைய விசாலமான மார்பு மேலும் விரிகிறது; கை முண்டாக்கள் உருண்டு திரளுகின்றன என்று பணக்காரர்கள் மாதத்துக்கு நூறு, ஐம்பது என்று கொடுத்து அவனிடம் மாலிஷ் செய்து கொள்கிறார்கள். இருபத்தைந்து ரூபாய் செலவில் நீர்வீழ்ச்சி அவனுக்கு 'மாலிஷ்' செய்கிறது! அவனைப் பார்க்கப் பார்க்க மகிழ்ந்து மாய்ந்து போனாள். தெரிந்தவர்கள் யாராவது பக்கத்தில் இருந்தால், "அவரைப் பாரு என்ன அட்டகாசம் செய்கிறார்" என்று வாய் விட்டே சொல்லியிருப்பாள்.

சந்தானம் அப்பாலிருந்தான். களைத்திருப்பானோ? அவனுக்கா களைப்பு. அவளைப் பார்த்துவிட்டான். 'பட்டு ஏன் நிற்கிறாய்? போ, அருவிக்கு போ! என்று அங்கிருந்த படியே' கைகாட்டிக் கத்திவிட்டு, மீண்டும் அருவியில் புகுந்து விட்டான். அவனுடைய உற்சாகம் அவளையும் தொத்திக் கொண்டது. அவளும் குளிப்பதற்காக ஓடினாள்.

அவள் ஒருவாறாகக் குளியலை முடித்துக்கொண்டு தலையாற்றி, புடவையும் ஓரளவு காய்ந்த பிறகுதான், சந்தானம் வந்து சேர்ந்தான்.

"என்ன பட்டு, ரொம்ப சீக்கிரம் முடித்து விட்டாயே, பயமாயிருந்ததா?"

"முதலில் பயமாயிருந்தது. பிறகு சரியாகிவிட்டது. அதற்கென்று ஒரு மணி நேரமா குளிப்பது?"

"அதற்காகத்தானே இங்கே வருகிறோம்? வேறே வேலை? குளிக்க வேண்டியது, சாப்பிட வேண்டியது. சினிமா பார்க்க

வேணுமானாலும் நாலு மைல் பஸ்ஸில் தென்காசிக்குப் போகவேணும். அது சரி, இன்றைக்கே தேனருவிக்குப் போய் வந்துவிட்டால் அப்புறம் ஐந்தருவி, சிற்றருவி, புலியருவி எல்லாம் ஒரே நாளில் பார்த்து விடலாம்!"

"தேனருவிப் பாதை பயம் என்கிறார்களே?"

"ஆ...ங் என்ன பயம்?"

"வழியிலே கடுவா, புலி, நரி, ஓநாய் எல்லாம் வரும் என்கிறார்களே. பாறைக்குப்பாறை தாவ வேண்டுமாம், சில இடத்தில். கூட்டமாய் பத்துப் பேர் சேர்ந்து போனால் நல்லது என்கிறார்கள்!"

சந்தானம் சிரித்தான். "கடுவா மந்தை வந்தாலும் நான் பார்த்துக் கொள்கிறேன். நாம் மட்டும் தனியாகப் போனால் ஏதாவது பேசிக்கொண்டே போகலாம். தமாஷாகப் பொழுது போகும். பிறத்தியார் இருந்தால் நாம் தாராளமாகப் பேச முடியுமா? தேனருவிக்கு இரண்டு வழி இருக்கிறது. பாறை தாண்டாத வழியே போகலாம். தேனருவிக்குப் பக்கத்தில், ஒரே இடத்தில் மட்டும் மலைதுருத்திக் கொண்டிருக்கும்; நாலு தப்படி கொஞ்சம் ஜாக்கிரதையாக நடக்கணும். தேனருவியைப் பார்க்க வேணும்! அப்பா! பார்த்தாலே மனசு நிறையும். இந்த அருவிபோல் அதில் குளிக்க முடியாது; சாரலில்தான் குளிக்க வேணும். மர உயரத்திலிருந்து அது விழுவதைப் பார்த்தால் நீர் கொட்டுவது போலவே இருக்காது; புகைபோலத் தெரியும்!..." அருவியை வர்ணித்து அவள் ஆவலைத் தூண்டிவிட்டான் அவன்.

"ரொம்ப உயரம் ஏற வேண்டுமோ?"

"ஒன்றரை மைல் இருக்கும். வழியில் அங்கங்கே உட்கார்ந்து போகலாம். இன்றைக்கே போக ஏன் ஆசைப்படுகிறேன் என்றால், மழை இல்லை. லேசாக மோடம் போட்டு ஸீஸன் ஜோராக இருக்கிறது. மழை பெய்தால் தேனருவிக்குப் போக முடியாது; வழி சறுக்கும். நடக்கப் பயமாக இருந்தால் சொல்லு, தோளில் தூக்கிக்கொண்டு போகிறேன். சரிதானே?"

அவன் தாமாஷுக்குத்தான் சொன்னான் எனினும், அப்படிச் செய்யக்கூடியவன் அவன். அவளைப் பந்துபோல் ஒரு கையால் தூக்குகிற பலம் அவனுக்கு உண்டு என்று அவள் அனுபவ பூர்வமாக அறிவாள். மூன்று ஆண்டுகளாக 'பளு தூக்கும் போட்டி'யில் அவனுக்குத்தான் மாகாணத்து முதல் பரிசு; இரண்டு வருஷமாய் உடலழகுப் போட்டியில் முதல் பரிசு வாங்குகிறான். முன் காலத்தில் ஆஞ்சநேயர்,

பீமசேனன் முதலியவர்கள் நடக்கும் போதும், ஓடும் போதும், காற்று வேகத்தில் மரம், செடிகள் தெறித்து விழும் என்று அவள் கதைகளில் படித்திருக்கிறாள். அவ்வளவு பலம் இக்காலத்தில் யாருக்காவது இருக்கிறதா என்று அவளுக்குத் தெரியாது. ஆனால் சந்தானம் எவ்வளவோ தடவை குஷியான நேரங்களில், அவளை ஒரு கையால் குழந்தையைத் தூக்குவது போல் தலைக்கு மேலே தூக்கி, சக்கர வட்டமாய்ச் சுற்றி, ‘போதும்’ என்று அவள் கதறின பிறகு கீழே விட்டிருக்கிறான். அவளைத் தூக்கிக்கொண்டு அவனாலா நடக்கமுடியாது? தன் எடையைப் போல் இரண்டு பங்கை அனாயாசமாய்த் தூக்குவானே?

“நீங்கள் ஒன்றும் என்னைச் சுமந்துவர வேண்டாம். நான் சோனி இல்லை; நானும் ஆசனப் பயிற்சிகள் எல்லாம் செய்கிறேனாக்கும்!”

“பின் எதற்காக இத்தனை தயக்கம்? ரூமுக்குப் போய்த் துணி மாற்றிக்கொண்டு, ஏதாவது பட்சணம் வாங்கிக் கொண்டு உடனே புறப்பட்டால்தான் மத்தியானம் இரண்டு மணிக்காவது திரும்பலாம்!”

அறைக்குப் போகும் வழியிலே சந்தானம் பழங்கள் வாங்கினான். ‘மங்குஸ்தான்’ பழம் மலிவாக இருந்தால், ஊருக்கு எடுத்துப் போவதற்காக என்று நூறு பழங்கள் கூடை போடச் சொன்னான்.

“ஊருக்குப் போகிறபோது வாங்கினால் என்ன?”

“உனக்கு விஷயம் தெரியாது. இன்றைக்குக் கூட்டம் இல்லை. நாளைக் காலையில் கூட்டம் சோந்தாலும் – இந்த ஓரணா பழம் ஆறணா ஆகிவிடும், திருக்குற்றாலத்திலே குளியலுக்கு அடுத்தபடியாக இந்தப் பழத்துக்குத்தான் மவுசு!”

பட்டு ஒரு பழத்தை விண்டு சாப்பிட்டாள்; “மேலே பனம்பழம்போல் இருக்கிறது; உள்ளே உள்ளிப்பூண்டுபோல் இருக்கிறதே. இனிப்பாகவும் இல்லாமல், புளிப்பாகவும் இல்லாமல் – இது ஒரு மாதிரி ருசி,”

“உன்னைப் போல்!”

“நான் புளித்து விட்டேன், இல்லையா?

“இனிப்பு அதிகமாகி, தெவிட்டாமல் இருக்க புளிப்பு சேர்ந்துள்ளது போல் இருக்கிறாய் என்றேன்...”

“ஆரம்பித்தாயிற்று; தேனருவியோடு நிறுத்துவீர்களா?”

“தேனே அருவியாகக் கொட்டுவதுபோல் நீ பேசிக்கொண்டிருந்தால்...”

➤ 32 ➤ பனிமுடி மீது ஒரு கண்ணகி

"போதும், போதும்."

வழி நடைக்குத் தேவையானவைகளைக் கட்டிக்கொண்டு அவர்கள் கிளம்பும்போது மணி ஒன்பதுக்கு மேல் ஆகிவிட்டது.

"இதுதான் சிற்றருவி. ராஜாக்கள், மந்திரிகள், பெரிய மனிதர்கள் இங்கேதான் குளிப்பார்கள். அறையாகக் கட்டியிருக்கா; கதவை மூடிக்கொண்டு நம் இஷ்டத்துக்குக் குளிக்கலாம். வரும்போது இரண்டு பேரும் ஜாலியாகக் குளிப்போம்" என்று அவளை நடத்திக் கொண்டு போனான் சந்தானம்.

பிறகு மலைப்பாதை, அவள் எதிர்பார்த்தது போல் அது செங்குத்தாகவோ பாறையாகவோ இல்லை. பட்டணத்து வீதியைப் போல் ரஸ்தாவாகவே இருந்தது. ஏறு வழியாகவே தோன்றவில்லை. பாதையின் இருபக்கங்களிலும் எவ்வளவு வகை மரங்கள், செடிகள், கொடிகள்! அவைகளின் பெயர்கூட அவளுக்குத் தெரியாது. கொடிகள் தான் விசித்திரம்; நீளமாகவும், 'ஸ்பிரிங்' போல் சுருளாகவும் மலைக்கு மாலையிட்டது போல அழகாயிருக்கின்றன. அந்த இடத்தில் 'கும்...கும்' என்று பச்சிலை மணம் கமழ்ந்தது. பச்சையில்தான் எத்தனை தினுசு! கரும்பச்சை, துளிர்ப்பச்சை, செம்பச்சை, பழுப்புப் பச்சை; பார்க்கும்போதே உடலும், மனசும் குளிருகிறது.

"இவ்வளவும் பணம்" என்றான் சந்தானம்.

"இந்தக் கொடிகள் கூடவா?"

'மலைச் செல்வம்' என்று படித்ததில்லையா? இங்கே இருக்கிற ஒவ்வொரு பொருளும் விலையாகக் கூடியதுதான். மலையில் மட்டும் வளருகிறது பழ மரங்கள், ஏலக்காய், கிராம்பு, ஜாதிக்காய் எல்லாம் இங்கேதான் கிடைக்கின்றன. மரம் விறகுக்காகும்; மருந்துக்கான பச்சிலைகள் கிடைக்கும். நீ காட்டினாயே, கொடிகள்; அவைகளைப் பெரிய வீட்டுக் கலியாணங்களில் பந்தல் அலங்காரத்துக்கு உபயோகிப்பார்கள். இந்தக் கொடிகளை வெட்டி வாகனுக்கு ஐநூறு, அறுநூறு வாங்கி விடுவார்கள். பத்துவருஷத்துக்கு முந்தி எனக்குத் தெரிந்து சாதாரண பழவியாபாரியாக காண்டிராக்ட் எடுத்து மூன்று பங்களா வாங்கிவிட்டார்..."

"உங்களுக்கு இத்தனை விஷயம் எப்படித்தான் தெரிகிறதோ?" என்று ஆச்சரியப்பட்டாள் பட்டு. தன் கணவனுக்கு மிஞ்சின பலசாலி இல்லை, அவனுக்குத் தெரியாத விஷயம் இல்லை என்பது அவள் தீர்மானம்; மனைவிக்கு இருக்க வேண்டிய நியாயமான புத்திதானே?

"குத்தாலத்துக்குப் பத்து தடவைக்கு மேல் வந்திருக்கிறேன். நாலு பேரோடு பழகினால் நாலு விஷயம் தெரிகிறது.

எம்.வி. வெங்கட்ராம்

இதிலே ஆச்சரியப்படுவதற்கு என்ன இருக்கிறது? உனக்கு என்மேல் அன்பு இருக்க வேண்டியதுதான்; ஆனால், நீ என்னைப் பற்றிக் குருட்டுத்தனமாகப் பெருமை பேசினால் எனக்கு வெட்கமாக இருக்கிறது."

"ஏன் இராது? கட்டினவள் புகழ்ந்தால் கஷ்டமாக இருக்கும். பிறத்தியார் பேசினால்..."

"எந்தப் பிறத்தியார்."

"இம்...ம்..." என்று மென்றாள் அவள்.

"பிறத்தியார் என்றால் யார்?"

"ஊரில் என்று அர்த்தம்."

"போக்கிரி, வார்த்தையை மாற்றிவிட்டாய், பிறத்தியாரைத் தலை தூக்கிப் பார்க்க முடியாதபடி என் கண்களை மூடி விட்டாயே! கலியாணத்துக்கு முந்தி சொக்குப் பொடி, பிறகு தலையணை மந்திரம், மருந்து எல்லாம் வைத்து என்னை மயக்கிவிட்டாயே!"

"நீங்கள் என்ன செய்தீர்களாம்."

"நான் என்ன செய்தேன்? பேசாமல் பயிற்சி செய்து, உடலைக் கோட்டையாக்கி வைத்துக் கொண்டிருக்கிறேன்."

"அந்தக் கோட்டைக்குள் என்னைப் பூட்டி வைத்து விட்டீர்களே!"

"பேஷ், நன்றாகப் பேச வருகிறதே!"

"இத்தனை காலம் மழலையாடிக் கொண்டிருந்தேனா?"

"நீ பேசுவதைக் கேட்டால் கை தட்டலாம் போல் இருக்கிறதே!"

"கை தட்டலாம், காலும் தட்டலாம். அது போகட்டும், கலியாணத்துக்கு முந்தி, பட்டமரம்போல் இருந்தேனே, என்மேல் உங்களுக்கு எப்படி அபிப்பிராயம் விழுந்தது?"

"என் போதாத காலத்துக்குப் புத்தி மழுங்கிவிட்டது!" என்று வருத்தப்படுகிறவன் போல் அவன் முகத்தைத் தொங்க விட்டான்.

"நிசமாகக் கேட்கிறேன், அப்போது கண்ணாடியில் முகம் பார்த்தால் எனக்கே அழுகை வரும், வரன்கள் வந்து பார்த்து விட்டுக் கைவிரிக்கும் போது, இந்தப் பெண் ஜன்மம் போதும் என்று இருக்கும். தப்பித் தவறி யாராவது சம்மதித்தால் ஐயாயிரம் கொடு, பத்தாயிரம் கொடு என்று கேட்பார்கள்.

அம்மாவிடம் ஐநூறுகூட முழுசாக இல்லை; ஐயாயிரத்துக்கு எங்கே போவது. எனக்குக் கலியாணம் ஆகாது என்று அம்மா தீர்மானம் பண்ணி விட்டாள். திடீரென்று வந்தீர்கள். கிடைக்காத பொருள் கிடைத்து விட்டது போல், வரதட்சிணை கூடக் கேளாமல் கலியாணத்துக்கு ஒப்புக் கொண்டு விட்டீர்களே ஏன்?"

"இந்தக் கேள்வியை நீ ஆயிரம் தடவை கேட்டு, நானும் ஆயிரம் தடவை பதில் சொல்லி விட்டேன்."

"என்ன இருந்தாலும், அதை நினைத்தால் கூட எனக்குப் புல்லரிக்கிறது."

பெண்களுக்குக் கலியாணமாவது என்பது ஒரு பெரிய விஷயம்தான். பட்டுவுக்கு மணம் ஆனது மிகப் பெரிய விந்தை... அவளுக்கு அது ஒரு விந்தைதான்.

அவள் ஏழைக் குடும்பத்தைச் சேர்ந்தவள். ஏழைக்குடும்பம் என்பதால் பெரிய குடும்பம். அவளுடைய தகப்பனார் வக்கீல் குமாஸ்தாவாக அகடவிகடம் செய்து காலக்ஷேபம் நடத்தி வந்தவர். திடீரென்று ஒருநாள் மண்டையைப் போட்டு விட்டார். அப்போது பட்டுவுக்கு பதினாறு வயசு; அவளுக்குத் தமையன் ஒருவன், தம்பி ஒருவன்; அவளைத் தவிர இரண்டு பெண்கள். இவ்வளவு பேரையும் அவள் தாயும், தமையனும் தான் எப்படியோ கட்டிக் காத்து வந்தார்கள். இந்த சமயத்தில் அவளுக்கு ஜுரம் என்ற சின்ன பெயரோடு ஒரு வியாதி பிடித்தது. ஆறு மாதம் அவளைப் படுக்கையில் கிடத்தி, எலும்புக் கூடாக்கி நடமாட வைத்தது. பிறகும் என்ன? ஏதோ நடமாடினாள் என்பதைத்தவிர, ஒரு வருஷம் வரை எதற்கும் உதவாதவளாகத்தான் இருந்தாள். அப்பால், சத்தான உணவும், கவனமும் இருந்தால் உடம்பு தேறியிருக்கும். ஆனால், சக்கையால் வயிற்றை நிரப்பினால் போதும் என்கிறபோது சத்துக்கு எங்கே போவது? அவளுடைய தாயும் அண்ணனும் கலியாணத்துக்காக எவ்வளவோ முயற்சி செய்தார்கள்; யாருக்கும் பெண்ணைப் பார்த்தால் பிடிக்கவில்லை. பிடிக்க வைக்கப் பணமும் இல்லை. ஆகவே கலியாண விஷயம் சந்தடி இல்லாமல் உறங்கிவிட்டது.

பட்டுவும் நிராசை கொண்டாள். சிவப்பு நிறம், நல்ல உயரம், வாளிப்பான உடல்அமைப்பு... எல்லாம் நிறைந்த அழகு எங்கோ ஒளிந்து விட்டது. தனக்குக் கலியாண பாக்கியம் கிடையாது என்று அவள் முடிவு செய்த சமயத்தில் அவளுடைய அண்ணனின் நண்பன் ஒருவன் சிபாரிசின் பேரில் சந்தானம் அவளைப் பார்க்க வந்தான். அவனைப்

பார்க்கவே அவள் பயந்தாள். அவன் ‘ஸாண்டோ’ மாதிரி இருந்ததைக் கண்டதும்அவன் தனக்கு எட்டாப் பழம் என்றே தீர்மானித்து விட்டாள்.

ஆனால், அவளை மணப்பதற்கு அவன் சம்மதிக்கவே, அவளுக்கு அவன்மேல் சந்தேகம் உண்டாகி விட்டது. பைத்திய மாக இருக்க முடியாது. எஸ்.எஸ்.எல்.ஸி படித்து ஏதோ ஆபீஸில் சுமாரான சம்பளத்துக்கு இருந்தவன் பைத்தியக் காரனாக இருக்க முடியுமா? ‘நோய் நொடிகள்’ அவன் பக்கத்தில் அண்ட முடியாது என்பதை அவன் உடலைப் பார்த்தே சொல்லிவிடலாம். ‘தெய்வம் தன்னை வாழ வைப்பதற்காக அனுப்பிய தூதுவன் அவன்’ என்று அவள் செய்த முடிவை இன்றுவரை மாற்றிக் கொள்ளவே இல்லை.

‘உங்களுக்கு என்மேல் இரக்கம் உண்டாகித்தானே மணத்துக்கு ஒப்பினீர்கள்?’

‘இன்னும் நீ கலியாணத்திலேயே இருக்கிறாயா? உன் மேல் எனக்கு என்ன இரக்கம்? எனக்கே தெரியவில்லை; அந்த சோனிப்பெண் என்னை மயக்கி விட்டாள் என்பது உண்மை. மலையைப் பார்த்ததும், அதற்குள் அழகான உருவங் களைப் பார்ப்பானாம் சிற்பி. உன்னைப் பார்த்ததும், உனக்குள் அழகு தூங்குவதை நான் பார்த்துவிட்டேன்.”

“அப்படியே இருக்கட்டும், உங்கள் அண்ணா எப்படி சம்மதித்தார்.”

“உனக்கு வேறே பேச்சு இல்லையா? பழைய கதை யெல்லாம் பேசிக்கொண்டு!”

“இப்பொழுது எதையாவது பேச வேண்டாமா? பழைய கதையைப் பேசிக்கொண்டே நடக்கலாமே? உங்கள் முடிவைச் சொன்னதும் அண்ணா என்ன சொன்னார்?”

“என்ன சொல்வார்? நான் தமாஷ் பண்ணுவதாய் நினைத்துச் சிரித்தார், நான் நிசமாகச் சொல்கிறேன் என்று தெரிந்ததும் அவர் முகத்தைப் பார்க்க வேணுமே! ‘என்னடா அசடு வழிகிறாய்?’ என்றார். கலியாணத்துக்கு ஆயிரமாவது செலவு ஆகும். இருநூறில் அதை முடித்துக்கொண்டு, பாக்கி ரூபாயைக் கொண்டு அவள் உடம்பைத் தேற்றுகிறேன்; பாருங்கள்’ என்றேன். அவருக்குக் கொஞ்சமும் மனம் இல்லை. வரதட்சிணை கிடைக்காவிட்டால் போகிறது, நல்ல பெண்ணாய்ப் பார்த்து கட்டிக் கொள்ளக்கூடாதா என்பது அவர் கட்சி. என் பிடிவாதத்தைப் பார்த்துதான் கலியாணத்தை முடித்தார். நாம் வெளியூருக்குச் சென்று தனிக் குடித்தனம்

வைக்கக் கிளம்பிய போது, என் கையில் ஆயிரம் கொடுத்தார். அண்ணாவுக்குத் தங்கமான மனசு!” என்று முடித்தான் சந்தானம்.

கலியாணத்துக்கு வழிவிட்டவர் மனம் தங்கமான மனம் என்றால், கலியாணம் செய்து கொண்டவர் மனத்தை என்னவென்பது?

சந்தானம் சொன்னது போலவே எல்லாம் நடந்தது. கோயிலில், சுருக்கமாகக் கலியாணம்; பிறகு தனிக்குடித்தனம். மணத்தின் போதும், பிறகும் பட்டுவுக்கு வெட்கமாகவே இருந்தது. தன் தகுதிக்கு மீறிய கணவனாகவே அவளுக்குப் பட்டது; அவனிடம் முதலில் அவளுக்கு அன்பைவிட நன்றி உணர்ச்சிதான் அதிகம் இருந்தது. உடம்பில் தெம்பு இல்லாவிட்டாலும், முடிந்ததை ஒழுங்காகச் செய்தாள். அவன் தன்மேல் பிரியமாக இருந்தாலும் என்றாவது அவனுக்கு வெறுப்பு ஏற்படலாம் என்ற அச்சம் அவளுக்குள் இருந்து வந்தது.

ஆனால், காலத்தோடு அவன் அன்பு வளருவதாகத் தோன்றியது; கூறியதுபோலவே, அவள் உடம்பைத் தேற்றுவதில் அக்கறை கொண்டான். காலை ஐந்து மணிக்கு எழுப்புவான்; அவனே பக்கத்தில் நின்று ஒவ்வொரு ஆசனமும் சொல்லித் தருவான்; முதலில் எந்த ஆசனமும் அவளுக்குச் சரியாக வரவில்லை; ஆனால் அவன் விட்டால் தானே? அவளுடைய இரண்டு கால்களையும் பிடித்துத் தலை கீழாக நிறுத்தி வைப்பான். ஆசனங்கள் பழகியதும், ஒவ்வொன்றையும் எவ்வளளவு நேரம் செய்ய வேண்டும் என்ற கால நிர்ணயம் செய்து கொடுத்தான். ஒரே வருஷத்தில் தன் உடலில் ஏற்பட்ட மாறுதல் அவளுக்கே வியப்பு அளித்தது. புதிய ரத்தம் ஊறி, ஒரு கலகலப்பு உண்டாயிற்று. அது மட்டுமா? பதினாறாவது வயசுக்குப் பிறகு மறைந்த அழகு, புது மலர்ச்சியும் புது மணமும் பெற்று அவளைப் புது மனுஷி ஆக்கிவிட்டது. பெண்கள் அழகாயிருக்கலாம்; ஆனால், தன்னைப் போல் ஆரோக்கியமான அழகு அதிகம் பேருக்கு இருக்க முடியாது என்று அவள் பெருமிதம் கொள்ளும் அளவுக்கு அவள் புது மனுஷி ஆகிவிட்டாள். இரண்டாவது வருஷமும் சந்தானம் அவளைக் கட்டுப்பாட்டிலேயே வைத்திருந்தான். அந்தக் காலத்தில் அவனும் இடைவிடாத உடற்பயிற்சியினால் உடலைக் கோட்டை ஆக்கிக் கொண்டான்.

எவ்வளவு பேருக்கு இந்த நல்ல மனசு இருக்கும்? வர தட்சிணை கேளாததே அதிசயம்; வியாதிக்காரியை மணந்ததும் அதிசயம்; பிறகு இரண்டு வருஷகாலம் அவளுக்குப் பணி

விடை செய்து, உடம்பைத்தேற்ற முனைந்ததை வெறும் அதிசயம் என்று சொல்ல முடியுமா?

"நீங்கள் ஒரு அதிசயமான மனிதர்!"

"ஏன்?"

"இரண்டு வருஷம், பொறுமையாகக் காத்திருந்தீர்களே? ..."

"என்ன என்ன அதிசயம் கண்டு பிடிக்கிறாய்! உன் உடலின் விகாரம் இடைக்கால விஷயம் என்று எனக்குத் தெரியும். எனக்கும் கலியாணம் ஆகிவிடும், உன் கலியும் தீர்ந்துவிடும் என்று முடிவு செய்தேன்."

"மனசு வரணுமே அதற்கு?... இங்கே கொஞ்சநேரம் 'ரெஸ்ட்' எடுக்கலாமா."

"தோளில் தூக்கிக் கொள்கிறேனே." என்றான் அவன் சிரித்தபடி.

"ஐய்யே ..."

சுகமான காற்று வீசியது. நடையின் களையால் கால் நரம்புகள் தந்தி பேசினாலும், இடத்தின் இனிமை அவளைப் பரவசம் செய்தது.

"இந்த இடத்துக்கு எவ்வளவோ தடவை வந்திருக்கிறேன். ஆனால், இந்த இடத்தில், இன்றுபோல் காற்று ஒரு போதும் இத்தனை சுகமாயிருந்ததில்லை' என்று கொண்டே, சடக் கென்று அவளைக் குழந்தையாகத் தூக்கித் தோள் மீது அமர்த்திக் கொண்டான் அவன். அவளால் உதைத்துக் கொள்ளவும் முடியவில்லை; பிடியிலிருந்து திமிறிக் கொள்ளவும் முடியவில்லை. மனித நடமாட்டம் இல்லாவிட்டாலும் அவளுக்கு வெட்கமாயிருந்தது; மிகவும் சந்தோஷமாகவும் இருந்தது.

"கொஞ்ச தூரத்தில்தான் சண்பகாதேவி... நிம்மதியாக உட்கார்ந்து மூட்டையாகக் காலி செய்து விட்டு கைவீசி நடக்கலாம் ..."

"அது சரி, என்னை விடுங்கள், வெட்கமாக இருக்கிறது ..."

'என்ன வெட்கம்? கணவனும் மனைவியும் குலாவுவதைப் பார்த்து மரமும் காற்றும் கோபித்துக் கொள்ளாது. மனிதப் பிராணிகள் கூட இவ்வளவு குஷியாக இருக்கிறார்களே என்று அவைகளும் சந்தோஷப்படும்!'

"போதும், பின்னால் யாரோ வருகிற ..."

“எங்கே, எங்கே.” என்றவாறு அவளைக் கீழே போட்டான் சந்தானம்; அவன் ஏமாந்தததைப் பார்த்துச் சிரித்தாள் பட்டு.

சண்பகாதேவி அருவிக்கரையில் அமர்ந்து இருவரும் பழமும் பட்சணங்களும் சாப்பிட்டும், குளிர்ந்த ஜலத்தை அள்ளிக் குடித்தும் நடை அலுப்பை மறந்து விட்டார்கள். அருவி விழுகின்ற இடத்தருகில் உள்ள குகையில் ஒரு சாமியார் உட்கார்ந்திருந்தார். சாமியாராகத்தான் இருக்க வேண்டும்; காவி வேட்டி இல்லை; தாடி இருக்கிறது; குகையில் இருக்கிறார் என்றால் சாமியார்தானே? அவர்களைப் பார்த்து அவர் சிரிப்பதுபோலப் பட்டது; கை குவித்து அவள் கும்பிட்டாள்.

“ராத்திரி கூடவா இங்கே இருப்பார்? குளிர்தாங்க முடியுமா? மிருகங்கள் தொல்லை இருக்கிறதே.”

“ராத்திரி இங்கே யாரும் தங்குவதில்லை என்று கேள்வி. அப்புறம் என்னவோ! இந்த சாமியார்களைப் பற்றி ஒன்றும் சொல்ல முடியாது.”

“மலைமேலே, இத்தனை உயரத்தில் துணிந்து வசிக்கிறவர் களைக் கூட நம்பக் கூடாதா?”

“அதில் கூட போலிகள் கிளம்பி விட்டன. தரையில் இருந்தால் நாலு ஊரைத்தான் ஏமாற்றலாம்; மலை உச்சியில் இருந்தால் உலகத்தையே ஏய்க்கலாம் என்று சில சாமியார்கள் கண்டு பிடித்திருக்கிறார்கள். சரி, சாமியார் பேச்சு பேசினால் தேனருவிக்குப் போக முடியாது. கிளம்பு!”

மறுபடியும் அவர்கள் நடையாத்திரை புறப்பட்டார்கள்.

சந்தானத்திடம் பட்டு கண்ட விசேஷம் அதுதான். வியாதியற்ற உடல் இருந்தும் திமிர் பிடித்த மனம் இல்லை; நல்ல மனம் இருந்தும் விதாண்டாவாதம் செய்யும் அறிவு இல்லை. போதுமான சம்பளம் கிடைக்கிறது; வருஷத்துக்கு வேண்டிய நெல்லை அண்ணா அனுப்பி விடுகிறார்; அவனுக்குச் சிறு வீடு ஒன்று இருக்கிறது; இவ்வளவு இருந்தும் அவனுக்குத் தெய்வ நம்பிக்கை குறையவில்லை. காலையில் எழுந்து ஸ்நானமும் பயிற்சியும் முடிந்ததும் பூஜை செய்வான்; சாயங் காலம் ஆபீஸிலிருந்து திரும்பியதும் அரை மணிக்குக் குறை யாமல் தியானத்தில் இருப்பான். மாருதி பகவானிடம் அவனுக்கு விசேஷ பக்தி; அவரைப்போல் பலசாலியாகவும் புத்திசாலியாகவும் இருக்கவேண்டும் என்று அடிக்கடி சொல்லுவான்.

களையாறின உற்சாகம் அவளை அதிக நேரம் மௌனமா யிருக்க விடவில்லை.

"ஒரு கேள்வி கேட்கிறேன்; ஒளிக்காமல் பதில் சொல்லு கிறீர்களா?"

"ஏன், உன்னிடம் எப்போதாவது ஒளித்துப் பதில் சொன்னேனா?"

"கேட்கிறேன் சொல்கிறீர்களா?"

"இதோ பார் பட்டு, நான் சர்வக்ஞன் அல்ல; எனக்கு எல்லாவற்றுக்கும் பதில் சொல்லத் தெரியாது."

"தெரிந்த விஷயம்தான்."

"ஏதோ என் சிற்றறிவுக்கு எட்டியவரை பதில் சொல்கிறேன். பிழை இருந்தால் மன்னித்துக்கொள்."

"பரிகாசம் செய்தால் கேட்க மாட்டேன்."

"செய்யவில்லை."

"நான் அழகாயிருக்கிறேனா?"

அவனுக்கு எப்படித்தான் அப்படிச் சிரிப்பு வந்ததோ.

"அடப்பாவி, இவ்வளவு கஷ்டமான கேள்வி கேட்டால் எப்படிப் பதில் சொல்வது?"

"ஒரு விஷயத்துக்காகக் கேட்கிறேன்; உண்டு, இல்லை என்று சொல்லுங்கள்."

"நீ அழகாய் இருக்கிறாய் என்றே வைத்துக்கொள்ளேன்."

"உங்கள் அபிப்பிராயம் கேட்டால்." என்று முரண்டாள் பட்டு.

நீ அழகாயில்லை என்றால் உன்மேல் எனக்குப் பிரியம் ஏற்பட்டிருக்காது, அழகாயிருப்பதற்காகப் பிரியம் அதிகம் ஆகிவிடவில்லை" என்று அவன் சொன்ன பதில் அவளுக்குத் திருப்தி அளித்தது.

"சரி, கலியாணம் . . ."

"மறுபடியும் கலியாணமா? வேறே ஏதாவது புதிதாகக் கேட்பாய் என்று நினைத்தால் . . ."

"நான் கேட்க வந்தது வேறே; அவசரப்படுகிறீர்களே!"

"கேட்டுவிடு; களேபரத்தில் மறந்து விடப் போகிறது."

பனிமுடி மீது ஒரு கண்ணகி

“இரண்டு வருஷகாலம் பத்மாசனம் போடு, சர்வாங்கா சனம் போடு, உட்காரு, நில்லு, எழுந்திரு என்றெல்லாம் பக்கத்தில் நின்று சொல்லிக் கொண்டிருந்தீர்களே? உங்களால் எப்படி ஆசையை அடக்க முடிந்தது?”

“நல்ல கேள்வி, ஆசையை அடக்குவது அவ்வளவு கஷ்டமோ?”

“இல்லையா? இங்கே காற்று ஜில் என்று மேலே பட்டதும் என்னைத் தோள்மேல் தூக்கிப் போட்டுக் கொண்டீர்களே. அப்போது இல்லாத அழகு இப்போது வந்துவிட்டதா?”

சந்தானம் விழிப்பதைப் பார்க்கப் பட்டுவுக்குக் கர்வமா யிருந்தது.

“அதுசரி; தேனருவிக்குப் போகிற ஒற்றையடிப் பாதை எங்கே பிரிகிறது?” என்றான் அவன்.

“சரியாகப் போச்சு, என்னையே வழி கேட்கிறீர்களா?” என்று சொல்லிக்கொண்டே உட்கார்ந்தாள். அவனும் பக்கத்தில் உட்கார்ந்திருந்தான்.

“யாராவது சுள்ளிகிள்ளி பொறுக்கிக்கொண்டு வருவார்கள்; கேட்டுக்கொண்டு போவது நல்லது.”

“நான் தூங்கட்டுமா?”

“தூங்கு; நள மகராஜாவைப் போல் நான் புறப்பட்டு விடுகிறேன்.”

“தமயந்திபோல் நான் செய்ய மாட்டேன் . . . பேசாமல், ஒரு புலியைக் கூப்பிட்டு, அதன் வாயில் புகுந்து விடுவேன்.”

நல்ல வேளையாக விறகு தலைச்சி ஒருத்தி வந்தாள்; “தேனருவிப் பாதை எங்கே?” என்று அவளிடம் கேட்டான் அவன்.

“அதைவிட்டு அரைக் கல்லு வந்துட்டீங்க. என்னோடு வாங்க அந்த வழியாகத்தான் போறேன். காட்டறேன்.”

“நல்ல வேளை!” என்றாள் பட்டு. “வழி தெரியும் என்று உச்சிக்கு அழைத்துப் போகாமல் இருந்தீர்களே!”

விறகுக்காரி பாதை பிரிகிற இடத்தைக் காட்டிவிட்டு நடந்தாள், அந்தப் பாதையைப் பார்க்கப் பட்டுவுக்கு அச்சமா யிருந்தது. ஒரு பக்கம் மலை; மறுபக்கம் சரிவு. ஒற்றையடிப் பாதை ஓராள் நடக்க விசாலமாயிருந்தது என்றாலும் கொஞ்சம் தவறினாலும், மருந்துக்குக்கூட ஆள் அகப்பட மாட்டான்.

"வழி முழுவதும் இப்படியே இருக்குமா?"

"எல்லா இடத்திலும் இப்படி இராது. ஏன், விழுந்து உயிர் போய்விடும் என்று பயமாக இருக்கிறதா?"

"போகிற உயிராக இருந்தால் எப்போதோ போயிருக்குமே," என்று தைரியப்படுத்திக்கொண்டு அவனைத் தொடர்ந்தாள்.

கீழே கிடந்த அழுத்தமான குச்சி ஒன்றைக் கையில் எடுத்துக் கொண்டான் அவன்.

அருவிபோல் பேசிக்கொண்டிருந்தவள் வாய் வெகுநேரம் அடைத்துவிட்டது. ஏதாவது பேசி அவளை உற்சாகப்படுத்த எண்ணினான்.

"அருவிச் சப்தம் கேட்கிறதா? கிட்டத்தில் வந்து விட்டோம்!"

"இன்னும் ஒரு மைல் இருக்காது?"

"நீ ஒன்று; ஒரே பர்லாங்..."

"நமக்கு முந்தி யாராவது போயிருப்பார்களோ?"

"இருக்கலாம்; ஏன்?"

"சுவடு தெரிகிறது; அங்கங்கே ஆபாசமாக இருக்கிறது..."

"ஏதாவது மிருகம்...' என்று ஆரம்பித்தவன் சமாளித்துக் கொண்டான். மிருகம் இந்தப் பக்கம் வரக் காரணம் இல்லை; நம்மைப் போல் யாராவது அருவிப் பார்க்கப் போயிருக்கலாம்... ஏன் பட்டு, அடுத்த வருஷமும் வரலாமா?"

"வருஷா வருஷம் ஐம்பது நூறு செலவு செய்ய நமக்குக் கட்டுப்படி ஆகுமா? அதுவும் தவிர..."

"இன்னொரு சின்ன பிராணியும் நம்மோடு சேர்ந்து விடும்!"

"வரமுடியுமா."

"ஒரு விஷயம் சொல்லி விடுகிறேன். நாம் குழந்தை விஷயத்தில் கட்டுப்பாடாக இருக்க வேண்டும்."

"நானும் ஒரு விஷயம் சொல்லி விடுகிறேன். கட்டுப்பாடு என்று நீங்கள் சொல்வதற்கு மருந்து சாப்பிட்டுக் கருவழிப்பது என்று அர்த்தமானால், நான் அதற்குச் சம்மதிக்க மாட்டேன்."

"ரொம்ப ரைட்! முதல் பிள்ளைக்குப் பிறகு"

"முதலில் பெண்தான் பிறக்கும்; லட்சுமி என்று பெயர் வைக்கப்போகிறேன்."

"பிள்ளையாக இருந்தால்தானே நமக்கு ஒத்தாசை?"

"தலைச்சன் பெண் ஆனால், வீட்டில் லட்சுமி கடாட்சம் உண்டாகும்."

"சரி, நான் சொன்ன இடம் இதுதான். மலை இங்கே தொந்திபோல் துருத்திக்கொண்டு இருக்கிறதா? இதுதான் அருவியை மறைத்துக் கொண்டிருக்கிறது. மலை வயிற்றில் நாலு தப்படி நடந்தால் அந்தப் பக்கம் அருவி தெரியும்."

கீழே குனிந்து பார்த்த பட்டு வெலவெலத்துப் போனாள். அவன் சொன்னது போல் மலை தொந்திபோல் துருத்தி யிருந்தது. அதன் மேல் நடக்கும் போது கால் வழுக்கினால் ஆளைக் கூடையில் தான் அள்ள வேண்டும். கூடையிலும் அள்ள முடியாதோ என்னவோ? கீழே இறங்க வழியா இருக்கப் போகிறது?

"எனக்குப் பயமாக இருக்கிறது!" என்று கூறும் போதே அவள் குரல் குழறியது.

"எதுக்குப் பயம். இதோ பார்," என்று அந்த மலை வயிறுமீது ஏறி மெதுவாக அந்தப் பக்கம் நடந்து காட்டித் திரும்பி வந்தான் அவன்.

"பார்த்தால் வழவழவென்று தெரியும். கால் வைத்தால் கரடுமுரடாக இருக்கும்."

"நான் வரவில்லை. நீங்கள் போய் சீக்கிரம் குளித்துவிட்டு வாருங்கள். நான் இங்கேயே உட்கார்ந்திருக்கிறேன்."

"பைத்தியம், பைத்தியம்! இவ்வளவு தூரம் வந்து, நாலு தப்படிக்கு பயந்து அருவி பார்க்காமல் போனால் புத்திசாலித் தனம்தான்; எவ்வளவு சுளுவாகப் போகலாம் பார்!"

முன்னைவிடச் சற்று வேகமாக ஓடுவதே போல் நடந்து அப்பக்கம் சென்று திரும்பினான்.

"ஒரு தென்னை உயரத்திலிருந்து அருவி விழுவதைப் பார்த்தால் அப்பா ஜலமாகவா தெரிகிறது அது? ஆவியாகப் பறக்கிறது. அருவி விழுகிற இடத்தில் இவ்வளவு பெரிய தேனடை; இப்போதும் ஈக்கள் மொய்க்கின்றன. எத்தனையோ காலமாக இப்படியே இருக்கிறதாம்..."

"அவள் கைபற்றி இழுத்தான் அவன். 'எழுந்திரு, பயப்பட மாட்டேன் என்று விட்டு...'"

அவள் கைகளைப் பின்னுக்கு இழுத்துக் கொண்டாள்; "விளையாடுவதற்கு இதுவா இடம்? என் கால்களைப்

பாருங்கள். வெடவெடவென்று நடுங்குகிறது. இந்த நடுக்கமே என்னைக் கீழே தள்ளிவிடும்..."

"நீ அந்தக் காட்சியைப் பார்க்காவிட்டால் என் மனசு சமாதானப்படாது. தூக்கிக்கொண்டு போகிறேனே?"

"வேண்டாம். நீங்கள் குளித்துவிட்டு சீக்கிரம் வாருங்கள்."

"பாரு! பட்டு! என் கையைப் பிடித்துக் கொள். மெதுவாக அந்தப் பக்கம் அழைத்துப் போய் விடுகிறேன்."

"விழ மாட்டாய்; அடிமேல் அடியாக வைத்து, ஓரடி, இரண்டு அடி"... என்ன அது?... கால் மடங்குகிறதா?

பட்டு துள்ளி எழுந்தாள்.

மலை 'ஐயோ' என்று அலறியது. 'பட்டு' என்ற எதிரொலியோடு அவன் தலைகீழாகக் கீழே போய்க் கொண்டிருந்தான்.

மழை

நாலைந்து நாட்களாக மழை பலமாகப் பெய்து கொண்டிருந்தது. மேகங்களுக்குப் பின்னால் பதுங்கிய சூரியன். வெம்மையோடு தெளிவையும் இழந்துவிட்டது போலும். பகல் அந்தியின் கருக்கலைப்போல் சோகையாக இருந்தது. இரவோ, நீருக்கும் இருளுக்கும் இடையில் நடைபெறும் போராட்டமாய் விளங்கியது. மழையின் வழியை மறித்தது இருட்டு; இருட்டைக் குடைந்து தூளாக்கி இருட்டிலேயே தூவியது மழை.

எனக்குத் தூக்கம் வரவில்லை. உடலில் அசதியில்லை என்பது காரணம் அன்று. கம்பளிப் போர்வையின் கதகதப்பை உடல் வேண்டியது. ஆனால் உடம்பை வாகனமாக்கிக் கொண்டு மேலேறிய மனம் அதை விரட்டிக் கொண்டிருந்தது. இமைகளைப் பிரித்து விழிகளில் கனவுகளை ஊற்றியது.

கதவைத் திறந்து வீதியை எட்டிப் பார்த்தேன். மழையில் நனைந்த இருட்டு தள்ளாடிக் கொண்டிருந்தது. தெருவில் இருந்து மூன்றுப் படிகள் ஏறித்தான் வீட்டுக்குள் வரவேண்டும். ஆனால் படிகளின் உதவியின்றியே காற்று மேலே தாவி விழுந்து தழுவியது. மழைக் கம்பிகள் நாகங்களைப் போல் என்னைப் பிடிக்கச் சீறின. சீறுகின்ற அந்த நீர்த் தாரைகளின் குளுமை எனக்கு ஆனந்தமாக இருந்தது.

நிற்கவும் பிடிக்கவில்லை, யாரையாவது எதிர் பார்த்தால் என்ன?

மேலிருந்து தவறிக் கீழே விழுந்து உடைந்ததைப் போல் வீதியும், வீடுகளும் அப்பால் மரங்களும், பிறகு

கருப்பு வாகனங்களும் சிதைந்து சிதறிக் கிடந்தன. அந்தப் பாழ்த் துணுக்குகளை அள்ளித் திரட்டி இருட்டில் செருகிக் கூத்தாடும் இந்த மழையில் நடமாட யாருக்குத் துணிவு வரும்?

எல்லாமே தண்ணென்று ஒடுங்கிக் கிடக்கும் இந்த இன்பத்தைச் சுவைக்கிறவர்கள் யாராவது இருக்கக் கூடாதா? மாசு இல்லாத சிசுவைப்போல் இருளை அளைந்து மழையை வெட்டி நிலத்தை 'பட் – பட்' என்று உதைத்துச் சிரித்து விளையாடுகிற ஒரு ஜீவன் உலகத்தில் இல்லையா?

நிச்சயமாக யாராவது வருவார்கள் என்றுதான் எனக்குத் தோன்றியது. தெருவின் இருபுறமும் கழுத்தை ஒடித்துப் பார்த்தேன். யாரும் வருவதாகத் தெரியவில்லை. வருகிறவர்கள் வருகிறபோது வரட்டும் என்ற நினைப்புடன் கதவைத் திறந்தபடியே வைத்துவிட்டு வாசலுக்குப் பக்கதித்லேயே மழைநீர் தீண்டமுடியாத தொலைவில் சாய்ந்து கொண்டேன்.

மனத்தைப் படுக்கையாகப் பரப்பி அதன்மீது உடல் தூங்க முயன்றது. கண்களில் 'சுரு சுரு' என்று ஒரு மயக்கம் நெளிந்தது. எதிர்பார்த்ததைப் போலவே வாசலில் 'ஏதோ ஒன்று நிற்பதாகத் தோன்றியது. தயக்கத்துடன் மெதுவாக உள்ளே நுழைவதும் தெரிந்தது. ஆனால் சோம்பிக் கிடந்த கண்கள் 'வந்ததை' ஏறெடுத்துப் பார்க்க முடியவில்லை.

கதவைக் கூடச் சாத்திக் கொள்ளாமல் சாரலில் "யாரது?" என் சொற்கள் என் கலக்கத்தைக் கலைத்து எழுப்பின. இருட்டில் இனம் கண்டு கொள்ளமுடியாமல் இரண்டு உருவங்கள்.

"ராஜுவா" என்ற அந்தக் குரல் மிகவும் பழகிய குரலாகக் கேட்டது.

"நான்தான், நீ யார்?"

"கல்யாணி தெரியவில்லையா? இந்தக் குரல் கூடவா மறந்துவிட்டது?"

"கல்யாணியா?"

எந்தக் கல்யாணி? அந்தக் கல்யாணியா!

"நீயா? எங்கிருந்து வருகிறாய்? எங்கே இருக்கிறாய் இப்போது? இந்த அகாலத்தில் எப்படி வந்தாய்?" என்று கேள்விகளாலேயே அவளைப் புரட்டிப் பார்க்க முயன்றேன்.

“முதலில் வெளிச்சம் வேண்டும். நானும் கண்ணனும் மழையில் நனைந்திருக்கிறோம். மாற்று உடை வேண்டும். கண்ணன் பசியால் துவண்டு விட்டான். அவனுக்கு ஏதாவது ஆகாரம் வேண்டும். இவ்வளவும் ஆனபிறகு நாம் பேசலாம்”

வந்தவளை நான் உபசரித்த விதம் எனக்கே சங்கோசமாக இருந்தது. மனைவியை எழுப்பலாமா என்று யோசித்தேன். பார்வதிக்குக் கல்யாணியின் பழைய கதை தெரியும். இந்த நடுநிசி விருந்தாளியை அவள் எப்படி வரவேற்பாளோ என்று அச்சமாக இருந்தது.

மழையில் மின்சாரம் செத்துவிட்டது. பார்வதியின் இரு குழந்தைகளும் தூங்கிய இடத்தில் வெளிச்சத்துக்காக வைத்திருந்த சிறு மண்ணெண்ணெய் விளக்கை எடுத்துக் கொண்டு சேலைகளைப் புரட்டியபோதும் எனக்குத் தயக்க மாவே இருந்தது. பார்வதிக்கு உடைமை உணர்ச்சி அதிகம். அவள் அதிகமாக விரும்பாத அரக்குச் சேலை ஒன்று, ரவிக்கை, என் பையனின் டிரவுஸர், சட்டை, ஒரு துண்டு இவ்வளவையும் எடுத்துக் கல்யாணியிடம் நீட்டினேன்.

கை விளக்கின் ஒளியில் கண்ணனின் உருவம் பரிதாபமாக இருந்தது. சிவப்பாய், அழகாய் இருப்பதுபோலத் தோன்றினான். ஆனால் வயிற்றுக்கு மீறி அதிகமாக உண்ட எலி விழிப்பது போன்ற அந்த அசட்டுப் பார்வை! ஊனம் புத்தியோடு நின்றுவிடவில்லை. முழங்காலுக்குக் கீழே இரண்டு கால்களும் சப்பை. ‘நாலு கால்’ நடைதான். அதனால்தான் அவள் அவனை இடுப்பில் தூக்கிக்கொண்டு வந்தாள்.

“என் கண்ணன் தவழும் கண்ணன்தான்” என்று சொல்லி மெதுவாக நகைத்தாள் கல்யாணி. இருவரும் உடம்பைத் துவட்டி உடை மாற்றிக் கொண்டனர்.

அடுத்த பிரச்சனை உணவு.

“நீராகாரம்தான் இருக்கிறது. பார்வதியை எழுப்பி அரைமணி நேரத்தில் சமையல் செய்து.”

“வேண்டாம். கண்ணனுக்கு நீராகாரம் போதும்.”

“மழையில் நனைந்துவிட்டு நீராகாரம் சாப்பிட்டால்”

“எனக்கு ரொம்ப பசிக்குது அம்மா. நீராகராம் போதும்” என்றான் கண்ணன்.

“பார்வதியை எழுப்ப வேண்டாம். கண்ணனுக்கு எதுவும் ஒத்துக்கொள்ளும். இருக்கிறதைக் கொண்டுவா, பிசைந்து கொடுக்கிறேன்.”

வேறு வழியின்றி நீராகாரம் இருந்த பானையை அப்படியே கொண்டு வந்தேன். அதோடு, நல்ல வேளையாக, இருவருக்கும் போதுமான அளவு சாதமும் சாம்பாரும் இருந்தன.

"நீயும் சாப்பிடு, கல்யாணி!"

"எனக்கு வேண்டாம். இன்னும் மூன்று நாளைக்கு எனக்குச் சோறு தேவையில்லை."

அவள் ஊட்ட அவசரம் அவசரமாகச் சோற்றை விழுங்கிக்கொண்டிருந்த கண்ணன், "இரண்டு நாட்களாச்சே அம்மா நீ சாப்பிட்டு, நீயும் சாப்பிடேன். இந்தச் சாம்பாருக்கும் சோற்றுக்கும் ரொம்ப ருசியாக இருக்கிறது" என்றான்.

கல்யாணி இரண்டு நாட்களாகச் சாப்பிடவில்லை, இன்னும் மூன்று நாட்களுக்கு அவள் சாப்பிட விரும்ப வில்லை என்பதும் அவள் சொல்லால் தெரிந்தது. அவளைச் சாப்பிடும்படி வற்புறுத்தினேன்.

"நான் பிறர் தருவதைச் சாப்பிடுவதில்லை; நானே சமைத்துச் சாப்பிடுவது வழக்கம்."

"மறந்துவிட்டேன் மாமா. அம்மா எப்பவுமே இப்படித்தான். அப்பா தொட்டதைக் கூடச் சாப்பிடமாட்டாள்."

இது என்ன கூத்து!

"அப்படி ஒரு பழக்கம் ஆகிவிட்டது. அதனாலேயே அவரோடு சண்டை வளரும். சமையல் ஆனதும் அவர் வீம்புக்காகவே எல்லாவற்றையும் தொடுவார். நான் பட்டினி கிடப்பதைப் பார்க்க அவருக்கு ஒரு திருப்தி" என்று திருப்தியாகப் பேசினாள் கல்யாணி.

"பட்டினி கிடந்தாலும் வம்புதான். ஏன் சாப்பிடலேன்னு அப்பா அம்மாவை நொறுக்குவார். மாமா! அம்மா ஒட்டகம் மாதிரி. ஒரு நாள் சாப்பிட்டால் மூணு நாள் பட்டினி கிடப்பா. என்னால் ஒரு வேளைகூடச் சாப்பிடாமல் இருக்க முடியாது" என்று மேலும் வருணித்தான் கண்ணன்.

அவன் வாயில் சோற்று உருண்டையைத் திணித்துக் கொண்டே கல்யாணி கூறினாள்; "கண்ணனுக்கு நாக்கு ருசி தவிர வேறு ஒன்றும் தெரியாது. ஏதாவது அரைத்துக்கொண்டே இருக்க வேண்டும். ஓர் இரையைத் தின்று முடித்ததும் அடுத்த இரைக்காகக் காத்திருக்கும் பல்லியைப்போல்; இல்லையா, கண்ணா?"

சொல்லிவிட்டு அவள் சிரித்தாள், அவனும் சிரித்தான். எனக்குச் சிரிக்கத் தோன்றவில்லை. முரட்டுக் கணவனுடனும் அசட்டுக் குழந்தையுடனும் அவள் வாழ்கின்ற குடும்ப வாழ்க்கை என் கண்முன் சித்திரமாக எழுந்தது. இந்த வாழ்க்கையை அவள் ஏன் தனக்காக விதித்துக்கொண்டாள் என்பதுதான் எனக்கு விளங்கவில்லை.

"தூங்குகிறேன் அம்மா."

"கண்ணனின் இரண்டாவது அவஸ்தை தூக்கம்" என்றாள் கல்யாணி.

அவனுக்காகப் பாய்விரித்தேன். சப்பைக் கால்களைச் சுருட்டிக்கொண்டு அவன் படுத்தான். என் பையனின் சட்டை அவனுக்குச் சிறியதாக இருந்தது. வயிறு கொள்ளாமல் சாப்பிட்டதால், பலூனில் செய்த பெங்குவின் பொம்மை போல் அவன் தோற்றம் அளித்தான். அரை நிமிஷத்தில் சன்னமாகக் குறட்டை விடத் தொடங்கினான்.

"கண்ணன் சாப்பிட்டால் என் வயிறு நிறைகிறது. அவன் தூங்கினால் தான் என் களைப்புத் தீருகிறது."

கல்யாணியின் இந்த அசட்டுப் பெருமை எனக்கு அர்த்தம் ஆகவில்லை. அதைப்பற்றிப் பேச எனக்கு மனம் இல்லை. "ஸ்டௌ இருக்கிறது. சாதம் மட்டும் நீ வடித்துக் கொள்ளேன். இரண்டு நாட்களாய் நீ சாப்பிடவில்லையாமே!"

"வேண்டாம். பசி எனக்குப்பழக்கமான விஷயம்."

"கல்யாணி! இந்தப் பத்து வருஷமும் நீ எங்கிருந்தாய்? ஏன் திடீரென்று மறைந்தாய்? உன் கதையைச் சொல்லலாமே!"

"சொல்லாமல் எங்கே போகிறேன்? அகல் விளக்கு இருக்கிறதா?"

"அகல் விளக்கு எதற்கு? இந்தக் கைவிளக்கு இருக்கிறதே!

"இன்று இதுவரை நான் பூசை செய்யவில்லை. செய்யாமல் தூங்கவும் முடியாது. ஒரு அகல் விளக்கு ஏற்றிக் கொடுத்து விட்டு நீ தூங்கு. பூசை முடிந்ததும் உன்னை எழுப்புகிறேன்."

எனக்கு ஆச்சரியமாக இருந்தது. ஆனால் காரணம் கேட்பதற்கு என்ன இருக்கிறது? பத்து ஆண்டுகளுக்குப் பிறகு அவளைக் காண்கிறேன். அளுடைய வாழ்க்கை விதி எனக்கு என்ன தெரியும்? அவள் கேட்டபடி அகல் விளக்கை

ஏற்றி வைத்தேன். நாலு ஊதுவத்திகளையும் அவளிடம் கொடுத்தேன்.

வத்தி மணம் சுருள் சுருளாகப் பரவி நிறைந்தது. விளக்கின் முன்னால் அவள் பத்மாசனமிட்டு அமர்ந்து கண்களை மூடிக்கொண்டாள். சற்று நேரத்தில் எந்த ஒன்றைக் குறித்து அவள் தியானத்தில் இருந்தாளோ அந்த ஒன்றுடன் அவள் லயித்துவிட்டதைக் கண்டேன்.

அவளையே பார்த்துக்கொண்டிருந்த எனக்கு அந்த இரவே விசித்திரமாகத் தோன்றியது. அர்த்தம் அற்றவை என்று நாம் நினைப்பவைகளுக்கு எல்லாம் அர்த்தம் உண்டு என்று அந்த இரவு சொல்லியதோ?

பார்வதியைத் திரும்பிப் பார்த்தேன். மகளை இறுகத் தழுவிக்கொண்ட சுகத்தில் அவள் மெய்ம்மறந்து தூங்கினாள். பையன் அவளைக் கால் அணையாக்கிக் கொண்டிருந்தான். அவளுக்கு விழிப்புக் கண்டு குளிருகின்ற இந்த இடத்தில் பத்மாசனம்இட்டு உட்கார்ந்துள்ள பெண்ணைப் பார்த்தால் என்ன தோன்றும் அவளுக்கு?

முதலில் அஞ்சுவாள். பின்பு பாதுகாப்புக்கு என்னைத் தேடுவாள்.

கல்யாணி யார் என்று நான் சொன்னதும் பார்வதி என்ன செய்வாள்? இரண்டு குழந்தைகளுக்குத் தாயாகிவிட்ட அவள் என்மேல் சீறிவிழுவாள். அவளுக்கு உடைமை உணர்ச்சி அதிகம். நான் அவள் உடைமை.

யார் இந்தக் கல்யாணி? இவ்வளவு உரிமையுடன் இந்த நடுநிசியில் உறவு கொண்டாடுகிற இவள் யார்?

அவளைத் திரும்பிப் பார்த்தேன். இருட்டை நகத்தால் கீறி வரைந்த கோட்டுருவாகத்தான் அவள் காட்சி அளித்தாள். இந்தக் கல்யாணிதான் அந்தக் கல்யாணியா? அல்ல, இவள் வேறு, அவள் வேறு.

அந்தக் கல்யாணி பத்து ஆண்டுகளுக்கு முன் என் வாழ்க்கையில் புகுந்தாள்.

அப்போது நான் கல்லூரியில் படித்துக்கொண்டிருந்தேன். பக்கத்து வீட்டை விலைக்கு வாங்கிக்கொண்டு அவள் பெற்றோர்கள் வந்தார்கள். முதல் நாள் அவளைப் பார்த்த போதே – காந்த எல்லைக்குள் வந்ததும் வலுக்கட்டாயமாக

இரும்பைக் காந்தம் இழுக்கிறதல்லவா? அந்த வலுவுடன் – அவளிடம் நான் ஈர்க்கப்பட்டேன். அவளும் என்னிடம் கவர்ச்சியுற்றாள் என்பதை என் பாக்கியமாகவே அப்போது கருதினேன்.

பிறகு என்ன? சொல்லால் சொக்கினோம். செயலாலும் சொக்கினோம். அவளுடன் பழகும்வரை உண்பதற்கும் படிப்பதற்கும் உறங்குவதற்கும்தான் உடல் இருக்கிறது என்று நினைத்திருந்தேன். உடல் ஒரு மாயாஜால மகேந்திரஜாலப் பேழை, அதில் கோடானு கோடிச்சுகங்கள் மறைந்து கிடக்கின்றன என்பதை அவள்தான் எனக்கு உணர்த்தினாள். எவ்வளவு அழகாகவும் உணர்த்தினாள்!

மனத்து மாசுடனே அவளோடு நான் பழகவில்லை. அவளை மணந்து இன்பத்தைப் பேரின்பமாக்கத்தான் விரும்பினேன். என்னைப் பெற்றவர்களும் அவளைப் பெற்றவர்களும் ஒப்பினார்கள், திருமணத்துக்கு நாளும் குறித்தாகிவிட்டது.

ஆனால் கல்யாணம் நடைபெறவில்லை, திடீரென்று கல்யாணி மறைந்து போனாள். எங்கே போனாள், யாருடனாவது போனாளா, ஏன் போனாள் என்ற பல கேள்விகளாக அவள் மறைந்து போய்விட்டாள்.

அவளுடைய மறைவினால் மனமுடைந்த அவள் பெற்றோர் தங்கள் வீட்டை விற்றுக்கொண்டு எங்கோ போய்விட்டார்கள். ஆனால் என்னோடு வருவதாக நான் எண்ணிய இன்பம் எந்தத் திருப்பத்தில் திரும்பியது? ஏன் திரும்பியது? உயிரை மாய்த்துக் கொள்வதற்காக அவள் போயிருப்பாள் என்று நான் நம்பவில்லை. வாழ்க்கை வேட்கையின் குது குதுப்பு நிறைந்த சரீரத்தை ஒழிக்க அவள் விரும்ப முடியாது என்பது எனக்குத் தெரியாதா? எங்கே மறைந்தாள் என்ற கேள்வியின் பதில் என் பௌருஷத்தையே அவமதித்ததா?

பிறகு என்ன? எனக்குள் அடங்கியிருக்க முடியாமல் பார்வதியிடம் நான் அடங்கினேன். இரு குழந்தைகளுக்கும் தந்தையாகி வளர்ந்துவிட்டேன். கல்யாணியின் குழந்தைபோல் உடலிலும் அறிவிலும் ஊனம் உள்ள குழந்தைகள் அல்ல; என் குழந்தைகள் நல்ல அழகு; புத்திசாலிகள்.

அந்தக் கல்யாணிதான் இந்தக் கல்யாணியாக வந்திருக்கிறாள். என்னை அவள் வஞ்சித்ததன் பலனாக எல்லாவற்றையும் தோற்று விட்டு எதையோ தேடிக்கொண்டு என்னிடமே வந்திருக்கிறாள்.

எம்.வி. வெங்கட்ராம்

அவள் கண் விழிக்க வேண்டும். அவளுடைய பத்தாண்டு வாழ்க்கையை அவள் வாயால் கேட்க வேண்டும்' என்று நான் காத்திருந்தேன்.

மழை பலமாகப் பெய்துகொண்டிருந்தது, எங்கும் நிறைந்துவிட்ட மழைக் குளுமை என்னை ஆனந்தமாகத் தழுவியது. கண்களில் ஒரு மயக்கம் நெளிந்தது. காலம் சூல்கொண்ட யானைபோல் மெதுவாக நகர்ந்தது.

மழையைவிடக் குளுமையான ஸ்பரிசத்தால் நான் விழித்தேன். கல்யாணி பக்கத்தில் இருந்தாள்.

"நீயா? கொஞ்சம் அயர்ந்துவிட்டேன் கல்யாணி. இந்தப் பத்து வருஷங்களும் உனக்கு எப்படிக் கழிந்தன? எங்கே இருக்கிறாய்?"

அவளுடைய கதையைக் கேட்கும் நேரம் வந்து விட்டதாக நினைத்தேன். ஆனால் என்னுடைய பேச்சு எதுவும் அவள் காதில் விழுந்ததாகத் தெரியவில்லை.

"உன் மனைவியையும் குழந்தைகளையும் நான் பார்க்க வேண்டும்" என்றாள் அவள்.

"பார்வதியை எழுப்பட்டுமா?"

"வேண்டியதில்லை, தூங்கும்போதே பார்த்தால் போதும்" என்றவள் உள்நோக்கி நடந்தாள்.

அவர்கள் உறங்கிய இடத்தில் இருந்த விளக்கில் எண்ணெய் வற்றிவிட்டதால் திரி கருகிப் புகையுடன் எரிந்தது.

மங்கலுற்ற அந்த வெளிச்சத்தில் கல்யாணியோடு நானும் குனிந்து அவர்களைப் பார்த்தேன். அந்த நொடியில் நானே விகசித்து என் மனைவியாகவும் குழந்தைகளாகவும் அங்கே தூங்குவதாக எனக்குள் ஓர் உணர்வு.

"நீ அதிர்ஷ்டசாலி" என்றவாறு அவள் கண்ணன் இருந்த இடத்துக்குத் திரும்பினாள். நான் பின் தொடர்ந்தேன்.

"சொல்லு கல்யாணி."

"நான் பட்டணம் போகிற வழியில்தான் இங்கே இறங்கினேன்; கையில் பணம் இல்லை. எனக்குக் கொஞ்சம் பணம் வேண்டும்" என்றாள் அவள்.

"அதற்கு இப்போது என்ன அவசரம்? காலையில் தருகிறேனே – உன்னைப்பற்றி?"

“இப்போதே பணம் வேண்டும். புறப்படுகிறேன்.”

“இப்போதா? இந்தப் பேய் மழையில் எங்கே போகிறாய்?”

“ஸ்டேசனுக்கு. பட்டணம் போகிற எந்த ரயில் வந்தாலும் ஏறிவிடுவேன்.”

என்னுடைய எவ்விதமான வற்புறுத்தலையும் அவள் கேட்பவளாகத் தெரியவில்லை. “நான் கேட்டதற்குப் பதிலே சொல்லவில்லையே கல்யாணி. முரட்டுக் கணவன், அசட்டுக் குழந்தை, பட்டினி கிடக்கின்ற அவல வாழ்க்கை, இந்தப் பூசை இவை எல்லாம் என்ன? நீ எங்கே இருக்கிறாய்? இப்போது எங்கே போகிறாய்?”

“நமக்குக் கல்யாணப் பேச்சு வந்தபோது எனக்குப் பத்தொன்பது வயதுக்கும் மேலே ஆகிவிட்டாற் போன்ற மனநிலை வந்துவிட்டது. ஐம்பது அறுபது வருஷங்களில் உடலை வழித்து எடுத்துவிட்டேன். இனி உடலே வேண்டாம் என்று முயற்சி செய்கிறேன். என் கதை இவ்வளவு தான். பணம் தருகிறாயா?”

சொல்வதற்குத் தேவையில்லாமல் அவள் சொல்லுக்கும் முன்னால் போய் நின்றாள். நானோ கேள்விகளுக்கு பின்னாலேயே சோர்ந்துபோய் நின்று விட்டேன்.

நான் கொடுத்த பணத்தையும் குடையையும் அவள் வாங்கிக் கொண்டாள். தூங்கிய கண்ணனை இடுப்பில் ஏந்தினாள். தூக்கக் கலக்கத்தில் அவன் இரு கைகளையும் அவள் கழுத்தில் மாலையாய்க் கோத்து அவளோடு ஒட்டிக் கொண்டான்.

“உன்னோடு இந்தக் குழந்தையையும் மழையில் நனைக்க வேண்டுமா?”

“என் உடலில் தோன்றியதன் பலனை இவனும் அனுபவிக்க வேண்டியவன்தானே? கண்ணன் வெறும் பிண்டம். இனிமேல்தான் இவன் முழு உருவத்துடன் பிறக்கப் போகிறான்.”

வாசலுக்கு வந்தோம், இடிக்காமலும் மின்னாமலும் மழை பலமாகவும் நிதானமாகவும் பெய்துகொண்டிருக்கிறது. குளிர் காற்று தாவி விழுந்து எங்களைத் தழுவுகிறது. இருட்டு குளிர்ந்து நடுங்குகிறது. வீதி, வீடுகள், மரங்கள், அப்பால் ஆகாசம் எல்லாமே குளிரால் விதிர்க்கின்றன. குளிர் என்னை எனக்குள் செருகும் மயக்கத்தில் ஆழ்த்துகிறது.

இடுப்பில் கண்ணனுடன், கல்யாணி தெருவில் இறங்கி, இருளை அளைந்து, மழையை வெட்டி, பூமியை உதைத்துக் கொண்டே நடந்தபோது என் உடலின் ஒரு பகுதியை நானே செதுக்கி இரு உடல்களாக்கி, வீதியில் எறிந்தது போன்ற ஓர் உணர்வு. இதுவும் இருக்க வேண்டிய பகுதிதான்! இருக்கட்டும்' என்று நான் நினைக்கிறேன்.

என்ன குளிர் இது? மழையினாலா இந்தக் குளிர்? மழைதான் எங்கே? வெளியேயா? எனக்குள்ளேயுமா?

நானா இப்படி நினைக்கிறேன்...?

வயிறு பேசுகிறது

திங்கட்கிழமை ரகுவுக்கு நிர்மலாவிடமிருந்து கடிதம் வந்தது; அன்றிலிருந்து இன்று – வியாழன் – வரை அவன் மிகவும் முன் எச்சரிக்கையாக, அவளைச் சந்திப்பதற்கான ஏற்பாடுகளைச் செய்து கொண்டிருந் தான்.

ஏற்பாடுகள் சுளுவாகவா இருந்தன?

அவனிடம் இருந்தது ஒரே ஒரு எட்டு முழம் வேட்டி; அதையும் இருப்பவைகளில் நல்லதாக ஒரு சட்டையும் நன்றாகத் துவைத்துக் குருவி நீலம் கரைத்த கஞ்சி நீரில் அலசிக் காயவைத்து, நண்பன் ஒருவனிடம் மன்றாடி அவைகளை 'இஸ்திரி' செய்து முடித்தபோது திங்கள் போய்விட்டது. ஆள்பாதி, ஆடைபாதி என்பார்கள்; நிர்மலாவுக்கு எதிரில் அழுக்கும் கந்தலுமாகப் போகலாமா?

அல்லது, ஐந்து நாள் தாடியுடன் பக்கிரிபோல் தான் போக முடியுமா? ஐந்து காசுகளைச் சேமித்து 'பிளேட்' ஒன்றை வாங்கி வைத்துக் கொள்வதற்குள் செவ்வாய் போய்விட்டது. வியாழனை எதிர்பார்ப்பதில் புதன் கழிந்தது. இன்று காலையில், முகத்தைச் சுத்தம் செய்துகொண்டு – கண்ணாடியில் முகத்தைப் பார்த்த போது – அவன் முகத்தைப் பார்க்கவும் தெம்பில்லாத குருட்டுக் கண்ணாடி அது. 'ஆறணாவுக்கு ஒரு கண்ணாடி வாங்கக்கூட நமக்கு வக்கு இல்லாமல் போய்விட்டது. சே, நல்ல பிழைப்பு' என்று முணுமுணுத்துக் கொண்டான், 'நிர்மலாவினால் இந்தத் துன்பங்களுக்கு எல்லாம் ஒரு முடிவு காணலாம்' என்ற எண்ணம் அவனுக்கு ஆறுதல் அளித்தது.

எம்.வி. வெங்கட்ராம்

நல்ல பாட்டுப் போல் மனப்பாடம் ஆகிவிட்ட அவள் கடிதத்தை ஆயிரத்து எட்டாவது முறையாகப் படித்தான்.

"அன்பருக்கு,

ரயில் பாதையருகில், நாம் முன்பு வழக்கமாய் சந்தித்த ஆலமரத்தடியில் வியாழக்கிழமை மாலை ஐந்து மணிக்குத் தங்களுக்காகக் காத்திருப்பேன். நிர்மலா"

இரண்டு ஆண்டுகளுக்குப் பின் அவனைக் காண வருகிறவள், இந்த நீண்ட பிரிவின் துயரத்தையெல்லாம் கொட்டி நீளநீளமாய்க் கடிதம் எழுதக் கூடாதா? எல்லா வற்றையும் நேரில் தன் வாயால் சொல்ல வேண்டும் என்பதற் காக அவள் ரத்தினச் சுருக்கமாக எழுதியிருக்கிறாள்; சளசள வென்று அவளுக்குப் பேசவோ எழுதவோ தெரியாது. நல்ல செய்தி சொல்லத்தான் அவனைச் சந்திக்க வருகிறாள்.

அதை எப்படி அவ்வளவு நிச்சயமாக எதிர்பார்க்க முடியும்? நல்ல செய்தி என்று கடிதத்தில் ஒரு வரி, அந்தத் தொனி கொடுக்கும்படியாகவாவது எழுதியிருக்கமாட்டாளா? அவள் ஆசை நிராசையாகி அந்தத் துயரத்தை அவனோடு பகிர்ந்து கொள்ளத்தான் வருகிறாளோ என்னவோ?

அப்படி இருக்க முடியாது, தீய செய்தியாக இருந்தால், வரவேமாட்டாள். தனிமைக்கு அவனை அவள் அழைப்பதன் நோக்கம், அவள் நம்பிக்கை பலித்து அவனோடு உல்லாசமாக இருக்க வேண்டும் என்கிற ஆர்வமாகத்தன் இருக்க வேண்டும். 'நிர்மலாவாடு புதுவாழ்வு ஆரம்பம் ஆகும். அம்மாவின் கஷ்டங்கள் தீர்ந்து போகும். அந்த நேரத்தின் வருகையைத் தான் நிர்மலாவின் கடிதம் அறிவிக்கிறது.'

"ரகு! இன்றைக்கு யாரையோ பேட்டி காணப்போகிறேன் என்றாயே?" என்று அம்மா அவன் சிந்தனையைக் கலைத்தாள்.

அவன் அம்மாவிடம் நிர்மலாவின் கடிதம் பற்றி ஒன்றும் கூறவில்லை. ரகசியம் என்பதால் அல்ல. நிர்மலாவுக்கும் அவனுக்கும் உள்ள பந்தம் அம்மாவுக்குத் தெரியும். அந்தப் பிணைப்பு கலியாணமாக உருவெடுக்கும் என்ற நம்பிக்கை அவளுக்கு என்றும் இருந்ததில்லை. ஆகையால் அவள் அவனை எச்சரித்தும் கண்டித்தும் வந்தாள். நிர்மலா தன் பெற்றோருடன் ஊரை விட்டுச் சென்று, இரண்டு ஆண்டு களும் கழிந்தவுடன் அவள் அந்த விஷயத்தை மறந்தே போனாள், நிர்மலாவைச் சந்தித்துப் பேசிய பிறகு, அந்த நல்ல செய்தியைத் தெரிவித்து அம்மாவைத் திடுக்கிடவைக்க வேண்டும் என்பது அவன் எண்ணம்; அதனால்தான்

வியாழக்கிழமை ஐந்து மணிக்கு வேலைக்காகப் பேட்டி என்று அவளிடம் பொய் சொல்லி வைத்தான்.

"ஆமாம், அம்மா. இந்த வேலை கட்டாயம் கிடைக்கும். உன் கஷ்டத்துக்கு எல்லாம் விமோசனம் பிறக்கும் என்று தோன்றுகிறது. ராகுகாலம் கழிந்ததும் புறப்படுகிறேன். காலையில்தான் ஒன்றும் செய்யவில்லை. மத்தியானத்திற்காக என்னவோ செய்து கொண்டிருந்தாயே!

"நான் என்னடா செய்வேன்? எதிர்வீட்டு அம்புஜத்தைத் தான் தொந்தரவு செய்தேன். அவளும் பிள்ளைக்குட்டிக்காரி. நாலு குழந்தைகளை வைத்துக் கொண்டு நூறு ரூபாய் சம்பளத்தில் எப்படியோ ஒப்பேற்றுகிறாள். முந்தி வாங்கிய எட்டு ரூபாயும் கொடுத்தபாடில்லை. அவளிடம் நாலணா இருந்தது, கொடுத்தாள். நீ பேட்டிக்குப் போகவேணும் என்றாயே, சோறு என்று ஏதோ ஆக்கி வைத்திருக்கிறேன்; முதலில் நீ வேலை தேடிக்கொள். என்னால் இந்தக் கஷ்டத்தைத் தாங்க முடியவில்லை."

அவள் கண்கள் கனிவதைக் கண்ட அவன் குறுக்கிட்டான்: "அம்மா! நான் காரியமாக வெளியில் புறப்படும்போது நீ அழுதுகொண்டிருந்தால், என் மனசும் கெட்டுப்போகும், இன்று வேலை ஆகும் என்று ஏதோ ஒரு நம்பிக்கை."

"எப்படியோ அந்த மங்களாம்பிகை கண் திறந்து பார்த்தால் சரி" என்று கண்களைத் துடைத்துக் கொண்டாள் தாயார்.

"நீ சாப்பிடவில்லையா அம்மா?"

"சாப்பிட்டுவிட்டேன். இருக்கிறதைச் சாப்பிட்டு நீ தெம்பாகப் போய் வேலையை முடித்துக் கொண்டு வா."

அவள் பொய் சொல்லுகிறாள் என்று அவனுக்குத் தெரியும். வேறு சமயமானால் இருந்த சோற்றை அவளோடு பகிர்ந்து கொண்டிருப்பான். ஆனால் இன்று நிர்மலாவைச் சந்திக்கப் போகும்போது, சற்றாவது தெளிவாகப் பேச வேண்டாமா? இந்த மூன்று நாட்களாய் அவர்களுக்கு மூன்றுவேளை ஆகாரம்தான்; மூன்று வேளையும் அரை வயிற்றுக்குத்தான்.

மனசைத் திடப்படுத்திக்கொண்டு சாப்பிட்டால் வயிற்றுக்குள் ஈயம் பூசுவதுபோல் சோறு மறைந்தது. நல்ல வேளை தண்ணீர் காசில்லாமல் கிடைக்கிறது; வயிறு நிறைய கொட்டிக்கொண்டு எழுந்தான். சேலைத் தலைப்பை விரித்து, சுருண்டு கிடந்த தாயாரைப் பார்த்தபோது அவனுக்கு ஒரு மாதிரியாகத்தான் இருந்தது.

எம்.வி. வெங்கட்ராம்

கீழ்வானில் மேகங்களுக்கு இடையில் தலைதூக்கும் சூரியனைப் போல் நிர்மலாவின் முகம் அவன் மனத்தில் உதித்தது. அவளை அவன் சந்தித்தது, அவர்களுக்கு இடையில் நட்பு உருவானது. தங்கள் காதலைக் கலியாணமாக முடிப்பது என இருவரும் உறுதி செய்து கொண்டது – எல்லாம் அவனுக்கு ஞாபகம் வந்தன. அம்மாவைப் போல் அவனுக்கும் அவளுடைய அந்தஸ்து பற்றிய அச்சம் இருந்தது. அவளை ஒதுக்கத்தான் முயன்றான்; அவனால் ஒதுங்க முடியவில்லை. அவன் எதிர்பார்த்ததைப் போலவே, அவளுடைய பணக் காரத் தந்தை அவர்கள் காதலில் மண் போட முனைந்தார். அவளைக் கட்டுப்படுத்த முடியாது என்று கண்ட அவர் குடும்பத்தோடு சென்னைக்குக் குடியேறினார்.

கடைசியாகச் சந்தித்தபோது அவள் கூறிய வார்த்தைகளை அவனால் மறக்கமுடியாது; "அப்பா சீமைக்குப் போனாலும் சரி, நான் மாற மாட்டேன். கடிதம் எழுதுகிறேனோ இல்லையோ, நீங்கள் காத்திருக்க வேண்டும். நான் கட்டாயம் உங்களைத் தேடி வருவேன்" என்றாள் அவள்.

காத்திருப்பதாக அவனும் வாக்களித்தான். காத்தும் இருக்கிறான்.

சொன்னபடி அவள் என்னைத் தேடிவருகிறாள்.

தகப்பனாரை அவள் வழிக்குத் திருப்பிய செய்தி சொல்லத்தான் வருகிறாள். இவ்வளவு காலமாய், கடிதம்கூட எழுதாமல், திடீரென்று அவள் வருவதன் பொருள் வேறு என்ன ?

ஒரு பெருமூச்சு, அவன் நெஞ்சின் இறுக்கத்தைச் சற்றுத் தளர்த்தியது.

"இன்னும் ராகுகாலம் போகவில்லையா, ரகு?"

"அடுத்த வீட்டுக்குப் போய் மணி பார்த்து வாயேன்."

திரும்பி வந்து அம்மா சொன்னாள். "இரண்டே முக்கால் ஆகிறது. நீ தயார் செய்து கொள்வதற்குள் மூன்று ஆகிவிடும்."

அம்மா உட்கார்ந்தவள், சுவரோடு சாய்ந்து கொண்டதை அவன் கவனித்தான். கவனியாதவன் போல் உடைகளை மாற்றிக் கொண்டான்.

"கேட்கிற கேள்விகளுக்கு எல்லாம் பதற்றம் இல்லாமல் நிதானமாகப் பதில் சொல்லு, சந்தோஷமாகப் போய் வேலையை முடித்துக்கொண்டு வா" என்று வாழ்த்துகிறவள் போல் பேசினாள் அம்மா.

பனிமுடி மீது ஒரு கண்ணகி

“உன் கையால் ஒரு டம்ளர் தண்ணீர்...”

கேட்ட பிறகு ‘ஏன் கேட்டோம்’ என்று அவனுக்கு விசனமாக இருந்தது; அவள் மெதுவாக எழுந்து, கொண்டு வந்து கொடுத்தாள். முகமலர்ச்சியை இருவரும் கட்டாயப் படுத்தி வரவழைத்துக் கொண்டனர். தண்ணீர் பருகினதும், அவனையும், அறியாமல் அவள் கால்களில் விழுந்து வணங்கினான்.

“மங்களாம்பிகை காப்பாற்றுவாள், தைரியமாகப் போய் வா”

“வருகிறேன் அம்மா!”

வெயில் நெருப்பாக எரிந்தது; தெரு நடமாட்டம் அற்று வெறிச்சோடிக் கிடந்தது. செருப்பும் குடையும் இருந்தால் – இருந்தால் நல்லதுதான்; சைக்கிள் இருந்தால் இனனும் அதற்கு மேலும் ஆசைப்படலாம்; கார் ஒன்று இருந்தால்...

நிர்மலாவின் கரம் பற்றினால், இந்த ஆசைக் கனவு களெல்லாம் எளிதில் நனவாக வேண்டியவைதானே? அவள் குறிப்பிட்ட இடத்தை அடைய அவன் இரண்டு மைல்கள் நடந்தாக வேண்டும்.

அவளைக் கண்டதும் நிர்மலா என்ன கூறுவாள்? வாடி வதங்கியுள்ள அவனைப் பார்த்தால் என்ன நினைப்பாள்? அவன் ஏழை என்பதை அறிவாள்.ஆனால், அவளைச் சந்திப்பதற்காக அவன் தாயை முழுப்பட்டினி போட்டுவிட்டு, அவன் முக்கால் பட்டினியாக வருகிற அளவுக்கு அவன் கையால் ஆகாதவன் என்று அவளுக்குத் தெரியாது. அவனுடைய இந்த இழிநிலையை அவள் அறியக் கூடாது. அவள் அவனை மணக்க முன்வந்தாலும், அவன் ஒரு வேலை தேடிக்கொண்ட பிறகுதான் அவளை மணம் புரிய வேண்டும். நிர்மலா உயர்ந்தவள்தான்; ஆனால் தாழ்ந்தவனாக அவன் அவளை அணுகுவது தவறு.

“ரகுவா, நல்ல வெயிலில் எங்கே கிளம்பினாய்?”

குரல் கொடுத்தவன், சைக்கிளிலிருந்து இறங்கினான்; ரகுவின் நண்பன் கோவிந்தன், நண்பனாவது, ஏழைக்கு நண்பர் என்றும் உதவுகிறவர்கள் என்றும் யாராவது இருப்பதாக அவனுக்குத் தோன்றவில்லை.

“டீ.பீ.யில் ஒருவரைப் பார்க்க போகிறேன்,”

“ஏதாவது உத்தியோக விஷயமோ”

“ஆமாம்” என்ற ரகுவுக்கு ஒரு யோசனை எழுந்தது. கோவிந்தனிடம் ஓர் எட்டணா வாங்கினால் ஹோட்டலில்

வயிறாரச் சாப்பிட்டு விட்டுப் போகலாம் அல்லவா? "கோவிந்து, எட்டணா சில்லறை இருக்குமா? அடுத்த வாரம் தருகிறேன்."

வெயிலால் வாடாத நண்பனின் முகம் அந்தச் சொற்களைக் கேட்டதும் சுண்டியது.

"அடப்பாவமே, இல்லையே அப்பா?" நழுவினான் கோவிந்தன்.

அவனிடம் எட்டணாவா இராது? கொடுக்க மனம்தான் இல்லை, இந்தச் சமயத்தில் எட்டணா அவனுக்கு எவ்வளவு உபகாரமாக இருக்கும்!

'ஹோட்டலில் சாப்பிட்டு' என்ற நினைப்பே அவன் வயிற்றை முள்ளாய்க் குத்திக் கிளப்பிவிட்டது. வயிற்றுக்குள் அப்படி என்னதான் இருக்கிறது? யாரோ உள்ளே குந்தி முனகிக்கொண்டே இருப்பதாகத் தோன்றியது. அப்பால் வயிற்றுக்குள் நெருப்பு மூட்டுவது போல் உடம்பு முழுவதும் வலித்தது. வாய், பாலைவனம்போல் நீரற்ற பிரதேசம் ஆகி விட்டது. நாக்கு நீர் தேடித் தவித்தது.

தெரு ஓரங்களில் இருந்த வெற்றிலை பாக்குக் கடைகளில் சோடா, ஆரஞ்சு, சர்பத் முதலியவை அழகான பாட்டில்களில் கவர்ச்சிகரமாக அடுக்கி வைக்கப்பட்டிருந்தன. ஏதாவது ஒரு கடையில் ஒரு 'கிளாஸ்' தண்ணீர் கேட்டுச் சாப்பிடலாம். என்று நினைத்தான். இரண்டு காசுக்கு வெற்றிலைகூட வாங்காமல் தண்ணீர் மட்டும் கேட்க அவனுக்கு நாணமாக இருந்தது. நீர்ச்சத்து இல்லாத நாக்கை உறிஞ்சி, தொண்டை வலித்தது, 'இனி பொறுக்க முடியாது' என்ற எல்லை தொட்ட பிறகு, ஒரு கடையில் துணிந்து தண்ணீர் கேட்டான். ரகு பயந்ததுபோல் கடைக்காரன் அவனை விரட்டிவிடவில்லை; பேசாமல், ஒரு கிளாஸில் தண்ணீர் கொடுத்தான். தாகம் முழுசாக அடங்காவிட்டாலும், சிறிது ஆறுதலாக இருந்தது. மறுபடியும் நிழல் தேடி நடக்கத் தொடங்கினான்.

நிர்மலாவைத் தவிர, வேறு எதைப்பற்றி அவனால் இப்போது நினைக்க முடியும்?

அவளிடம் அவன் ஏன் ஒளிவு மறைவாக நடக்க வேண்டும்? தன்னுடைய உண்மையான நிலைமையைத் தெரிவித்து, அவளிடம் உதவி கேட்டால் என்ன?

'அது கேவலம்' என்று ஒரு முறை தோன்றியது.

'அவளிடம் மறைப்பதுதான் கேவலம்' என்று ஒரு முறை தோன்றியது.

இந்தச் சமயத்தில் அவனுடைய முழுக் கவனத்தையும் வயிறு கோரியது.

எப்படியாவது நிர்மலா குறித்த இடத்துக்குச் சென்றுவிட வேண்டும் என்று கால்களை எட்டியே வைத்தான். ரயில்வே ஸ்டேஷனைக் கடக்கும்போது மணி நாலு. ரயில் குறித்த காலத்தில் வருமா என்று விசாரிக்க விரும்பினான். ஆலமரத் தடிக்குச் சென்று களையாற வேண்டும் என்னும் ஆவல் மிகுதியாக அவன் மேலும் விரைவாக நடந்தான்.

அந்த ஆலமரத்தடியை அடைந்தபோதுதான் – இவ்வளவு தூரம் நடந்துவந்ததே ஒரு சாகஸம் என்று தோன்றியது. வயிற்று நரம்புகள் வக்கிரமாகப் புடைத்துக் கொண்டன. தோள்கள்மீது ஒரு பெரும்மூட்டை இருப்பதுபோலத் தோன்றியது. கால்கள் மரத்தன. முதுகுத்தண்டு நுனியில், மூலாதாரத்தில் கொதிப்பு உண்டாயிற்று. மரத்தின் மீது சாய்ந்தவாறு கால்களை நீட்டினான், சொல்லி முடியாத சோர்வுடன் கண்களை மூடினான்.

"நான் வந்ததைக்கூட நீங்கள் கவனிக்கவில்லையே?" என்ற குரல் அவனை ஆகாசத்துக்குத் தூக்கியிருக்க வேண்டும். துள்ளி எழுந்திருக்க விரும்பிய அவனால், சிரமத்துடன் நிமிரத்தான் முடிந்தது.

"வந்துவிட்டாயா?" என்று அவன் கேட்ட கேள்வி, வாயைவிட்டு வெளியே வருவதற்கு பதிலாக வயிற்றுக்குள்ளே குதிப்பதை அவன் உணர்ந்தான்.

"நீங்கள் வருவதைப் பார்த்துதான் மரத்துக்கு பின்னால் ஒளிந்துகொண்டேன்" என்றாள் நிர்மலா.

அவள் பேசியதை அவன் கேட்டான். அவன் பதிலைத் தயாரிப்பதற்குள், தலைக்குள் சிங்கங்கள் உறுமின; காதுகளில் வண்டுகள் ரீங்காரம் செய்யும் ஒலி; பேச அஞ்சிய நாக்கு மேலண்ணத்தோடு ஒட்டிக் கொண்டது. கண்கள் அவளைப் புரிந்துகொள்ளத் தவித்தன.

"உங்களுக்கு என்ன உடம்பு? ஏன் ஒரு மாதிரியாக இருக்கிறீர்கள்?" என்று பதைத்தவாறு அவனுடைய இரண்டு கைகளையும் கெட்டியாகப் பற்றிக்கொண்டாள் நிர்மலா.

அந்த ஸ்பரிசம் அவனுக்குச் சற்று தெம்பு அளித்தது. இவ்வளவு உரிமையுடன் அவனைத் தீண்டுவதால் அவள் கூற வந்தது நல்ல செய்திதான் என்பதை ஊகித்துக் கொண்டான். தன் உடம்பிலும் மனத்திலும் உள்ள சக்திகளையெல்லாம் திரட்டிப் பேசமுனைந்தான்; "அப்பா ஒப்புக்கொண்டாரா?"

"ஒப்புக் கொள்ளாமல் எங்கே போகிறார்? கடைசிவரை முடிவு சொல்லாமல் உங்களைத் திணற வைக்கவேண்டும் என்று வந்தேன்; நீங்கள் ஏன் இப்படி இருக்கிறீர்கள்?... என்ன பார்க்கிறீர்கள்?"

மூளை அவனைக் கைவிட்டது; ஹிருதயம் அவனைக் கைவிட்டது; கைகால்களும் அவனைக் கைவிட்டன. வெறும் வயிறாகவே அவன் மாறிப்போனான்.

"அந்தத் தோடுகள் வைரம்தானே?"

"வைரம்தான், ஏன்?"

"என்ன பெறும்?"

"மூவாயிரம் ஆகும்."

"மூவாயிரமா? நூற்றைம்பது மூட்டைகள் நெல் வாங்கலாம். ஒரு வருஷம் என்ன, இரண்டு வருஷங்கள் கூட நிம்மதியாகச் சாப்பிடலாம்."

அவனுடைய வார்த்தைகள் அவளுக்குப் புரிந்தன; அவன் ஏன் இப்படி, இப்போது பேசுகிறான் என்று புரியாமல் அவள் விழித்தாள்: "நீங்கள் என்ன சொல்கிறீர்கள்?"

கிசுகிசுக்கும் குரலில் அவன் கூறினான்: "அம்மாவுக்கு ரொம்பப் பசி... இல்லை, சும்மா சொன்னேன்; அம்மாவும் நானும் தான் சாப்பிட்டோம்... இல்லை, பொய் எனக்கும் ரொம்பப் பசி..."

☙ ☙

அழகி

"நான் ஏன் இவ்வளவு அழகாயிருக்கிறேன்?"

நிலைக்கண்ணாடியில் தன் உருவத்தைப் பார்த்துக் கிறங்கிக்கொண்டிருந்த சாயாதேவி, தன் அழகின் இனிமையை நாவில் சுவைத்தவள்போல் வாய்விட்டே சொன்னாள். சொல்லிய வாயை மூடும்முன் கண்ணாடி யில் ஆண் உருவம் ஒன்று தோன்றியதைக் கண்டு திரும்பினாள்.

அறை வாயிலில் நின்றான் இளைஞன் ஒருவன். காளைப் பருவத்தினன் என்றாலும் பெண்களின் மென்மை அவன் தோற்றத்தில் இருந்தது. முதல் பார்வையிலேயே மனிதர்களை மதிப்பிடும் திறமை வாய்ந்த சாயாதேவி வியப்படையவில்லை; "நீங்கள் யார்? இங்கே எப்படி வந்தீர்கள்?" என்றாள் நிதானமாக.

"நான் யார்? என்பதே எனக்கு மறந்துவிட்டது!" என்றான் அவன்.

"இது என் தனிமைக்காக ஏற்பட்ட அறை. அரசர் களையும் இங்கே அனுமதிப்பதில்லை. எப்படி இங்கே வந்தீர்கள்?"

"பரமனின் பார்வைபட்டு மன்மதன் நீறானான் என்கிறார்கள்; உன் பார்வைபட்டு மன்மதன் உயிர்த்து விட்டான்."

"களைப்பாக இருக்கிறேன்; கவிதை கேட்க நேரம் இல்லை. நீங்கள் யாராக இருந்தாலும் சரி; வந்தவழியே திரும்புங்கள்."

எம்.வி. வெங்கட்ராம்

“வந்த வழி அவ்வளவு சுருக்கமாக இல்லையே, திரும்பிச் செல்ல? பல நூறு யோசனை தூரம் செல்ல வேண்டுமே!”

“ஓ, வெகு தூரத்திலிருந்து வருகிறீர்களா? உட்காருங்கள்!” என்று ஓர் ஆசனத்தைச் சுட்டிக் காட்டினாள் சாயாதேவி.

“நீ நிற்கிறாயே!”

அவள் மஞ்சத்தில் அமர்ந்தாள்; அவன் எதிரில் உட்கார்ந்தான்.

“இப்போது சொல்லுங்கள்; நீங்கள் யார்? பகலில், கட்டுக் காவலைக் கடந்து எப்படி இங்கே வந்தீர்கள்?”

“நான் மன்மதன் என்றேன்!”

“சிவனார் மறுபடியும் உடல் கொடுத்து விட்டாரரோ?”

“உண்மையாகச் சொல்லுகிறேன். வங்கத்திலிருந்து வருகிறேன்; என் பெயர் மன்மதன்தான். கங்கைக் கரையில் செத்துக் கிடந்தேன், உன் கண்கள் பட்டதும் நான் தழைத்து விட்டேன்.”

“அப்படியா!” சாயாவின் முகத்தில் முறுவல் பூத்தது; முகஸ்துதி களைப்பையும் ஆற்றி விடுகிறது. “இத்தனை தூரத்தையும் நீங்கள் தாண்டிவந்து என் அந்தரங்க அறையிலும் நுழைந்த . . .”

“உன் அழகில் நீ சொக்குவதையும் பார்த்து”

“பெண்களைப் போல், இனிய குரலில் பேசுகிறீர்களே, எப்படி முடிகிறது உங்களால்?”

“காற்று எப்படி உன் அறையில் வீசுகிறது என்று கேட்பாய்ப் போலிருக்கிறதே!”

“அழகாய்ப் பேசுகிறீர்களே!”

“உன் முன்னிலையில் வேறு எப்படித்தான் பேச முடியும்?”

“நீங்கள் கவிஞரா?”

“நான் கவிஞன் அல்ல; நான் கவிஞர்கள்! உன்னைப் பார்த்ததும் எனக்குள் ஏககாலத்தில் பல கவிஞர்கள் தோன்றி விட்டார்கள்!”

பஞ்சணையில் உடலைத் தாழ்த்திச் சாய்ந்தவாறு சாயா தேவி சொன்னாள்: “பேசுங்கள்; இனிமையாக இருக்கிறது.”

“களைப்பாக இல்லையா?”

செவ்வரி படர்ந்த விழிகளில் அவனைச் செருகிக் கொண்டு அவள் கூறினாள்: "அழகாக இருப்பதே ஓர் இன்பம். ஆனால், அந்த அழகு ரசிக்கப்படுவதாக உணரும்போது ஏற்படும் இன்பத்துக்கு ஈடு இல்லை. எவ்வளவு தூரம் வந்திருக்கிறீர்கள், என்னை நாடி? அங்கே – உங்கள் கங்கைக்கரைப் பிரதேசத்தில் என்னைப் பற்றிப் பேசுகிறார்களா?"

"இது என்ன கேள்வி? மலர் மணக்கும் என்று பிரசாரம் செய்ய வேண்டுமா? கங்கைக்கரை என்ன, கன்னியாகுமரி சாலையில் எல்லா நாடுகளும் உன் அழகைப் பற்றித்தான் பேசுகின்றன."

மஞ்சத்தில் தூவியிருந்த மலர்களை நெருடிக் கொண் டிருந்த சாயா கேட்டாள்: "நீங்கள் யார் என்பதை இன்னும் கூறவில்லையே?"

மன்மதன் சற்றுத் தயங்கிப் பேசினான்: "உன்னை நாடி வந்த ரசிகன் என்பதைத் தவிர, என்னைப் பற்றி வேறு அறிமுகம் வேண்டுமா?"

"வேண்டாமா? என்னைப் பற்றி யார், என்ன, எங்கே சொன்னார்கள்? என்னைக் காணவேணடும் என்கிற அவா உங்களுக்கு எப்படி ஏற்பட்டது? என்பதை நான் அறிய வேண்டாமா?"

"நான் யார்என்பதை அறிந்தால் என்னை நீ மதிக்க மாட்டாயோ என்று அச்சமாக இருக்கிறது."

"ஏன் நீங்கள் அவ்வளவு சின்னவரோ?" என்றாள் சாயா ஏளனமாக. "உங்களை நீங்களே மதிப்பதாகத் தெரியவில்லையே!"

"என்னை நான் மதியாதவனாக இருந்தால் உன் அந்தரங்க அறைக்குள் கால் வைக்கத் துணிவேனா?"

"இவ்வளவு நேரம் இங்கே இருக்கவும், பேசவும் அனுமதித்த பிறகும் உங்கள் அச்சம் தெளியவில்லை என்றால், எனக்கும் ஓர் அச்சம் உண்டாகிறது; நீங்கள் ஆண் வேடம் பூண்ட பெண்ணோ என்று!"

"நான் இங்கே வந்ததைப்பற்றி விவரமாய்ச் சொல்கிறேன்!"

"சொல்லுங்கள்; கேட்கிறேன்."

"கங்கைக்கரையில் அரவிந்தர் என்றொரு மகான் இருக்கிறார்."

சாய்ந்திருந்த சாயாதேவி அந்தப் பெயரைக் கேட்டதும் நிமிர்ந்து உட்கார்ந்தாள். "ஒரு மகான் இருக்கிறார் என்று மெதுவாகச் சொல்கிறீர்களே; அவர் மகிமை உலகம் அறியுமே!"

"அவருடைய சீடன் நான்."

"மிக்க மகிழ்ச்சி, எத்தனை ஆண்டுகளாக அந்தப் பெரியவரின் ஆசிரமத்தில் நீங்கள் இருக்கிறீர்கள்?"

"ஒன்பது ஆண்டுகளாய்."

"ஆக, ஒன்பது ஆண்டுகளாய் அந்த மகாத்மாவின் திருவடியின் கீழ் அமர்ந்து, அவருடைய அறவுரைகளைக் கேட்டு, அவைகளின் படி பயிற்சி செய்யும் சாதகர் நீங்கள்; இதைக் கூறிக் கொள்ளவா வெட்கப்படுகிறீர்கள்? தபஸ்வி என்று கூற வெட்கப்படுகிறவன் தவம் செய்தாற் போலத் தான்!"

"ஆண்டிதானே என்று என்னை இழிவு படுத்தி விடுவாயோ என்று பயந்தேன்."

"நான் அப்படி நினைக்கவில்லை, ஒரு மகா புருஷரிடம் ஒன்பது ஆண்டுகள் பயிற்சி பெற்ற மாணவர் என்னைத் தேடி வந்திருக்கிறார் என்று பெருமைப்படுகிறேன். மேலும் சொல்லுங்கள்."

"எங்கள் ஆசிரமத்துக்குப் பல நாடுகளில் இருந்து பக்தர்களும், யாத்ரீகர்களும், அறிஞர்களும் வருவார்கள். வருகிறவர்கள், கிழவர்களாகட்டும், இளைஞர்களாகட்டும் உஜ்ஜயினியின் ராஜநர்த்தகி சாயாதேவியைப் பற்றிப் பேசாமல் இருக்க மாட்டாகள். அவளுடைய மாளிகை வாயிலில் காவலாக நிற்கும் மன்னர்களையும் செல்வர்களையும் பற்றிக் கதை கதையாக வருணிப்பார்கள். அவளை நேரில் பார்த்த அதிர்ஷ்டசாலிகளோ வேறு எதைப் பற்றியும் பேசுவதில்லை. வாய்மொழியாக அவளைப்பற்றிக் கேட்டுக் கேட்டு, 'இவ்வளவு தூரம் எல்லோரும் வருணிக்கும்படி அவள் அவ்வளவு அழகானவளா' என்னும் எண்ணம் என் மனத்தில் தோன்றி விட்டது. அப்பால் வருகிறவர்களிடம், 'உஜ்ஜயினி போனீர்களா, சாயாதேவி என்னும் ராஜநர்த்தகியைப் பார்த்தீர்களா?' என்று நானே கேட்கத் தொடங்கினேன். கண்ணால் காணாத அவள் அழகு என் உள்ளத்தில் நிறைந்தது; என் தவம் நெகிழத் தொடங்கியது . . ."

சாயாதேவி பெருமூச்சு விட்டாள்: "பாவம்! அப்புறம்?"

"சில மாதங்களுக்கு முன்னால் ரசநிதி என்றோர் ஓவியன் ஆசிரமத்துக்கு வந்தான்"

"பித்தனை போல் அவன் என்னைச் சுற்றிக் கொண் டிருந்தான், மாறுவிழி அவனுக்கு., இல்லையா?"

“அவனேதான், மிகவும் செருக்கு கொண்டவன். பிறவி எடுத்த பயனை அடைந்து விட்டதாக அவன் நினைப்பு.”

“என்ன அப்படி?”

“உன் உருவத்தைச் சித்திரமாக வரைந்து, அதை எந்த நேரத்திலும் தன்னோடு எடுத்துக் கொண்டு திரிகிறான். அந்தச் சித்திரத்தைப் பார்த்ததும் . . .”

“உங்களுக்கும் பித்துப் பிடித்துவிட்டது.”

“தவத்தை மறந்தேன் . . .”

“குருநாதரை மறந்தீர்கள்; தூக்கத்தை மறந்தீர்கள். ஆண்டவன் கொலுவிருக்க வேண்டிய இதயபீடத்தில் சாயா தேவியை அமர்த்திவிட்டீர்கள்; இல்லையா?”

“நீ கேலி செய்கிறாய்; என்றாலும் அது உண்மை. என் காதலை யாரிடம் வெளியிட முடியும்? தோழர்களிடம் சொல்லவும் பயம், மனத்தில் மனத்தைப் புதைத்துக்கொண்டு உருகியவாறு இருந்தேன். ஒரு நாள் காலையில் குருதேவர் என்னை அருகில் அழைத்தார். ‘குழந்தாய்! நீ சாயாதேவியைப் பார்த்து வா’ என்று அவர் சொன்னதும் நான் திடுக்கிட்டு விட்டேன்.”

“என்ன அதிர்ஷ்டம் இது! தேடாத புதையல் காலில் தடுக்குவது போல்! அந்தப் பெரியவரே, என்னைப் பார்த்து வரும்படி உங்களை அனுப்பினாரா?” என்று கூறியபோது, சாயாவின் குரல் தழுதழுத்ததை மன்மதன் கவனிக்கவில்லை.

“அப்படித்தான் சொன்னார், அவர் திருவடிகளில் விழுந்து அழுதேன். என்னைச் சினந்து கொள்வார் என்ற பயம் எனக்கு. ஆனால் அவர் மிருதுவாக என் முதுகைத் தடவிக் கொடுத்து, “உண்மையாகத்தான் சொல்கிறேன்; இப்போதே புறப்பட்டுப் போய் வா!” என்று அன்போடு சொன்னார். அவரைப் பிரிய வேண்டுமே என்று விசனமாகத் தான் இருந்தது. ஆனால், ‘உன்மீதுள்ள மையல் என்னைத் துரத்தியது. அவர் மேலும் தூண்டவே, அவரை வணங்கி, விடை பெற்றுக் கொண்டேன்.”

சாயாதேவியின் கண்களில் ஏதோ ஓர் உணர்ச்சி நிறைந்தது; அவனை அந்த உணர்ச்சியால் குத்தியவாறு அவள் சொன்னாள்; “என்னைப் பார்த்து வரும்படி உங்கள் ஆசிரியரின் கட்டளை, பார்த்து விட்டீர்கள்; நீங்கள் திரும்பலாமே!”

“மலை முடியிலிருந்து கீழே குதிக்கும் ஆற்றைப் போல் வீழ்கிற இந்த மனத்தோடு அவரிடம் திரும்புவதா?”

"திரும்பும்படி அவர் கட்டளை, நீங்கள் போகலாம்."

அவளுடைய இனிய குரலுக்கு இவ்வளவு கடுமை வரும் என்று அவன் சிறிதும் எதிர்பார்க்கவில்லை.

"நான் ... நான் ..."

"நான்தான் இங்கே கொட்டிக் கிடக்கிறதே! மன்மதரே, தவம் செய்யத்தான் தெரியவில்லை என்றால் ரசிக்கக் கூடத் தெரியவில்லையே உங்களுக்கு!"

"ஏன்?"

"என்னை நாடி வந்தவர்கள் யாரும் இப்படிக் கவிமாரி பொழிந்ததில்லை, உங்களைப் போல். நான் நர்த்தகி, அழகாய் இருந்து, அழகாய்ப் பார்த்து, அழகாய்ப் பேசி, அழகாய்ப் பாடி, அழகால் பிழைக்கப் பிறந்தவள்தான். அழகைப் பார்த்துப் பேசுகிறவன் ரசிகனாக இருக்க முடியாது; பார்த்தும் வாய்ச் சொல் இழந்து ஊமையனாகிறவன்தான் உண்மை ரசிகனாக இருக்கமுடியும். பேசிப் பசப்புவது எனக்குக் கைவந்த தொழில்; அதை என்னிடம் செய்து காட்ட வேண்டாம்."

அவளுடைய குரல் அவனை வெளியில் தள்ளியது. புண்பட்ட ஆங்காரத்துடன் தலை குனிந்தவனாய் நடந்தான் மன்மதன்.

கூந்தலை அணையாக்கிச் சாய்ந்து கொண்டிருந்தாள் சாயாதேவி, அவளுடைய முகத்தில் விழுந்து புரண்டு நறு மணத்துடன் எழுந்த வெண்புகை அறையை நிறைத்தது. மனத்தில் நடமாடும் நிழல்களைக் கூர்ந்து கவனித்துக் கொண்டிருந்தாள் அவள்.

அருகில் உட்கார்ந்திருந்தாள் அவளுடைய அந்தரங்கத் தோழி ராதை. "சாயா! பெரும் சிந்தனையில் மூழ்கி விட்டாயே! அந்த ஆண்டி வந்து போன பிறகு உன் மனநிலை சரியாக இல்லை. இப்படி நாள் முழுவதும் இந்த அறைக்குள் ஒளிந்து விட்டாயே?"

"பாவம், அவரை நான் மிகவும் அவமதித்துவிட்டேன் ஆனால் – அந்த மகானின் கட்டளையை நான் எப்படி மீறுவேன்?"

"எந்த மகான் உனக்கு என்ன கட்டளை இட்டார்? மகான்களுக்கு நீதான் கட்டளை இடுகிறாய்..."

பணிப்பெண் ஒருத்தி பணிவாக வந்து நின்றாள் "வங்கத்தி லிருந்து வந்தவளாம், பெண் ஒருத்தி, பார்த்தால் பெரிய இடத்தைச் சேர்ந்தவளாய்த் தெரிகிறது. உங்களை இப்போதே

பனிமுடி மீது ஒரு கண்ணகி

பார்க்க வேண்டும் என்று பிடிவாதம் செய்கிறாள். என்ன சொன்னாலும் கேட்கவில்லை..."

"இழுத்து வெளியே விடாமல் இங்கே சொல்ல வந்து விட்டாயா?" என்று வேலைக்காரியை அதட்டினாள் ராதை.

"வேண்டாம். அவளை இங்கே அனுப்பு" என்று கூறிய சாயாவின் ஆணையை ஏந்திக்கொண்டு வெளிச்சென்றாள் பணிப்பெண்.

ராதை தோளை இடித்துக்கொண்டாள். "இன்று நீ செய்வதெல்லாம் வேடிக்கையாக இருக்கிறது. சக்கரவர்த்திகளும் கால் வைக்க முடியாத இந்த இடத்தில் ஒரு துறவிக்கு இடம் கொடுத்தாய்; இப்போது யாரோ ஒரு பெண்ணை அழைக்கிறாய்."

சாயாதேவி நகைத்தாள்; "ராதே, இது இன்றைய விதி. இன்று ஒரு நல்ல நாள். புனிதமான கங்காநதி இன்று இங்கே வந்திருக்கிறது."

உள்ளே நுழைந்த புதிய பெண் மருட்சியுடன் சுற்றி நோக்கி விழித்தாள். அங்கு விரவியிருந்த மணமும், தண்ணொளியும், பூங்கட்டிலில் மிதந்த அழகும் அவளைப் பிரமையில் ஆழ்த்தின போலும்.

"உட்கார்ந்து சொல்லு; யார் நீ?" என்று கேட்டாள் சாயா தேவி; காலடியில் அமரப்போனவளை இழுத்துத் தன் பக்கத்தில் உட்கார்த்திக் கொண்டாள் அவள்.

"நான் வங்கத்தைச் சேர்ந்தவள்."

"பகலில் நடந்த நாடகத்தின் தொடர்ச்சியாகத்தானே நீ வந்திருக்கிறாய்?"

"உன்னைப் பார்த்தால் குடும்பப் பெண்ணாகத் தெரிகிறது. ஒரு நர்த்தகியைக் காணவா இவ்வளவு தூரம் யாத்திரை செய்தாய்? குடும்பப் பெண்ணுக்கு அழகான காரியமா இது?"

"நான் வந்த வேலை வேறு. காலையில் இங்கே வந்த பிரம்மச்சாரியைத்தான் தேடி வந்தேன்."

"வந்தார்; துரத்திவிட்டேன்."

"அதையும் கேள்விப்பட்டேன்."

"பின், என்னைப் பார்க்க வந்த காரணம் என்ன?"

"அரவிந்தர் பெரிய ஞானி என்று உங்களுக்குத் தெரியும். மன்மதர், அவருடைய முதல் மாணவர். ஆசிரியரின் அன்புக்குப் பாத்திரமானவர். தவத்தில் ஓரளவு சித்தியும் அடைந்தவர்.

"அரவிந்தரின் கடைக்கண் பார்வை போதுமே, அவரைப் பரமஞானி ஆக்குவதற்கு!" என்றாள் சாயாதேவி, பணிவாக.

ராதை சிரித்தாள், "உன் கடைக்கண் பார்வை மங்கி விட்டதா, சாயா?"

புதுப்பெண் தொடர்ந்தாள்; "மன்மதநாதரின் விதி வேறு விதமாக இருந்தது போலும் ... ஆசிரமத்துக்கு மலர்களையும், பூசனைக்குரிய பொருள்களையும் அடிக்கடி நான் எடுத்துச் செல்வேன். மன்மதநாதரை அடிக்கடி காண்பேன்."

"ஏன் தயங்குகிறாய்? வெட்கப்படும்படி நீ ஏதும் செய்ய வில்லை. நீ அவர்மேல் மையல் கொண்டாய்; அப்படித்தானே?" என்று தூண்டினாள் சாயா.

"ஆனால் மன்மதநாதரின் தவத்தைக் கலைக்க எனக்கு மனம் இல்லை. அவரும் என்னோடு பேசிப் பழகினார். ஆனால் அவர் என்னைத் தீய நோக்குடன் பார்த்ததும் இல்லை. தம் ஆசிரியரை மிகவும் நெறியாகப் பின்பற்றினார் அவர். கனலாக எரியும் காதலை மனத்தில் கட்டிக்கொண் டிருந்தேன். அவரை அங்கிருந்து பார்த்தே ஆறுதலடைந்தேன்."

"ஐயோ பாவம்!" என்றாள் ராதை ஏளனமாக.

சாயா பரிவுடன் கூறினாள்: "குடும்பப் பெண்ணுக்கு அதுதான் அழகு."

"ஆனால் மன்மதநாதரோ என்னை மட்டும் அல்ல, தவத்தையும் கைவிட்டார்."

"அந்தக் கதை எனக்குத் தெரியும் அவரே சொன்னார். என்மேல் உனக்கு ஆத்திரமாக இருக்கும் இல்லையா?"

"இல்லை, அருகில் இருந்த என்னைத் தலை தூக்கியும் பாராத அவர், பல யோசனை தூரத்துக்கு அப்பால் உள்ள உன்னைப்பற்றிக் கேள்விப்பட்டதும் உன்மேல் காதல் கொண்டார் என்றால் நீ எவ்வளவு பேரழகியாக இருக்க வேண்டும்!"

"முத்து முத்தாகப் பேசுகிறாயே. ரதிதேவிதானே உன் பெயர்?"

"என் பெயர் சுமதி."

"ரதி தேவிதான் உனக்குப் பொருத்தமான பெயர். வந்தவரை விரட்டிவிட்டேன் என்று உனக்குத் தெரியும். அவரை இங்கே தேடுவதில் அர்த்தம் இல்லையே!"

“அவரைத் தேடிக் கண்டுபிடிக்க என்னால் முடியாது. ஆனால் அவர் உன்னைக் கட்டாயம் தேடி வருவார், உன்னைப் பார்த்த பிறகு எனக்கு இன்னொரு ஆசை.”

“என்ன அது?”

“அவர் மனத்தைக் கவர்ந்தவள் நீ. அவர் வரும்வரை, உன்னோடு தங்கி, உனக்குப் பணி செய்ய அனுமதி தர வேண்டும்” என்று வேண்டினாள் சுமதி.

“அம்மம்மா! ஒரு நர்த்தகியின் பணிப்பெண்ணாக நீ இருப்பதா?” என்று மூக்கின் மீது விரல் வைத்தாள் சாயா.

“இது சாவடி இல்லை, அம்மா, வங்கப்பெண்ணே!” என்றாள் ராதை.

“நான் இங்குதான் இருக்கப் போகிறேன்” என்று தீர்மானமாகச் சொன்னாள் சுமதி.

“நீ இருப்பதை நான் பார்த்துவிடுகிறேன்” என்றாள் ராதை சினமாக.

“உனக்குப் பதிலாக சுமதியே இன்று என் நகைகளைக் கழற்றி, கூந்தலைப் பிரித்து ஆற்றி, சந்தனம் பூசி, விசிறி, இனிமையாகப்பாடி – ஏன் சுமதி, உனக்கு பாடவருமோ . . .?”

“வராது” என்றாள் சுமதி வெட்கத்துடன்; “நீ சொன்ன மற்ற வேலைகளையெல்லாம் நான் செய்கிறேன். ராதா தேவி பாடட்டும்.”

அரிய பேற்றை அடைந்தவள் போன்ற அமைதியுடன் புன்னகை புரிந்தவாறு சாயாதேவி பணித்தாள்; “ராதே, எழுந்திரு, சந்தனக்கிண்ணியைக் கொண்டுவா. சுமதி நீ இந்த நகைகளை எடுக்கிறாயா? இந்தச் சுமைகளை இறக்கிவிட்டுத் தான் நான் படுப்பது வழக்கம்.”

வெறுப்புடன் சுமதியைப் பார்த்துவிட்டு ராதை எழுந்தாள். நகைகளைக் கழற்றுவதற்காக சாயாதேவியின் கழுத்தில் கை வைத்தாள் சுமதி.

“சாயாதேவி, எழுந்திரு; விடிந்துவிட்டது!” என்ற ஆண் குரலைக் கேட்டு கண் திறந்தவள் எதிரில் மன்மதனைக் கண்டதும் திகைத்தவள் போல் துள்ளிக்கொண்டு எழுந்தாள்.

“நீங்களா? எப்போது எப்படி இங்கே வந்தீர்கள்?”

மன்மதன் தலைகுனிந்தான்: “என்னை மன்னிக்க வேண்டும், சுமதி என்ற பெண் வேடத்தில் வந்தவன் நான்தான்.”

"அடப்பாவி என்ன நெஞ்சழுத்தம் உனக்கு!" என்று கூச்சல் இட்டாள், அப்போதுதான் கண்விழித்த ராதை, "உன்னைத் தூணோடு கட்டி..."

"ராதே, பேசாமல் இரு" என்று சாயா அவளை அடக்கி விட்டு அவனிடம் கூறினாள். "ஒரு மகா ஞானியின் சீடர் நீங்கள். மன்னிப்பு கேட்கும்படி நீங்கள் என்ன செய்து விட்டீர்கள்?"

பிரம்மச்சாரி கலக்கத்துடன் பேசினான்.

"நான் என்ன தவறு செய்யவில்லை? முதலில் மோக வசப்பட்டேன். குருத்துரோகம் செய்தேன். கள்ளத்தனமாய் பெண் உருவில் உன் அறையினுள் புகுந்தேன். வேறு என்ன செய்ய வேண்டும்?"

ராதை மறித்துச் சொன்னாள்: "நகைகளையெல்லாம் சுருட்டிக்கொண்டு, ஓடியிருந்தால் கதை நன்றாக முடிந் திருக்கும்!"

"ராதே! இனியும் நீ பேசினால் நான் உன்னைக் கடுமை யாகத் தண்டிப்பேன். நாட்டில் தர்மதேவதையாக இன்று வாழ்கிறவர் அரவிந்தர்; அவருடைய மாணவரை அவமதிப்பதை என்னால் பொறுக்க முடியாது... ஐயா! நீங்கள் ஒரு தவறும் செய்யவில்லை. மன்மதராக வந்தீர்கள் மன்மதநாதராகத் திரும்புகிறீர்கள்."

"ஆசிரியர் முகத்தில் எப்படி நான் விழிப்பேன்?" என்று கைகளைப் பிசைந்தான் பிரம்மச்சாரி.

"எனக்குப் புரிவது கூடவா உங்களுக்குப் புரியவில்லை? எது அழகு என்பதை உங்களுக்கு உணர்த்துவதற்காகத்தான் அவர் உங்களை என்னிடம் அனுப்பியிருக்க வேண்டும். நான் வெறும் நிழல்; நிழலை அழகாக எண்ணி ஏமாந்தீர்கள். போகுமுன் என்னை ஆசீர்வதியுங்கள்."

"சாயா! நிசமாகவே நீ அழகிதான். உன் உடலைக் கூறவில்லை!" என்று கூறியவண்ணம் வெளியேறிய மன்மத நாதரின் முகத்தில் தெளிவு இருந்தது.

ராதைக்கு ஒன்றும் விளங்கவில்லை; வேந்தர்களும் வீரர்களும் பொன்னும் மணியும் கொட்டிப் பணியும் பேரழகி கள்ளத்தனமாய் அறையில் புகுந்த ஆண்டியின் கால்களில் விழுந்து வணங்கியதைக் கண்டதும் அவள் பொறுமை யிழந்தாள்.

"இது என்ன கூத்து சாயா? கள்வனின் கால்கழுவி ஞானம் பெறுகிறாயா?"

"ராதே! அவரை இழிவாகப் பேசும் நாக்கைத் துண்டிப் பேன். ஜாக்கிரதை!"

சாயா இவ்வளவு ஆத்திரமாகப் பேசி கேளாத ராதை நடுங்கிவிட்டாள். அவள் கண்கள் கலங்கின.

"ராதே! நீ அசடு. அவர் ஏமாற்றவும் இல்லை; நான் ஏமாறவும் இல்லை. பெண்ணாக வந்தவர் அவர்தான் என்று எனக்கு முன்பே தெரியும்."

"தெரிந்துமா . . .?"

"ஐயோ, ராதே, நீ வெறும் அசடு. அரவிந்தர் மிகவும் பெரியவர். அவர் என்னை ஏற்பாரா என்று பயந்தேன்."

"அவரைத் தெரியுமா உனக்கு?"

"நேரில் பார்த்தால்தான் தெரியுமா? புழுவுக்குச் சமமான என்னைப் பயன்படுத்தி அவர் தம் மாணவருக்கு அறிவூட்டி னாரே, அவருக்கு என்மேல் எவ்வளவு கருணை!"

ராதைக்கு இன்னும் புரியவில்லை; சாயா தேவியின் பரவசத்தைப் பார்க்க அவளுக்கு ஒரே வியப்பாக இருந்தது.

சிறைச்சாலை என்ன செய்யும்?

பல நாட்களாகவே என்க்கு ஓர் ஆசை. துறவிக்கும் ஆசையா என்று யாரும் கேட்கலாம். காவி கட்டிக் கொண்டு பிச்சை கேட்கத் தொடங்கிவிட்டால் ஆசைகள் அற்றுப்போகுமா? ஆசைகளை அவித்துவிட வேண்டும் என்று எனக்கு ஆசை இருக்கிறது; அந்த ஆசையே என் காவிக்கு நியாயாம் பேசும்.

என் ஆசை என்னவென்றால், என் அனுபவங் களைப் பத்திரிகைகளில் போடவேண்டும் என்பதுதான். குடும்பத்தோடு வீட்டில் அலைகிறவனுக்குப் புதிசு புதிசாக என்ன தெரிந்துவிடப் போகிறது? கால் நடையாகவும், ஓசி இரவிலும் பல ஊர்கள் சுற்றியும் மலை, காடு, பாலைவனங்களில் இரவிலும் பகலிலும் வெய்யிலிலும் மழையிலும் அச்சமின்றித் திரிந்தும் பெறுகிற அனுபவம், கிணற்றுத் தவளையான கிருகஸ்தனுக்குக் கிடைக்குமா? எவ்வளவு தினுசான மனிதர்களைத்தான் நான் பார்த் திருக்கிறேன்? ஏட்டுப் படிப்பால் கிடைக்கிற அறிவு அனுபவ ஞானத்துக்கு ஈடாகுமோ?

எனக்குத் தகப்பனார் இருந்தார். அவரை 'லேகியச் சாமியார்' என்று அழைப்பார்கள். எப்போதும் 'ஜோல்னா'ப் பையில் லேகியம் வைத்திருப்பார். பொழுது சாய்ந்தவுடனே லேகிய உருண்டையை வாயில் போட்டுக் கொள்வார் அந்தச் சமயம் அவர் வாயிலிருந்து உதிரும் சொற்களெல்லாம் முத்துக்களாக இருக்கும். கருக்கலில் எழுந்து, ஆற்றிலோ குளத்திலோ நீராடி, காவியைத் துவைத்து உலர்த்திக் கட்டி, உடல் முழுவதும் திருநீறு பூசிக் கொண்டு, திருவோடு ஏந்திக் கிளம்பிவிடுவோம்,

“சங்கரா சிவசங்கரா” என்ற அடியைப் பல ராகங்களில் அவர் பாடுவார்; நானும் அதே அடியை பின்பாட்டாகப் பாடுவேன். அவருக்கு அந்த ஒரு நாமம்தான் தெரியும் என்பதில்லை; நிறையப் படித்தவர்: தேவாரம், திருவாசகம், திருப்புகழ், திருவருட்பா, சித்தர் பாடல்கள் எல்லாம் அவருக்குப் பாடம். ஆனால் அவைகளை ராத்திரி லேகியம் போட்ட பிறகுதான் பாடுவார்; பாட ஆரம்பித்தால் ஓயமாட்டார். ஆனால் பகல் முழுவதும் சங்கர நாமத்தைத்தான் மீண்டும் மீண்டும் பாடுவார். இரண்டு வயிற்றுக்குப் போதுமான அளவு அரிசியோ, காசோ திருவோட்டில் சேர்ந்துவிட்டால் அதோடு பிச்சையை நிறுத்திவிடுவார். ஊருக்குப் புறம்பே உள்ள சத்திரம் சாவடியிலோ, மரத்தடியிலோ அடுப்புப் போட்டு, சமையல் செய்து இரண்டு கும்பிகளையும் நிறைத்துக் கொள்வோம். அட நான் சொல்ல வந்த விஷயம் வேறு. என் தகப்பனார் எனக்குப் படிப்பு சொல்லித் தந்தார்; “தம்பி நமசிவாயம், நன்றாகப் படியடா; தமிழை முறையாகப் படித்தால் ஞானம் தானாக வருமடா!” என்று சொல்லித் தலையில் குட்டுவார். என் மண்டையைப் பிளந்து படிப்பை அதற்குள் வைக்கப் பார்த்தாரோ என்னவோ, என் மொட்டைத்தலை சொட்டையானது தான் மிச்சம். எழுதவும் படிக்கவும் ஒருமாதிரியாக வந்தது. ஆனால் தேவாரம், திருவாசகம் எல்லாம் என் தந்தையாரோடு போய்விட்டன. திருவோடும் திருவுந்தியும் நிறைவதற்கு உதவும்படியாகச் சில பாடல்கள்தாம் இப்போது என்னிடம் எஞ்சியிருக்கின்றன.

என் தகப்பனார் சாகுந்தறுவாயில் சொன்னதை மட்டும் லோகக்ஷேமம் கருதி இங்கே குறிப்பிட விரும்புகிறேன்; “நமசிவாயம்! உன்னைப் படிப்பாளி ஆக்கி, ஞானவானாக்க வேணும் என்று பார்த்தேன்! ஆனால் நீ மண்டுவாகத்தான் இருக்கிறாய். எனக்கு என்னவோ ஒரு நம்பிக்கை, உனக்கு ஞானம் சித்திக்கும் என்று. நீ அசல் களிமண். உன்னை உருட்டி வைக்க ஒரு குருநாதன் வருவான். நீ தேட வேண்டாம்; அவனாக வருவான். இன்னொரு சேதி; இன்று வரை நான் உன் அப்பன் என்று நினைத்திருக்கிறாய். நீ யாருடைய பிள்ளையோ எனக்குத் தெரியாது. சுவாமிமலையில் உன்னைக் கண்டெடுத்தேன்; அப்போது நீ ஐந்து வயதுப் பிள்ளையையாக அழுதுகொண்டிருந்தாய். உன்னை யாராவது தேடி வருவார்கள் என்று இரண்டு நாள் கோயில் வாசலில் காத்திருந்தேன். யாரும் வரவில்லை. என்னோடு வைத்துக்கொண்டு உன்னை ஆளாக்கிவிட்டேன். தம்பி! பிச்சை எடுப்பது கேவலம் இல்லை. ஆனால் திருடக் கூடாது. பெண் ஆசை மிகவும் தப்பு, சினிமா பார்ப்பது பெரிய தப்பு, உன் சிநேகிதப் பயல்கள் கையில்

இரண்டு காசு சேர்ந்ததும் சினிமாவுக்கு ஓடுவதைப் பார்த்து, உனக்கும் ஆசையாக இருக்கிறது இல்லையா? புராணப்படம் என்று நினைத்து ஏமாந்துகூட அந்தப் பக்கம் போய்விடாதே; புராணப்படம் பார்ப்பது பாவத்திலும் பாவம்!" என்று சொல்லிவிட்டு லேகியச்சாமி ஒடுக்கம் ஆகிவிட்டது.

ஆக, முருகன்தான் என் அப்பன்; அவன்தான் என்தாய், அவன் திருவருள் பாலித்தபடி இந்த என் அனுபவத்தைக் கதைபோல் எழுதுகிறேன். முடிந்த வரையில் சாமியார்களின் பரிபாஷையை ஒதுக்கிவிட்டு இலக்கணமாகவே எழுதுகிறேன்: எழுத்துப்பிழையோ பொருள் பிழையோ இருப்பின் பெரியவர்கள் பொறுத்தருள வேண்டும்.

ஒருநாள் சுவாமிமலைக் கோயில் வாசலில் பண்டாரக் கூட்டத்தோடு உட்கார்ந்திருந்தேன். அன்று கிருத்திகை, பக்தர்களும் யாத்ரீகர்களும் மலை ஏறி, சாமிநாத சாமிக்குப் பூசை செய்துவிட்டுத் திரும்பி காலில் சாமிகளுக்கு ஏதாவது போடுவார்கள். நாள்கிழமை என்றால் ஆண்டிக் கூட்டத்துக்குக் கேட்கவேண்டுமா? பல தினுசான ஆண்டிகள் வரிசையாக உட்கார்ந்திருந்தார்கள். எங்கள் கூட்டத்தாரைப் பற்றி நான் அதிகம் வருணிப்பதை விரும்பவில்லை. இந்தக் காலத்தில் சாமியார்கள் என்றாலே ஒரு இளப்பமாக இருக்கிறது. வெறும் பிச்சைக்காரப் பயல்கள் என்று இழிவுபடுத்துகிறார்கள். வயிற்றையே வாழ்க்கையாகக் கொண்டவர்கள் அப்படித்தான் நினைப்பார்கள். 'வயிற்றுக்கு மேலே நெஞ்சிலும் தலையிலும் தான் சாமியார்களாகிய நம் வாழ்க்கை' என்று என் வளர்ப்புத் தந்தையான லேகியச் சாமியார் அடிக்கடி சொல்லுவார். எங்கள் கூட்டத்தாருக்குத் தலைமை ஸ்தானம் உண்டு, கட்டுப்பாடு உண்டு, ஒரு நெறி உண்டு என்பதை மட்டும் சொல்லிவிட்டு நான் சொல்ல வந்த கதையைத் தொடருகிறேன்.

எனக்குப் பக்கத்தில் ஒரு சாமி குந்தியிருந்தார். நான் பரம்பரை ஆண்டியானதால் இந்த வட்டாரத்தில் பெரும்பா லான சாமிகளை எனக்குத் தெரியும், ஆனால் இந்தச் சாமி புதிதாக இருந்தது. பால்யம்தான்; முப்பது வயது இருக்கும்; தாடியும் சடையுமாக இருந்தது. குளிப்பதே இல்லை என்று தெரிந்தது. குளிக்காத சாமிகள் எத்தனையோ பார்த் திருக்கிறேன். இதுவும் ஒன்று. இந்தச் சாமி துணியும் விரிக்க வில்லை; ஓடும் குலுக்கவில்லை. 'அம்மா, தாயே' என்று குரல் கூடக் கொடுக்கவில்லை. குந்தியிருந்தது என்றா சொன்னேன்? கொஞ்ச நேரம்தான்; பிறகு யாரையும் ஏறிட்டுப் பாராமல் காலை நீட்டிக் கண்களை மூடிப்படுத்துவிட்டது. நெற்றியில் திருநீறுகூட இல்லை. ஆனால், இந்த விஷயங்களெல்லாம்

அவரிடம் என் கவனத்தை இழுக்கவில்லை. பக்தகோடிகளும் யாத்ரீகர்களும் 'மெனக்கட்டு' அந்தச் சாமிக்கு எதிரில் காசு போட்டு விட்டுப் போவதைப் பார்த்துதான் எனக்குப் பொறாமையாக இருந்தது. என் திருவோட்டில் அரையணாக் காசுக்குமேல் இல்லை; ஆனால் அந்தச் சாமிக்கு முன்னால் ஓரணா, இரண்டணா நாணயங்களோடு ஒரு வெள்ளி எட்டணாவும் பளபளத்தால் எனக்கு எரிச்சல் உண்டாகாதா? பிச்சை போடுகிற பக்தர்கள் எல்லோரும் சமமாகப் பிரித்துப் போட்டால் என்ன? இவ்வளவுக்கும் அந்தச் சாமி அப்படி ஒன்றும் சோனியாகவும் இல்லை: நல்ல குண்டுக்கட்டை.

"என்ன பரதேசி! மூன்றாவது கண்ணைத் திறந்து பார்க்கிறாய்!

குண்டுச்சாமி என்னைத்தான் அப்படிக் கேலி செய்கிறது என்று தெரிந்ததும் எனக்குக் கோபம் வந்துவிட்டது. "ஏது சில்லறை அதிகம் சேர்ந்ததும் சாமி முதலாளி ஆகிவிட்டதாகத் தெரிகிறது!" என்றேன்.

"அதற்குள் சாமிக்குக் கோபம் வந்துவிட்டதே? இன்றைக்குத் தான் ஒருத்தரையொருத்தர் பார்க்கிறோம்; பார்த்தவுடன் சண்டைபோட வேண்டுமா?"

"நீங்கள் மட்டும் என்னைப் பரதேசி என்று சொல்லலாமா?"

"நிசம் சொன்னால் கேலியாகிவிட்டதா அது? சரி, அது போகட்டும். இன்றையிலிருந்து நீயும் நானும் கூட்டு. எது கிடைத்தாலும் இருவருக்கும் சம பங்கு. என்ன சொல்கிறாய்?"

அந்தச் சாமிக்கு முன்னால் சேர்ந்திருந்த சில்லறையைப் பார்த்த எனக்கு அந்தக் கூட்டு பிடிக்கத்தான் செய்தது. என் திருவோட்டில் சேர்ந்தது எட்டணா சொச்சம் தான்; அதற்கு எதிரில் இரண்டு ரூபாய்க்குக் குறையாது; அந்தக் கூட்டினால் இன்றைக்கு லாபம் தானே? நாளைச் சேதி நாளைக்குப் பார்த்துக் கொள்ளலாமே?

"ஆனால் நான் சொல்கிறபடிதான் செலவு செய்ய வேண்டும். நல்ல செலவாக இருக்க வேண்டும்" என்றது குண்டுச்சாமி.

"நாம் என்ன அப்படிக் கெட்ட செலவு செய்துவிடப் போகிறோம்? என்பெயர் நமசிவாயம், உங்கள் பெயர் என்ன சாமி?"

"என் பெயரா? பரமானந்த பரவிவேக பரப்பிரம்ம சொரூபானந்த பொன்னம்பலசுவாமிகள்."

“இவ்வளவு நீளப் பெயர் சொல்லி நான் அழைப்பதற்குள் நீங்கள் அரை மைல் நடந்து விடுவீர்கள், சுருக்கமாகப் பொன்னம்பல சாமி என்று அழைக்கிறேன்.”

என்ன வேண்டுமானாலும் சொல்லு. சரி, இப்போது கும்பி எரிகிறது. உன்னிடம் இருக்கிற சில்லறையை என்னிடம் கொடு” என்று வாங்கிக் கொண்டவர், பிறகு என் கையில் ஆறரை அணா சில்லறையைக் கொடுத்து, “நாலணாவுக்கு நீ இரண்டு தயிர் சாதம் வாங்கிச் சாப்பிடு, எனக்கு இரண் டணாவுக்கு வாழைப்பழம் வாங்கிக் கொண்டுவா” என்றார்.

என் சில்லறையையும் எடுத்துக்கொண்டு பொன்னம் பலம் நழுவி விடுவாரோ என்று பயந்து கொண்டே, பக்கத்திலே இருந்த கடையில் வாழைப்பழம் வாங்கினேன்: அவர் கண்ணுக்குத் தென்படும்படியாகப் பக்கத்தில் இருந்த ஹோட்டலில் தயிர் சாதம் வாங்கிச் சாப்பிடத் தொடங்கினேன்.

திடீரென்று பொன்னம்பலம் எழுந்தார். ஒருவேளை ஓடப் போகிறாரோ என்று நான் கவனித்தபடி இருந்தேன். ஆனால் அவர் பக்கத்தில் ஒரு நொண்டி விரித்திருந்த துணியில் சில்லறை போடுவதைப் பார்த்ததும் எனக்கு, ‘பகீர்’ என்றது ‘சாமி, சாமி’ என்று கத்திக்கொண்டே கையிலிருந்த சோற்றுப் பொட்டலத்தைத் தூக்கிக்கொண்டு அவரை நெருங்குவதற்குள் சில்லறையையெல்லாம் நொண்டி முடம் குருடர்களுக்குத் தருமம் செய்துவிட்டுக் கைகளை உதறிக்கொண்டே என் பக்கம் திரும்பினார் அவர்.

“என்ன சாமி, ஆண்டி ஆண்டிக்கு தருமம் செய்கிறதா?” என்றேன் ஆத்திரமாய். என் சில்லறையும் அல்லவா போய் விட்டது?

“என்ன செய்தேன்? பாவம், இந்த நொண்டி முடங்கள் சோற்றுக்குப் பறக்கிறார்கள். அவர்களுக்குப் போட்டேன். நல்ல செலவுதான் இது?” என்றவாறு என் கையலிருந்த பழங்களை எடுத்து உரித்துச் சாப்பிட ஆரம்பித்தார் அவர்.

நல்ல செலவுதான்; நல்ல கூட்டுதான். இரண்டு நாட்கள் நிம்மதியாக இருக்கலாம் என்று ஆசைப்பட்டேன். என் வயிற்றில் மண்ணைப் போட்டாயே, சாமி பெரிய தருமதுரை போல என்னுடைய காசையும் சேர்த்து வாரிக் கொடுத்து விட்டாயே!”

மற்ற சாமிகள் எல்லோரும் என்னைப் பார்த்துச் சிரிக்க ஆரம்பித்ததால் நான் அவரோடு சண்டையை வளர்க்க விரும்பவில்லை. தானமாகி விட்ட பணம் திரும்பப் போவ தில்லை, பொன்னம்பலத்திடம் வசூலிக்கவும் வழி இல்லை.

வார்த்தையை அடக்கிக்கொண்டு மறுபடியும் என் கடையை விரித்தேன்.

"நமசிவாயம்! நீ போகிறபோது என்னை எழுப்பு. நான் அங்கே தூங்குகிறேன்" என்று கூறி விட்டுப் பொன்னம்பலம் ஒரு மூலையில் ஒண்டினார். நான் பதில் பேசவில்லை!

பொன்னம்பலத்தின் மீது எனக்குக் கோபம்தான். ஆனால் மாலைக்குள் நான் விரித்த துணியில் எதிர் பார்ப்பதை விட, அதிகமாய், 'துட்டு' சேரவே என் கோபம் குறைந்து விட்டது. சாமியார்கள் பல தினுசு. பைத்தியம் மாதிரிகூட நடிப்பார்கள் என்று என் தந்தையார் லேகியச்சாமியார் சொன்னது நினைவுக்கு வந்தது. பொன்னம்பலம் ஒரு தினுசு, அவரோடு பழகும் போது நம் கைசில்லறையை ஜாக்கிரதை யாக வைத்துக்கொண்டால் நமக்கு நஷ்டம் இல்லை' என்று எண்ணி, சேர்ந்த சில்லறையைத் துணியில் கெட்டியாக முடிந்து கொண்டு, அவரை எழுப்பினேன், இருவரும் குடந்தையை நோக்கி நடக்கலானோம். அப்போது இருட்டத் தொடங்கி விட்டது.

"பொன்னம்பலசாமி! நம் வயிற்றை நிறைப்பதே பெரிய பாடாக இருக்கிறது. நம் பிழைப்பு பிச்சைக்காரப் பிழைப்பு, இதிலே நீங்கள் பிச்சை போட ஆரம்பித்து விட்டீர்களே!" என்றேன் வருத்தமாய்.

"நமக்கு எதற்குக் காசு? மத்தியானப் பாடு தீர்ந்துவிட்டது. மிச்சம் இருப்பதால் அச்சம்தான்" என்றார் அவர்.

"பிள்ளை குட்டிக்காகவா மிச்சம் பிடிக்கப் போகிறோம்? வயிற்றுக்கு வேண்டியதைக் கூடவா சேர்க்கக் கூடாது?"

"நம் வயிற்றை நிரப்புகிற வேலையைவிடப் பெரிய வேலை முருகனுக்கு இருக்கிறதா?"

பொன்னம்பலம் பேசிக்கொண்டே வந்தார். நிறையப் படித்தவராகத் தெரிந்தது. லேகியச் சாமியாரைவிடத் தெளிவாகப் பேசினார். கேட்கக் கேட்க எனக்கே ஆனந்தமாக இருந்தது. இருவரும் சோலையப்பன் தெரு வழியாகச் செல்லும் போது பொன்னம்பலத்தின் பேச்சில் ஒரு குதூகலம் நிறைந்தது.

"நமசிவாயம்! பூர்வாசிரமத்தில் நான் பிறந்து வளர்ந்த தெரு இதுதான்."

"அப்படியா? உங்கள் சொந்தம் சுற்றம் எல்லாம் இங்கே இருக்குமே? பஞ்சத்துக்கு ஆண்டிதானா நீங்கள்? வீட்டுக்குத் திரும்பப் போகிறீர்களா?" என்றேன் கேலியாக.

எம்.வி. வெங்கட்ராம்

"நான் பஞ்சத்துக்கு ஆண்டி இல்லை, நமசிவாயம், இந்த நாலு வீடுகளும் எனக்குச் சொந்தம்" என்று அவர் சுட்டிக் காட்டிய பெரியமாடி வீடுகளைப் பார்த்தபோது என்னால் சிரிப்பை அடக்க முடியவில்லை.

"என்ன சாமி! ஆண்டி மடம் கட்டுவது என்பார்கள் நீங்களோ கட்டின மாளிகையே உங்களுடையது என்று சொந்தம் கொண்டாடுகிறீர்களே?" என்றேன்.

"நிசமாகத்தான் சொல்லுகிறேன். இந்த வீடுகளைத் தவிர, நஞ்சையும், புஞ்சையுமாக நாலு வேலி நிலம், ஒரு லட்சத்துக்கு ரொக்கம் என் பங்குக்கு இருக்கின்றன. எனக்கு ஒரு தம்பி இருக்கிறான். என்னைவிட இரண்டு வயது இளையவன். குழந்தையாயிருந்தபோது என் தாயார் காலமாகிவிட்டாள். சிறு வயலிருந்தே எனக்கு வைராக்கியம் ஏற்பட்டு விட்டது. கல்லூரியில் பி.ஏ. வகுப்பில் கடைசி வருஷம் படிக்கும் போது என் தகப்பனார் எனக்கு மணம் முடிக்கும் முயற்சியைச் செய்ய ஆரம்பித்தார். நான் தட்டிக் கழித்துவிடப் பார்த்தேன். என்னால் தம்பியின் கலியாணமும் தடைப்படுகிறது என்று அப்பா வருத்தப்பட்டுக் கொண்டிருந்தார். கடைசியில் ஒரு நாள் நான் விருப்பப்படாவிட்டாலும் கலியாணம் செய்து கொண்டே தீர வேண்டும் என்று கண்டிப்பாகச் சொன்னார். அன்றுஇரவு, நான் சன்யாசம் வாங்கிக் கொள்ளப் போவதாகவும், சொத்தில் பங்கு ஏதும் வேண்டாம் என்றும் எழுதி வைத்துவிட்டு, வீட்டை விட்டுக் கிளம்பி விட்டேன்.

"இவ்வளவு சொத்தையும் விட்டு விட்டு சாமியாராகப் பைத்தியமா உங்களுக்கு? இல்லை, கதை அளக்கிறீர்களா?"

எனக்கு ஆச்சரியமாக இருந்தது. பொன்னம்பலம் அவ்வளவு தியாகம் செய்தவரா? நாலரையணா போனதற்காக நாலரை மணிநேரம் கவலைப்படுகிற எனக்கு எப்படி இருக்கும்?

"உங்களை யாரும் தேடவில்லையா?"

"தேடினார்கள், நான் அவர்களிடம் அகப்படுவதற்காகவா துறவை ஏற்றேன்?"

"உங்கள் அப்பா, தம்பி எல்லாரும் இருக்கிறார்களா?"

"அப்பா சிவபதவி அடைந்துவிட்டார், தம்பி குழந்தை குட்டிகளோடு இருக்கிறான்."

"நீங்கள் இப்படிப் பிக்ஷாண்டவராக இருப்பது அவர் களுக்குத் தெரியுமா?

"தெரியாது"

பனிமுடி மீது ஒரு கண்ணகி

பிறகு நான் எவ்வளவோ பேசியும் அவர் மௌனமாகி விட்டார்.

குடந்தை காவிரிக்கரை சக்கரப் படித்துறையில் ஒரு மண்டபம் இருக்கிறது. இரவை அங்கே கழிப்பதென்றும் முடிவு செய்தோம். பொன்னம்பலம் எனக்கு ஒரு பெரிய மகானாகவே தோன்றினார். இத்தனை வீடுகள், இவ்வளவு நிலம், இவ்வளவு பணத்தையும் விட்விடுவதென்றால், அது சின்ன விஷயமா? அவரோடு இருப்பதே எனக்கு மிகவும் பெருமையாக இருந்தது.

மண்டபத்திற்கு அருகில் சன்மார்க்க சங்கம் இருக்கிறது. அங்கே ஒரு சாமி இருக்கிறது. அதன் பெயர் மாமுண்டிச்சாமி, ஒவ்வொரு சாமிக்கும் ஒரு காரணப் பெயர் உண்டு. அந்தப் பெயர் வரலாற்றை விவரித்தாலே பெரிய புராணமாக விரியும். ஆகையால் நான் அதை விவரிக்கப் போவதில்லை. மாமுண்டி என்னைப் போலப் பிச்சைக்காரச் சாமி இல்லை. படித்தசாமி, மகான்களைக் குருவாகப் பெற்று அநுபூதி பெற்ற பாக்கியசாலி. பொன்னம்பலத்துக்குச் சமமாக அவரால்தான் பேச முடியும். தவிர நான் ஒரு பெரிய மகானை அழைத்து வந்திருக்கிறேன் என்று மாமுண்டியிடம் காட்ட வேண்டும் என்கிற ஆசை எனக்கு. ஆகையால், அவரை மண்டபத்துக்கு அழைத்துக் கொண்டுவந்தேன்.

"மாமுண்டிச்சாமி! இந்தச் சாமிக்கு பூர்வாசிரமம் இந்த ஊர்தானாம்" என்று பொன்னம்பலத்தின் வரலாற்றைப் பெருமையாகச் சொன்னேன்.

மாமுண்டியிடம் ஒரு பழக்கம், எதையும் அதிசயமாகப் பாராட்டமாட்டார். "சிவபோகத்துக்கு ஈடாகுமோ பவபோகம்?" என்றார் இலேசாகச் சிரித்தபடியே.

"நமக்கு ஒரு திண்ணை இருந்தால் போதுமே; இத்தனை வீடு . . .

"நமசிவாயம், மூடுவாயை!" என்று பொன்னம்பலம் அதட்டவே, நான் வாயை மூடிவிட்டேன்.

பிறகு அவர்கள் இருவரும் சுவாரஸ்யமாகப் பேசுவதை நான் மெய்ம்மறந்து கேட்டுக் கொண்டிருந்தேன். என்னைப் போல ஆண்டிகள் சேரும் இடத்தில் வெறும் அக்கப்போர் தான் அதிகம் இருக்கும்.

அவர்கள் இருவரும் பெரியவர்கள். பேசுவதற்கு விஷயமா இல்லை? ஏதேதோ பேசிக்கொண்டே துறவின் பெருமையைப் பற்றிப் பேசத் தொடங்கினார்கள்.

“நம்முடைய பரம்பரை எவ்வளவு மகத்தானது! சர்வ லோக நாயகனான சங்கரன் ஓர் ஆண்டி; அவன் பெற்ற பிள்ளை முருகன் ஓர் ஆண்டி; தாயுமானவர், பட்டினத் தடிகள், பத்திரகிரியார், ராமலிங்கவாமிகள், ராமகிருஷ்ணர், விவேகானந்தர் . . .” என்றார் மாமுண்டி.

“விட்டால்தானே வீடு?” என்று கூறினார் பொன்னம்பலம்.

“விடுவது அவ்வளவு எளிதா? நாம் விட்டாலும் உலகம் நம்மை விடுவதில்லை. காட்டுத் தனிமையில் கூட நம்மை மாயை கவிழ்த்து விடுகிறது. மாயா விலாசம் கொடுமையால் மட்டும் நம்மை ஏய்க்க வேண்டும் என்பதில்லை. அன்பின் பெயராலும் அது நம்மை ஏய்த்து விடும்.”

“உடலில் உள்ள கொழுப்போடு மனத்தில் உள்ள கொழுப்பையும் ஒழித்தால் தான் மாயையை ஜெயிக்கலாம்” என்றார் பொன்னம்பலச்சாமி.

பிறகு கொஞ்ச நேரத்துக்கு மேல், என்னால் விட முடியாத தூக்கம் என்னைச் சூழ்ந்தது.

மறுநாள் காலையில் நான் விழிக்கும்போது, கருக்கிருட்டு தான். அந்த நேரத்தில் பொன்னம்பலம் பத்மாசனமிட்டு நிஷ்டையில் இருந்தார். அவர்தான் குளிக்காதவராயிற்றே; நான் காவிரியில் குளியலை முடித்து, காவியை உலர்த்தி, திருவோட்டைக் கழுவிக்கொண்டு மண்டபத்துக்கு வந்தபோது அவர் உற்சாகமாக என்னோடு கிளம்பினார். கோயில்களில் சுற்றிவிட்டுக் கடைத்தெருவை வந்தடைந்தோம்.

கடைத்தெரு சுறுசுறுப்பாயிருந்தது. “சாம்ப சதா சிவ, சாம்ப – சதாசிவ, சாம்பசிவோமரா” என்று நான் பாடி திருவோட்டைக் குலுக்கிக்கொண்டே சென்றேன். பொன்னம் பலம் பின்பாட்டு பாடிக்கொண்டே உடன் வந்தார். இருவரும் ஒரு வெள்ளி நகைக்கடை வாசலில் நின்றோம். வழக்கமாய்ப் பிச்சை கிடைக்கும் இடம் அது. எதிர் எதிராக நின்று நாங்கள் பாடத் தொடங்கினோம்.

திடீரென்று பொன்னம்பலத்தின் குரல் தடைப்படவே நான் அவரைக் கவனித்தேன். அவர் கடை மேஜைமீது கிடந்த வெள்ளி நகை ஒன்றை வெகு லாவகமாக எடுத்துத் தன் ஒற்றைத் துணிக்குள் மூடிக்கொண்டு, ‘விடு விடு’ என்று நடப்பதைக் கண்டதும் எனக்குத் தூக்கிவாரிப் போட்டது. சாம்ப சதாசிவத்தின் குரல் தடைப்பட்டு, ‘திருடன், திருடன்’ என்று கத்திக்கொண்டே பொன்னம்பலத்தைத் துரத்தினேன். கடைக்காரரும், தெருவில் இருந்தவர்களும் எனக்குப் பின்னால் வந்தார்கள். திமிறி ஓட முயன்ற பொன்னம்பலத்தை

எல்லோருமாகச் சேர்ந்து கட்டிப் பிடித்தோம். காலடியில் அவர் நழுவவிட்ட நகையைக் கடைக்காரர் எடுத்துக் கொண்டுவிட்டார்.

பிறகு என்ன? தலைக்குத் தலை திருட்டுச் சாமியாரைப் புடைத்தார்கள். என் ஆத்திரம் எனக்கு. பிச்சை, வாங்கிப் பிழைக்கலாம்; திருடவாவது! பெரிய மகான் போலப் பேசி என்னையும் அல்லவா ஏமாற்றிவிட்டான்! அவருடைய தாடியையும் சடையையும் பிடித்திழுத்து குலுக்கி நானும் நாலு அறைகள் விட்டேன்.

"உன்னைப்போல் திருட்டுப் பயல்கள் இந்த வேஷம் போடுவதால்தான் சாமியார் என்றாலே எல்லோரும் பயப் படுகிறார்கள்" என்று கத்தினேன்.

"உன்னைப் போல் நல்லவர்களும் இருப்பதால்தான் சாமியார்களுக்கு இன்னும் கொஞ்சம் மதிப்பு இருக்கிறது" என்றார் கடைக்காரர், அவர் சிவபக்தர். கூட்டத்தில் எல்லோரும் என்னைப் புகழவே, எனக்குப் பெருமிதமாக இருந்தது.

அதற்குள் அங்கே வந்து சேர்ந்த போலீஸ்காரர்கள் தங்கள் பங்குக்குப் பொன்னம்பலத்தின் முதுகைப் பதம் பார்த்தனர்.

இவ்வளவுக்கும் அவர் கலங்க வேண்டுமே. ஒரு சொட்டுக் கண்ணீர் விட வேண்டுமே! நல்ல நெஞ்சழுத்தம்!

"சும்மா அடிக்காதே, சாமி பரமசிவம் அறிய சொல்கிறேன், நான் ஒன்றும் திருடவில்லை!" என்று சொன்னபோது என்னாலேயே ஆத்திரத்தை அடக்க முடியவில்லை; போலீஸ் காரர்களுக்கு எப்படி இருக்கும்?

"பழைய கேடிபோல் இருக்கிறது" என்றுஅவர்கள் இடுப்பு பெல்டை எடுத்து விளாசினார்கள். எவ்வளவு அடிதான் தாங்க முடியும்? கீழே விழுந்த பொன்னம்பலத்தை, வைக்கோல் போரை இழுப்பதுபோல் பரபரவென்று அவர்கள் இழுத்துச் சென்றார்கள்.

"திருட்டுப் பயலுக்கு நன்றாக வேண்டியதுதான். நேற்று முழுவதும் பெரிய மகான்போலப் பேசினான். சாமி! கொழுப்பைப் பாருங்கள். பரமசிவத்தின் மேலே ஆணை வேறு வைக்கிறான்!" என்றேன் எரிச்சலாக.

கடைக்காரருக்கு என்மேல் மிகவும் சந்தோஷம்; ஒரு முழு ரூபாய் இனாமாகக் கொடுத்தார்.

நிம்மதியாகச் சாப்பிட்டாலும் என் மனசு குளிரவில்லை. 'பெரியவர் போலப் பேசி ஒரு திருடன் உன்னை ஏமாற்றி

எம்.வி. வெங்கட்ராம்

விட்டானே! பெரிய பண்ணைக்காரன் என்று வேறு சொல்லிக் கொண்டான் திருட்டுக் கழுதை; அதுவும் வெறும் கயிறு தானா?' என்பதை விசாரித்து அறிய வேண்டும் என்று எண்ணினேன். அந்தத் தெருவுக்குச் சென்று, பொன்னம்பலம் காட்டிய வீடுகளுக்கு அக்கம்பக்கத்தில் விசாரித்தபோது, அப்படி ஒருவர் துறவியாகப் போனது உண்மை என்று தெரிந்தது. போகிறது, அதுவும் பொய்க்காமல் இருந்ததே என்று நினைத்தவனாய், சன்மார்க்க சங்கத்தை நோக்கி நடந்தேன். மாமுண்டிச் சாமியிடம் சேதியைச் சொன்னால்தான் மனம் ஆறும் என்று தோன்றியது.

எல்லாவற்றையும் கேட்டுக்கொண்டு வழக்கப்படி சிரித்தார்; "அந்த வெள்ளி நகை என்ன விலை இருக்கும்?" என்று கேட்டார்.

"முப்பது ரூபாய் என்றார்கள்."

"அத்தனை சொத்துக்களையும் விட்டவர். இன்றைக்கு வீடு திரும்பினாலும் அவ்வளவும் அவருக்குக் கிடைக்கும். அவர் ஏனப்பா திருட வேண்டும்?"

"என்ன சாமி, நான் பொய்யா சொல்கிறேன்? என் கண்ணாலே பார்த்தேன். திருடினதும் இல்லாமல் பரம சிவத்தின் மேல் ஆணை வைக்கிறான். இந்தமாதிரி செய்தால் சாமியார்களை ஏன் வெறுக்கமாட்டார்கள்?"

"நீ சொல்றது உண்மைதான். திருடர்கள் சாமியார் வேஷம் போடுவதால்தான் ஆண்டியை வெறுக்கிறார்கள். ஆனால் உன் கதை, சாமியார் திருடன் வேஷம் போட்ட கதை. நேற்று ராத்திரி சொன்னாரே, கொழுப்பை ஒழிக்க வேண்டும் என்று, அதற்குத் தான் இந்த வழியைப் பிடித்திருக்கிறார்; உடல் செய்த வினையும் தீரும்; சிறையில் இருப்பதால் நிம்மதியாக தவமும் செய்யலாம் என்று அவர் நினைத்தார் போலிருக்கிறது."

"பரமசிவத்தின் மேல் பொய்ச் சத்தியம் செய்தாரே, அது என்ன நியாயம் சாமி?"

"நன்றாகச் செய்வேன், பிழை செய்வேன், நானோ இதற்கு நாயகமே?" என்றார் மாமுண்டி.

அது ரொம்ப நேரம் விளக்கிய பிறகுதான் எனக்குப் பொன்னம்பலம் திருடிய ரகசியம் புரிந்தது. என்னை சாட்சி யாக வைத்துத் திருடி, அவர் சிறைசென்று தவம் செய்ய வழி செய்து கொண்டார் என்கிற உண்மை என் களிமண் மண்டையில் இலேசில் ஏறவில்லை: ஏறியதும் எனக்கு மிகவும் விசனமாக இருந்தது.

"அப்படியானால் அவர்கள் வீட்டுக்குத் தகவல் தரட்டுமா? பாவம், என்ன அடி அடித்தார்கள்! நான் கூடத் தாடியைப் பிடித்துக் குலுக்கி அடித்தேன் சாமி! இவ்வளவு பெரிய பணக்காரருக்கு இந்த அவஸ்தை ஏன்? விஷயம் தெரிந்தால் அவர் தம்பி எவ்வளவானாலும் செலவு செய்து மீட்டு விடுவார்."

"அடப்பாவி, கெடுத்துவிடாதே!" என்று குறுக்கிட்டார் மாமுண்டி; "விடுதலை பெறுவதற்காகத்தான் அவர் சிறைப் பட்டார்; அவரை மறுபடியும் உலகச் சிறைக்கு இழுத்து விடாதே. நீ சும்மா இருந்தால் அதுவே அவருக்கு நீ செய்யும் பெரிய உபகாரம்."

அப்பால் நான் வடக்கே யாத்திரை கிளம்பிவிட்டேன். எங்கு சுற்றினாலும், எவ்வளவு சாதுக்களோடு பழகினாலும், என்னால் பொன்னம்பலனாரை மறக்க முடியவில்லை. என் வளர்ப்புத் தந்தையான லேகியச் சாமியார் இறுதிக் காலத்தில் கூறியதும் நினைவுக்கு வந்தது. 'நீ அசல் களிமண்; உன்னை உருட்டி வைக்க ஒரு குருநாதன் தேடி வருவான்' என்று அவர் சொன்னது போல் என்னைத் தேடி வந்தவர் பொன்னம்பலனார்தான் என்று எனக்கு நம்பிக்கை உண்டாகிவிட்டது. தேடி வந்தவரைப் பிடித்து ஜெயிலுக்கு அனுப்பிவிட்டேன் என்கிற எண்ணம் என்னை முள்ளாய்க் குத்திக் கொண்டிருந்தது. சுமார் இரண்டு ஆண்டுகளுக்குப் பிறகு ஓர் ஆடிக் கிருத்திகையன்று சுவாமி மலையில் இருந்தேன். அன்றைக்கு எனக்கு உடம்பு சுகம் இல்லை; ஒரு வீட்டுத் திண்ணையில் அன்று இரவு முனகியபடி படுத்துக் கிடந்தேன். நள்ளிரவு இருக்கும் 'நமசிவாயம்' என்னும் குரல் கேட்டுத் துள்ளி எழுந்தேன்.

என் எதிரில் பொன்னம்பலனார் நின்றார்; அப்படியே, அன்றைக்கு நான் பார்த்தது போலவே இருந்தார். "நான் மகாபாவி, உங்களை அடித்து, ஜெயிலுக்கும் . . ."

"நமசிவாயம்! நீ நல்ல களிமண்; எழுந்திரு!" என்று அவர் தூக்கி நிறுத்திய போது என் ஜுரம் பறந்துவிட்டது.

"சாமி! இந்தக் களிமண்ணை நீங்கள் உருட்டி உருவாக்க வேண்டும். நான் உங்கள் அடிமை" என்றேன்.

"என்னிடம் இன்னும் மிச்சம் இருக்கிறது; அதையும் செலவு செய்து தொலைக்கவேண்டும்; நாளைக்கு நான் சிறைக்குப் போகிறேன் . . ."

"மறுபடியுமா? வெளியில் இருந்து சாதிக்க முடியாததை . . .

எம்.வி. வெங்கட்ராம்

'பளார்' என்று கன்னத்தில் விழுந்த அறை என்வாயை மூடியது. "ரொம்பத் தெரிந்தவன் நீ. எனக்கு வேறு உபதேசம் செய்கிறாயா? இரண்டு வருஷங்கள் கழித்து ஆடி முதல் கிருத்திகையன்று உன்னை இதே கோயில் வாசலில் எதிர் பார்க்கிறேன். இருப்பாயா?"

"இருக்கிறேன், சாமி!"

"அதுவரையில் என்ன செய்வாய்?"

"பஞ்சாட்சரம் சொல்லிக் கொண்டிருப்பேன்..."

என் பதில் ஆண்டிக்கு மகிழ்ச்சி அளித்தது போலும், என் உடல் முழுவதும் தொட்டுத் தடவினார். எனக்குப் புது வலிமை உண்டானதை உணர்ந்தேன்.

"சொல்வதைக் கவனமாய்க் கேட்டுக் கொள். நான் திரும்பிவரும் வரையில் தென்னாட்டு க்ஷேத்திரங்களில் சுற்றிக் கொண்டிரு. எந்த இடத்திலும் மூன்று இரவுகளுக்கு மேல் தங்கக்கூடாது. வயிற்றுத் தீயைத் தணிக்கத்தான் திருவோடு ஏந்தினோம்; நாளைக்காகச் சமைத்து வைப்பதற்காக அல்ல என்பதை ஞாபகத்தில் வைத்துக்கொள். சேமிக்க முயலுவதை விடத் திருடுவது மிகக்கேவலம். சினிமா பார்ப்பது பெரும் பாவம். உன் பெயரை ஒருபோதும் மறக்காதே!" என்று கூறி விட்டு குருசாமி தெருவில் இறங்கி விசையாக நடந்தார்.

༺ ༻

மாளிகை வாசம்

கண்ணாடியில் என் உருவத்தைப் பார்த்த எனக்கே திடுக்கிட்டது. இதைப் போன்ற இதயச் சுமையுடன் இன்னும் கொஞ்சநாள் வாழ்ந்தால், என் உடலையும், அழகையும் மரணத்திடம் ஒப்படைக்க வேண்டியது தான் என்ற திகில் எழுந்தது.

ஆறு மாசத்துக்கு முன்னால் நானும் என் கணவரும் சேர்ந்து எடுத்துக் கொண்ட முழு உருவப்படம் பக்கத்தில் நின்றது. அந்தப் படத்தைக் கவனித்துப் பார்த்தேன். அந்தக் காலத்தில் இருந்த என்னுடைய, அழகையும் இப்போது உதிரும் அழகையும் காண எனக்கு மிகவும் கிலேசமாக இருந்தது.

அப்போது - ஆறுமாதத்திற்கு முன்னால் - நான் ஒரு கனவு உலகத்தில் வாழ்ந்து வந்தேன். என் அழகைப் பற்றி எனக்கு மிகுந்த கர்வம் இருந்தது.

செக்கச் செவேலென்று இருக்கும் என் மேனியில், யௌவனத்தின் கட்டுக் கோப்பை வெளியிடும் மெலிந்த பூனா சேலையைக் கட்டிக்கொண்டு, முழங்காலைத் தொடும் நீண்ட கருத்த அளகபாரம் ஊசலாட, ஒயிலுடன் நான் தெருவில் நடக்கும் போது இளமை மனிதன் இமை கொட்டாமல் விரிந்த, வெறி நிறைந்த கண் களுடன் பார்த்துக்கொண்டு நிற்பான். அதில் ஒரு திருப்தி எனக்கு, நான் விரும்பியிருந்தால் - நான் ஒரு விரலை அசைத்திருந்தால் ஆயிரம் மனிதர்கள் என் காலடியில் வந்து விழுந்திருப்பார்கள். என்னுடைய ஒரு புன்முறுவலுக்கு ஆயிரம் இளைஞர்கள் உயிர் கொடுக்க ஆயத்தம் ஆகியிருப்பார்கள். ஆனால் நான்

மனிதனை நோக்கிச் சிரித்தேன்; அவன் மனத்தில் எரிச்சலை மூட்டி அவன் கலங்குவதைக் கண்டு சந்தோஷமடைந்தேன்.

தாயும் தகப்பனாரும் என் கலியாணத்திற்கு வரன் தேடும் முயற்சியில் இருந்தார்கள். எனக்கும் விவாகத்தில் வெறுப்பு இல்லை. பெண்களுக்கோ ஆண்களுக்கோ அந்த பந்தம் எவ்வளவு அவசியமானது என்று எனக்குத் தெரியும். சரியான சமயத்தில் சரியான காரியம் சரியான முறையில் நடைபெற வேண்டிய அவசியத்தையும் நான் உணர்ந்திருந்தேன். ஆனால் அதற்காக என்னுடைய பேரழகை அதன் மதிப்பு அறியாதவனிடமோ, குரூபமானவனிடமோ அடிமையாக்க எனக்கு இஷ்டமில்லை. எனக்குத் தகுந்த புருஷனுடன் – அவன் அழகன், அறிவாளி இன்பமாகக் கூடி வாழவேண்டும் என்ற ஆசைதான் எனக்கு இருந்தது; நியாயமான ஆசை தானே?

அதை என் பெற்றோரிடம் தெரிவித்தேன். என் விருப்பத்தைப் பூர்த்தி செய்வதாக அவர்கள் ஒப்புக்கொண்டார்கள். என் தகப்பனாருக்கு என் மனோபாவம் நன்றாகத் தெரியும். அவருக்கும் என் அழகில் ஒரு பெருமை; ஆகவே அவர் எனக்காக மிகவும் அழகான புருஷனைத் தேடிக்கொண்டு இருந்தார்.

என்னிடம் பல இளைஞர்களின் 'போட்டோக்கள்' வந்து குவிந்தன. பெரிய பணக்காரரின், அழகான ஒரே பெண்ணை மணம் செய்து கொள்ள யாருக்குத்தான் தயக்கமாக இருக்கும்? ஆனால் ஒருவனுடைய படமும் எனக்குப் பிடிக்கவில்லை. எனக்கே சில சமயம் ஆச்சரியமாகக்கூட இருந்தது – அந்தப் படங்களை அனுப்பியவர்கள் கண்ணாடியில் முகம் பார்த்துக் கொள்வதே இல்லையா! அத்தனை கோரம்!

கடைசியில் அவருடைய படம் எப்படியோ என்னிடம் வந்து சேர்ந்தது. அதைப் பார்க்கும் போதே நான் என் மனதைப் பறிகொடுத்தேன். இவ்வளவு அழகான மனிதன்கூட இருக்கிறானா என்று எனக்கு ஆச்சர்யமாக இருந்தது. ரவீந்திரரைப் போல் தலைமயிரைக் கத்தரித்து விட்டுக் கொண்டு, மிகவும் அழகான உடையில், கம்பீரமாக நிற்கும் அந்த உருவத்தைப் பார்க்கப் பார்க்க என் உள்ளம் பூரித்தது. அந்தப் படத்திடம் நான் என்னைப் பரிபூரணமாக ஸமர்ப்பித்துக் கொண்டேன்.

இரவு முழுவதும் அந்தப் படம் என் மார்பிலே கிடந்தது; தூக்கம் கலையும் போதெல்லாம் நான் அதைப் பல முறை முத்தமிட்டேன். என்னுடைய எதிர்கால புருஷரின் அந்த அழகு ஓயாத சஞ்சலத்தை உண்டாக்கிக் கொண்டிருந்தது.

என்னுடைய நினைவைப் புரிந்து கொண்டார்கள் என் பெற்றோர்கள். தங்களுடைய ஒரே பெண்ணின் நலத்தை வேண்டி அவர்கள் அந்தப் படத்தின் சொந்தக்காரருக்கு எழுதி என்னுடைய விவாகத்துக்கு முடிவு செய்தார்கள். முடிவு செய்வதற்கு முன் என் தகப்பனாரே ஒரு முறை நேரில் சென்று 'அவரைப் பார்த்துவிட்டு வந்தார்; மிகவும் திருப்தியுடன் சொன்னார்; "நீலா நீ அதிர்ஷ்டக்காரிதான். பையன் மிகவும் அழகாக இருக்கிறான்; ரொம்ப ஸாது; அதிகம் படிக்க வில்லையாம்; ஆனாலும் நல்லவன்; வெகுளி; ஏராளமாக சொத்தும் இருக்கிறது. தகப்பனார் இல்லை; தாயாரோ ரொம்ப நல்லவளாக இருக்கிறாள். உனக்கு என்ன குறைச்சல்?"

கடைசியில் கல்யாணம் நடந்து விட்டது. பெரிய வீட்டு முகூர்த்தத்தில் நெருக்கடிக்குச் சொல்லவா வேண்டும்? அந்த நெருக்கடியிலும் கும்மாளத்திலும் அவரை நான் எப்படியோ கள்ளத்தனமாகப் பார்த்தேன். அவருடைய அழகு என்னைப் பரவசப்படுத்தியது. அழகான தலைமயிர், விசாலமான நெற்றி, சலிக்கும் கருவிழிகள், அகன்ற மார்பு – எல்லாம் எனக்கு ஒரு போதைக் கனவுபோல்தான் இருந்தது. என்னுடைய பாக்கியத்தை எண்ணி பூரிப்படைந்தேன்.

தடபுடல் எல்லாம் முடிந்து, என் ஹிருதயத்தில் தம் முடைய உருவப் படத்தைப் பதித்து விட்டு, அவர் ஊருக்குச் சென்றுவிட்டார்; பிறகு சிறிது காலம் எதிர்கால இன்பக் கற்பனையிலும் நிகழ்காலத் துயரத்திலும் எவ்வாறோ கழிந்தது.

அப்பால் ஒரு கத்தைக் கனவுகளுடன் புக்ககம் போகப் புறப்பட்டேன்; அவரிடம் எப்படிப் பேசுவது, அவருக்கு எப்படி எப்படிப் பணிவிடை செய்து திருப்தி செய்வது என்பதைப் பற்றி எல்லாம் பல யோசனைகள் செய்து வைத்திருந்தேன்.

வந்து சேர்ந்தேன் புக்ககத்திற்கு, முதலாவதாக. அங்கே எனக்கு ஆச்சரியம் ஊட்டிய விஷயம் – மாமியார்தான். கதைகளில் படித்திருக்கிறேன், வாழ்க்கையிலும் பார்த்திருக்கிறேன். மாமியார்கள் செய்யும் 'லூட்டி'யை. ஆனால் என்னுடைய மாமியார் பரம ஸாது; என் அகத்துக்காரர் என்னை விட்டு விட்டுச் சென்றவுடனே என்னைக் கூப்பிட்டாள் அவள். தழுதழுத்த குரலில் கூறினாள்: "நீலா, ஜம்பு குழந்தைபோல்; மிகவும் செல்லமாக அவனை வளர்த்துவிட்டேன். ஒரே குழந்தை; அப்பாவும் சிறு வயதிலே போய்விட்டார். உலக விவகாரம் ஒன்றுமே அவனுக்குத் தெரியாது. நீதான் அவனைப் பார்த்துக் கொள்ளவேண்டும்!"

பதில் பேசாமல் தலைகுனிந்து கொண்டிருந்தேன். அவள் மறுபடியும் சொன்னாள்: "எனக்கும் வயதாகிவிட்டது; போக வேண்டிய காலம்தான்; அவன் நாதி இல்லாதவன் ஆகி விடுவான்; நீதான் கவனித்துக்கொள்ள வேண்டும்."

பேசும்போதே அவளுடைய குரலில் அழுகை ஒலித்தது; எனக்கு மிகவும் தர்ம சங்கடமாகிவிட்டது. 'வயதானவர்களே இப்படித்தான்' என்று நினைத்துக்கொண்டு மௌனமாக இருந்துவிட்டேன்.

என் மனத்திற்குள்ளும் அவிக்க முடியாத ஆசை பெருகிக் கொண்டே இருந்தது. மாமியார் இல்லாத சமயத்தில் 'அவரு'டன் பேச வேண்டும் என்ற இச்சை அதிகமாகி வந்தது. அவள் இருக்கும் போதே பேசலாம்; ஆனால் எனக்கு ஸங்கோசமாக இருந்தது. ஒரே வீட்டில் இருக்கிறோம்; என்னைப் போலவேதானே அவரும். வெட்கத்தினால் பேசாமல் இருக்கிறாரே என்று நினைத்துக் கொண்டேன். நான் சமையல் அறையிலிருந்து வெளியே தலை காட்டுவதில்லை.

இரண்டு மூன்று நாளைக்குப் பிறகு, மாலையில் மாமியார் கோயிலுக்குப் போயிருந்தாள். அந்தச் சமயத்தில், வெட்கத்தால் ஏற்பட்ட தயக்கத்துடன், 'அவர்' இருந்த அறைக்குச் சென்றேன். அதே சமயம் 'அவரும்' அறையின் வெளியே வந்து கொண்டிருந்தார்.

"நீலா!" என்றார் அவர்.

அந்தக் குரலைக் கேட்டதும் எனக்கு மனம் ஜில்லிட்டது; பெண்களைப் போல் நீட்டிக் கீச்சுக்குரலில் பேசினார் அவர்! நடக்கும்போதும், கைகளை வளைத்து நடனமாது போன்று நடந்தார்.

என் மனதில் ஏதோ ஒன்று அழுத்தியது. ஆனால் சமாளித்துக்கொண்டு பேசாமல் நின்றேன்.

"நீலா, அம்மா கோயிலுக்குப் போயிருக்கிறாள். எனக்கு உன்னோடு பேச ரொம்ப ஆசையாயிருந்தது. ஆனால் அவள் இருக்கும்போது வருவதற்கு வெட்கமாயிருந்தது. இங்கே வா," என்றார் 'அவர்.'

அந்தக் குரல் எனக்கு ஏனோ அருவருப்பு உண்டாக்கிற்று. அழுகையும் வந்தது. ஆனால் அடக்கிக்கொண்டு அறையைச் சுற்றிப்பார்த்தேன், அவரைப் பாா்க்காமல்.

அறையில் ஏராளமான படங்கள் இருந்தன. ஆனால் எல்லாவற்றிலும் என் மனதை மிகவும் கவர்ந்த படம்– 'அவரை'ப் போலவே முகத்தோற்றமுள்ள ஒரு பெண்ணின்

படம். ஒருவேளை 'அவருடைய' சகோதரியாக இருக்குமோ என்று நினைத்தேன்; ஆனால் அவருக்கு அப்படி யாரும் இல்லை என அப்பா நிச்சயமாகச் சொன்னாரே!

இனி 'அவருடன்' பேசாமல் இருப்பதும் எப்படி? ஆகையால் மெதுவாகக் கேட்டேன். "இந்தப் படம் யாருடையது? உங்களுக்கு யாராவது தங்கை தமக்கை இருக்கிறார்களா?"

அவர் சிரித்தார். ஐயோ, அந்தச் சிரிப்பு, பெண்கள் சிரிக்கும் அந்தச் சிரிப்பு! சகிக்கமுடியவில்லை என்னால்!

"அந்தப்படம் நான்தான்!"

இதைக் கேட்டதும் திடீரென்று எனக்கு ஒரு சந்தேகம் பிறந்தது. ஒருவேளை அவர் சிறந்த நடிகராக இருக்கலாம்; ஸ்திரீ வேஷத்தில் அந்தப்படத்தைப் பிடித்துக் கொண்டிருக்கலாம். புதிதாக மனைவியைச் சந்திக்கும் இச்சமயத்தில் தமாஷ்செய்ய வேண்டி இவ்வாறு நடித்துக் கொண்டிருக்கலாம் என்று தோன்றியது எனக்கு.

நாற்காலியில் உட்கார்ந்திருந்த அவர் கூப்பிட்டார்; "நீலா, என் பக்கத்தில் வா."

போனேன்; நாற்காலிக்கு எதிரிலிருந்த மேஜைமீது ஒரு பெரிய நிலைக்கண்ணாடி பொருத்தியிருந்தது, மேஜைமேல் வரிசையாகப் பலவித சென்ட் பாட்டில்கள், ஸ்னோக்கள், ஹேர்பின்கள், வாசனைத் தைலங்கள் – எல்லாம் இருந்தன. பெண்களின் 'டிராயிங்ரூம்' போல் இருந்தது அந்த அறை.

அவர் தலைவாரிக் கொண்டிருந்தார். "நீலா, இந்த 'ஹேர்பின்'னைக் காதின் பக்கமாகச் சரியாகப் போட்டு விடுபார்க்கலாம்,"என்றார்.

நான் செய்தேன்; சந்தோஷத்துடன்தான், அவர் எனக்கு ஏதோ 'நடிப்பு' காட்டப் போகிறார்! அந்தக் கலையில் எவ்வளவு உயர்ந்திருக்கிறார் என்று பார்க்கலாமே என்ற ஆவல்.

ரொம்ப நேரம் வரை கிராப்பை வாரிவிட்டுக் கொண்டார்; பின்னர் 'ஸெண்ட்'எடுத்து பூசிக் கொண்டார். அப்பால் குழைத்து வைத்திருந்த சந்தனத்தை எடுத்துத் தடவிக் கொண்டார், கழுத்தில் கூட.

அவருடைய 'ஸ்திரீ பார்டை'ப்பார்க்க ஆர்வத்துடனிருந்த என்னால் அதிக நேரம் பொறுக்க முடியவில்லை. ஆனால் வெட்கம் என்னைப் பேசவிடவில்லை அதற்குள் மாமியார் குரல் கேட்டது; "நீலா!"

நான் சங்கோசத்துடன் ஓடிப்போய்விட்டேன் உள்ளே.

அன்றிரவு நன்றாகத் தூங்கினேன். 'அவருடைய' கலா மேதையைக் காண்பதற்குள் கரடிவிட்டாளே மாமியார் என்ற குறை எனக்கு. மறுநாள் காலையில் எனக்கு எழுந்திருக்கும் போது வெகுநேரம் ஆகிவிட்டது. விழிக்கும்போதே 'அவர்' இருக்கும் அறையில் ஏதோ சத்தம் கேட்டது, 'அவருக்கும்' மாமியாருக்கும் ஏதோ தகராறு நடந்து கொண்டிருந்தது.

அவள் சொல்லிக் கொண்டிருந்தாள்: "பாவி, என் மானத்தை வாங்குகிறாயே! நல்ல வேளையாக அவள் இன்னும் விழித்துக் கொள்ளவில்லை, இதென்ன கூத்து! வேண்டாமடா! அந்த சேலையை இப்படிக் கொடு! அதைக் கீழே போடு சீக்கிரம்... முகத்திலே பூசியிருக்கிற மஞ்சளைக் கழுவு. போ சீக்கிரம்!"

சேலையாவது, மஞ்சளாவது? எனக்கு ஒரே பிரமிப்பா யிருந்தது. சுவருக்குப் பக்கத்தில் நின்று கவனித்துக்கேட்டேன்.

"இல்லை, அம்மா, நான் இன்றைக்கு சேலைதான் கட்டிக் கொள்ளப் போகிறேன். நீலாவுக்கு ரொம்பப் பிடிக்கும்!"

"அட பாவி, அவளுக்கு வேறு தெரியும்படி செய்து விட்டாயா?"

'அவர்... கோப'மாகப் பேசினார்:

"நீ இப்போது அந்த வளையல்களையும் சேலைகளையும் கொடுக்கப் போகிறாயா இல்லையா? எனக்கு ரொம்பக் கோபம் வந்துவிடும் தெரியுமா?"

எனக்கு ஒன்றும் புரியவில்லை. இது என்ன நாடகம்? அறையை விட்டு மெதுவாக வெளியே வந்தேன். அவர்கள் இருந்த அறை உள்பக்கம் தாளிட்டிருந்தது. சாவித்துவாரம் வழியாகப் பார்த்தேன்.

அவளுடைய ஒரு கையில் பொன் கண்ணாடி வளையல் களும், இன்னொரு கையில் ஒரு சேலையும் இருந்தன. 'அவர்' முகத்தில் சுமங்கலிபோல் மஞ்சள் பூசிக் கொண்டு, அந்த சேலையும் வளையல்களும் கொடுக்கும் படி வம்பு செய்து கொண்டிருந்தார். கடைசியில் அவரைப் பிடித்துத் தள்ளி, எல்லாவற்றையும் தூக்கி அலமாரியில் வைத்துப் பூட்டிவிட்டு, வேறுவாயில் வழியாக அவரை வெளியில் இழுத்துச் சென்றார் மாமியார்.

எல்லாம் விளக்க முடியாத ஒரு புதிர் போன்று இருந்தது எனக்கு, ஏதேதோ எண்ணிப் புலம்பும் மனதுடன் மறுபடியும்

படுக்கைமேல் போய் விழுந்தேன். முந்தின நாள் நடந்த நிகழ்ச்சிக்கும், இன்று நடப்பதற்கும் உள்ள சம்பந்தம் ஒன்றுமே எனக்குப் புரியவில்லை; கண்களை மூடிக்கொண்டு பேசாது கிடந்தேன்.

கொஞ்ச நேரத்துக்கப்பால் அறையில் காலடிச் சத்தம் கேட்டது. பாதிக் கண்களைத் திறந்து பார்த்தேன் – 'அவர்?' மெதுவாக, பூனைபோல் கால் மேல் கால் எடுத்து வைத்து வந்தார்; என்னுடைய துணிகள் உள்ள இடத்துக்குச் சென்று என் 'பாடி' ஒன்று, ரவிக்கை ஒன்று, சேலை, மூன்றையும் சுருட்டிக்கொண்டு வெளியே புறப்பட்டார். அந்த சமயத்தில் வந்து சேர்ந்தாள் மாமியார்!

"அட, மறுபடியுமா! சொன்னால் கேட்க மாட்டாயா? அதையெல்லாம் கீழே போடு!" என்று கத்தினாள் அவள்.

"மாட்டேன், மாட்டவே மாட்டேன்," என்று அவளை விட உரத்துக் கத்தினார் 'அவர்.'

தாங்கமுடியாமல், அப்போதுதான் கண் விழிப்பவள் போல் எழுந்து உட்கார்ந்தேன். நான் எழுந்ததைப் பார்த்ததும் அவர், "இதோ பார் நீலா, நான் சேலை கட்டிக் கொள்கிறேன் என்றால் அம்மா விடமாட்டேன் என்கிறாள். எனக்கு வெட்கமாயிருக்கிறது?" என்றார்.

வயதான மாமியார் கூக்குரலிட்டாள். அவர்மேல் பாய்ந்து கையிலிருந்த துணிகளை எடுத்து எறிந்து விட்டு 'பர பர' வென்று இழுத்துச் சென்று பக்கத்து அறையில் அடைத்து விட்டாள். உள்ளிருந்து அவர் கொஞ்ச நேரம் கத்திக் கொண்டிருந்தார்; பிறகு அடங்கி விட்டார்.

மாமியார் என் முகத்தில் விழிக்கவே வெட்கப் பட்டாள் போலும். ஏதேதோ வேலையில் ஈடுபட்டிருப்பவள் போல் பாசாங்கு செய்துகொண்டிருந்தாள்.

ஆனால் என் நெஞ்சு தத்தளித்துக் கொண்டிருந்தது. உண்மையை அறிய வேண்டும் என்ற ஆவலுடன் வலுக் கட்டாயமாக நானே அவளிடம் சென்றேன்.

"இது என்ன மாமி?" என்று மெதுவாகக் கேட்டேன்.

அவள் தயங்கினாள். ஏதோ கூறி மழுப்ப முயன்றாள்; ஆனால் நான் விடவில்லை. கடைசியில் கூறினாள்; "அவனுக்கு இது ஒரு பைத்தியக்கார குணம் – எப்போதாவது இப்படி வேஷம் போட்டுக்கொள்ள வேண்டும் என்று தகராறு செய்வான்."

எம்.வி. வெங்கட்ராம்

"அந்தப் படம்? பெண் வேஷத்துடன் ..."

"ஆமாம் பெண் வேஷத்துடன் ஒரு முறை எடுத்தது ..."

பிறகு அவள் நழுவிட்டாள். என்னுடைய நாடிகள் அனைத்துமே இடம் பெயர்ந்து நழுவுவது போன்ற உணர்ச்சி எனக்குள். ஒருவேளை 'அவர் பைத்தியமேதானோ?' என்ற சந்தேகம் என் மனதைப் பிளந்தது. 'அது எப்படி முடியும்? கலியாண சமயத்தில் மிகவும் அமரிக்கையாக நடந்து கொண்டாரே?' என்ற சிந்தனை மறுபுறம். ஒன்றுமே தோன்றாமல் திகைப்பு உண்டானதுதான் மிச்சம்.

ஆனால் என்னுடைய சந்தேகம் இரண்டு மூன்று நாட்களில் தீர்ந்துவிட்டது. அன்று மாமியார் – தற்செயலாக வெளியே போயிருக்கும் சமயம் – 'அவரை' அண்டினேன்.

அப்போதுதான் எனக்கு உண்மை புலப்பட்டது. ஐயோ! 'அவர்' அல்ல' – அவனே' அல்ல – ஆணோ அல்ல – பெண்ணும் அல்ல – 'அவர்' என்று நான் நினைத்தது, தொழுதது எல்லாம் ஒரு வெறும் 'அது' தான் – அலி! பேடி!

எனக்கு இடி விழுந்தாற்போல் ஆகிவிட்டது. சிரிப்புடன் பிறந்த என்வாழ்க்கை அழுகையாகிறது; அந்த மாமியார் மீது சொல்ல முடியாத அருவெறுப்பு உண்டாயிற்று. பேடியைப் பெற்றெடுத்த அந்தப் பெண் பிள்ளையின் சூதுதான் இவ்வளவும். அதனால்தான் 'அதை' என் தகப்பனாரின் முன்னிலையில் அதிகமாகப் பேசவிடவில்லை. அதனால்தான் கலியாண சமயத்திலும் மணமகனுக்கு 'அதிக தடபுடல் வேண்டாம்' என்று அடிக்கடி குறுக்கிட்டுக் கொண்டிருந்தாள்.

நான் தனிமையில் அழுதேன். அவள் வந்ததும்பாய்ந்து அருகில் சென்றேன், அழுகையுடனேயே.

"ராக்ஷஸி! சூதுக்காரி! என்னுடைய வாழ்க்கையையே நாசம் செய்துவிட்டாய்!" எனறு கத்தினேன்.

திடுக்கிட்டவள் போல் கூறினாள்:

"ஏன் என்ன விஷயம்? மெதுவாகச் சொல்லு, அம்மா!"

அவளுடைய சாந்தமான பேச்சு என் நெருப்பை இன்னும் அதிகப்படுத்தியது.

"சண்டாளி, அலிக்குக் கலியாணம் செய்து பார்க்க வேண்டும் என்று உனக்குத் தோன்றியதா? பேடியைப் பெற்றதும்அல்லாமல், கல்யாணம் செய்து 'சொகுசு' வேறு பார்க்க நினைத்தாயா?"

அவள் பிரமிப்புடன் விழித்துக்கொண்டே, மெதுவாகக் கூறினாள்: "நிஜமாகவா? எப்போதாவது சேலைகட்டிக் கொண்டால் – அலியாகி விடுவானா?... இல்லை..."

"போதும் போதும் 'அவன்' என்று சொல்லாதே அது, அது, அது?"

தாங்கமுடியாத அழுகையுடன் கீழே விழுந்தேன். அவள் போய்விட்டாள். அந்தப் பெரிய வீடு, பெரிய சுடுகாடுபோல் தோன்றியது: கடினமான நினைவுகள் வந்து வந்து மோதின. என்னுடைய இந்த நிலைமைக்குப் பொறுப்பாளி யார்? என்னுடைய அந்தக் கற்பனைக் கல் கோட்டை அகம்பாவ அஸ்திவாரம் தகர்ந்து போனதற்குக் காரணம் என்ன? அழகான புருஷனை வேண்டினால் அதற்கு இந்த மாதிரியான தண்டனையா தெய்வம் கொடுக்கும்?

குப்புறக்கிடந்து, வெகு நேரம் அழுதுகொண்டிருந்தேன். யாரோ என் முதுகை மெதுவாகத் தடவினார்கள். நிமிர்ந்து பார்த்தேன்... அவள்.

மெதுவாகச் சொன்னாள்: "நீலா"

இப்போது நான் ஆத்திரப்படும்நிலையில் இல்லை. மனதில் வேதனை மிகுந்த பாரம் தேங்கியிருந்தது. ஆகையால் மௌன மாக இருந்தேன்.

"நான் இப்படி நினைக்கவே இல்லை... நிஜமாக ஒரு. பைத்தியக்கார குணம் என்றுதான் எண்ணியிருந்தேன். சின்ன வயதிலேயே அவனுடைய தகப்பனார் செத்துவிட்டார். நான் அவனை ரொம்ப செல்லமாக வளர்த்தேன். அந்தக் காலத்தில் அவனுக்கு சடைபின்னி பெண்போல் அலங்காரம் செய்து அழகு பார்ப்பதில் எனக்கு ஒரு திருப்தி. அதனால்தான் அவன் படிக்கவுமில்லை; வீட்டை விட்டு வெளியே போவதே யில்லை. வயது வந்த பிறகுகூட திடீர் திடீர் என்று சேலை கட்டிக்கொள்ள வேண்டுமென்று சொல்லி, கட்டியும் கொள்வான். நானும் அவன் கேட்பதற்குத் தடை சொல்வ தில்லை. அவன் வளையல்கள்; தொங்கல், மாட்டல் எல்லாம் கேட்டபோது உடனே வாங்கிக் கூடத் தந்தேன். இவை யெல்லாம், ஒரு காலத்தில் என் மருமகளுக்கு உபயோகப் படப்போகிறது என்பதற்காகத்தான் இப்படிச் செய்தேன். நீலா! மகனுக்குக் கலியாணம் செய்து சந்தோஷப்படுவதைப் பார்க்க வேணும் என்றுதான் நான் ஆசைப்பட்டேன். ஆனால் – இது இப்படி முடியும் என்று நான் நினைக்கவே யில்லை... ... ..."

எம்.வி. வெங்கட்ராம்

ஒரே மூச்சில் அவள் சொல்கிறாள்; அவள் தெரியாமல் செய்த பிழை என்கிறாள்; மகனுக்குக் கலியாணம் செய்து களிக்க ஆசைப்பட்ட தாய் அவள்; அவள்மீது யாதொரு தவறுமில்லை. ஆனால் என் வாழ்க்கை என்ன ஆவது இனி?

"அவனை நான் உன் தகப்பனார் முதலானவர்களிடம் அதிகம் பேசவிடாமல் தடுத்ததற்குக் காரணம்கூட அதுதான்; அவனுடைய பேச்சு, நடையினால் கலியாணத்துக்கு மறுத்து விடுவாரோ என்று நான் பயப்பட்டேன். ஆனால் நான் இப்படி நினைக்கவேயில்லையடீ! உன்னுடைய வாழ்க்கையைக் கெடுப்பதால் எனக்கு என்ன லாபம் வந்துவிடப் போகிறது? . . ."

கிழவி பேசினாள்; அழுதாள்; அவள்மீது வந்த என்னுடைய சினம் தணிந்துவிட்டது. பரிதாபம் மேலிட்டது. நான் அழுதேன்.

அன்று இரவே அவளுக்குக் கடுமையான ஜ்வரம் கண்டது. இரண்டு நாட்கள் வாய்க்கு வந்தபடி பிதற்றிக் கொண்டிருந்தாள். தெரியாமல் செய்த பிழைக்காக என்னிடம் மன்னிப்பு கேட்டாள். பணப்பெட்டியின் சாவியை என்னிடம் கொடுத்தாள்; கால்களில் விழுந்து கெஞ்சினாள். அப்பால் இரண்டு மூன்று நாளில் அவள் கதை முடிந்துவிட்டது.

அவளுக்குப் பக்கத்தில் பணிவிடை செய்துகொண்டிருந்த எனக்கு வேறு ஒரு சிந்தனை செய்யவும் நேரம் இல்லை. அவள் இறந்த செய்தியைத் தகப்பனாருக்குத் தெரிவிக்கவே இல்லை; சடங்குகளை எல்லாம் இரவோடு இரவாக முடித்து விட்டேன்; 'அது'வும் நானும், புருஷனும் மனைவியுமாக நின்று கருமாதிகளை முடித்தோம். ஆமாம்; புருஷனும் மனைவியுமாகத்தான்!

இப்போது வீட்டில் நாங்கள் இருவர்தான்; அந்தப் பெரிய மாளிகை என் கைவசம்; பெட்டிச் சாவியும் என்னிடம்தான். நான் நினைத்தால் பணத்தில் புரளலாம்; ஆனால் பணம் புருஷனாகுமா?

ஆகும். ஆனால் உலகம் ஏற்குமா? என் பெற்றோர்கள் தான் சம்மதிப்பார்களா? எனக்கு 'புருஷன்' இல்லை; எனக்கு நடந்த கலியாணம் ஒரு பொம்மைக்கலியாணம் தான்; எனக்கு இன்னும் கன்னி கழியவில்லை என்று எப்படிச் சொல்வது? அவர்கள் நகைக்கமாட்டார்களா? கழுத்தில் இருக்கும் இந்தத் தாலி, இது வாஸ்தவமில்லை என்று எப்படி விளக்குவது?

அப்பாவிடம் போகலாம்; ஆனால் பயன்? அவர் என்ன செய்வார்? நான் தர்மப்படியும் சட்டப்படியும் கலியாணம் ஆகாதவள்தான் என்று அவரிடம் நிருபிப்பதுதான் எப்படி?

அந்தப் பெரிய வீட்டை நோக்கினேன், பெரிய பீரோவில் உள்ள நகை, பணத்தையும் பார்த்தேன். அவைகளை நான் ஏன் அனுபவிக்கக் கூடாது? அவைகளை நான் ஏன் விட்டுச் செல்ல வேண்டும்?

ஒரே திகைப்பில் இருந்த நான் இறுதியான ஒரு முடிவுக்கு வந்தேன் இந்த வெட்கக்கேட்டை வெளி உலகில் சொல்லிக் கொண்டு, அவமானப் படுவதைவிட, வாழ்க்கையையே ஒரு 'நடிப்பாக'க் கழித்துவிடுவது என்று தீர்மானித்தேன். 'அதை' அதனுடைய இஷ்டபடி விட்டுவிட்டு, நான் ஊரில் உள்ள பெண்களுடன் சேர்ந்து திரிய ஆரம்பித்தேன்.

புதுமைப்பெண் சமூகம் என்னை மிகவும் பிரியத்துடன் ஏற்றுக் கொண்டது. 'டீ'க்காக உடுத்துக்கொண்டு சகல அலங்காரத்துடன் ஊரின் பெண் முன்னேற்றத்துக்குப் பாடுபட ஆரம்பித்தேன்! ஆனால், வெளியில் எவ்வளவுதான் நிம்மதியாகத் தோன்றினாலும், உள்ளுக்குள் திகிலாகவே இருந்தது. என்னுடைய தாம்பத்ய ஜீவியத்தின் உண்மை நிலையை அந்த சமூகம் அறிந்தால் என்னுடைய மதிப்புக்குப் பங்கம் ஏற்பட்டுவிடுமே என்ற பயம்; புருஷனும் மனைவியுமாகச் சேர்ந்து சந்தோஷமாகச் செல்வதைப் பார்த்தால், சகிக்க முடியாத வியாகூலம்; குழந்தைகளைக் கண்டால் விவரிக்க முடியாத ஏக்கம்; கட்டுப்படுத்தப்பட்ட யௌவனத்தின் சவுக்குகள் வேறு; என்னுடைய கர்வத்துக்குக் காரணமான அழகு சரிந்து போகும் பரிதாபம், ஆனால், வெளியிலோ, முகத்திலோ, ஒரு 'பாவனை' மகிழ்ச்சி! இந்தப் போலி இரட்டை வாழ்க்கை எத்தனை நாள்தான் நிலைக்க முடியும்? எத்தனை நாள்தான் 'சரியாக' நடிக்கமுடியும்? என்றாவது ஒரு நாள் என் நடிப்பில் தவறு ஏற்படாதா? அந்தத் தவறை உலகம் காணமுடியாவிட்டாலும் எனக்குக் கூடவா தோன்றாமல் போய்விடும்? அந்த நாள், என் கதி என்ன ஆகும்?

அந்த நாளே வந்தது! என்னுடைய வாழ்க்கையின் போக்கை நிர்ணயிக்கும் அந்தத் தினமே வந்து விட்டது!

அன்று என்னுடைய தோழி ஒருத்தி வந்து சேர்ந்தாள். அந்த வீட்டில் என் சிநேகிதிகளில் யாரையுமே நான் வரவிடுவ தில்லை; தவறி வந்துவிட்டாலும் 'அது' வெளியே வந்து விடாதபடி ஜாக்கிரதை எடுத்துக் கொள்ளுவேன். ஆனால் எதிர்பாராத சமயத்தில் அவள் வந்துவிட்டதால், என்னால் ஒன்றும் செய்ய முடியவில்லை.

அவள் ஏதோ ஊர்வம்பு அளந்து கொண்டிருந்தாள் சிறிது நேரம். விஷமக்காரியான அவளுடைய பார்வை,

‘அது’வும் நானும் சேர்ந்து கலியாண சமயத்தில் பிடித்துக் கொண்ட படத்தின் மீது விழுந்துவிட்டது. கேலியாகக் கூறினாள்; “சரியான ஜோடிதான்! ஏண்டி, இவ்வளவு அழகான புருஷனைவிட்டு விட்டு ஊர் சுற்றுவதற்கு உனக்கு எப்படித் தான் மனசு வருகிறது?”

எனக்குச் ‘சுரீர்’ என்றது; பேசவில்லை. அவள் மறுபடியும் நையாண்டி செய்தாள்; “அவருக்குத்தான் உன்னை விட்டு விட்டு எப்படி இருக்கமுடிகிறது? இவ்வளவு வாசனையுள்ள புஷ்பமாச்சே, வேறு யாராவது முகர்ந்து பார்த்துவிடப் போகிறார்களே என்ற பயமே அவருக்கு ஏற்படுவதில்லையோ?”

அசட்டுச் சிரிப்புடன். “அவர் ஒரு புஸ்தகப் பைத்தியம் எப்போதும்,” என்றேன்.

“சரிதான்; அதுக்குள்ளே இந்தப் புஸ்தகத்தை எவனாவது தட்டிக்கொண்டு போய் விடுவான்,” என்று சொல்லிக் கொண்டே அவள் என் கன்னத்தைத் தட்டினாள்.

அதே சமயத்தில் பின்புறம் யாரோ கதவைத்திறக்கும் சத்தம் கேட்டது. அவள் திரும்பிப் பார்த்துச் சொன்னாள்; “யாரோ உனக்கு வேண்டியவர்கள் ...”

நான் பார்த்தேன் – ‘அது’!

சேலையுடன், முகத்தில் ஸ்னோவையும் பவுடரையும் பூசிக்கொண்டு, கைகளில் வளையல்களை அணிந்துகொண்டு, தலையில் முக்காடு போட்டுக்கொண்டு!

பொறுக்கமுடியாமல் எழுந்து ஓடி ‘அதை’ இழுத்துக் கொண்டு வெளியில் வந்தேன். ஆத்திரத்தில் ஒன்றும்புரியாமல் சொன்னேன்: “பிணமே, இப்போது ஏன் இங்கே வந்தாய்? உன் நாடகத்தை இப்போதுதானா காட்ட வேண்டும்?”

“நீலா ...” என்று ஏதோ ஆரம்பித்த ‘அதனு’டைய வாயை மூடி ஒரு அறையில் தள்ளிக் கதவைச் சாத்தினேன்.

ஒன்றும் விளங்காமல் விழித்துக் கொண்டிருந்த தோழியிடம் பாசாங்குச் சிரிப்புடன், “அவள் ஒரு பைத்தியம்” என்றேன்.

“அப்படியா? நான் யாரோ ஒரு பெரிய மனுஷி என்று நினைத்தேன். ரொம்ப ஜோரா ‘டிரஸ்’ பண்ணிக் கொண்டிருந்தாளே!”

பிறகு ஏதேதோ பேசிக் கொண்டிருந்தோம்; பின்னர் அவள் போகும்போது சொன்னாள்: “நாளைக்கு நான் என் ‘ஹஸ்பெண்’டுடன் சினிமாவுக்குப் போகப் போகிறேன். நீயும்

உன் புருஷனைக் கூட்டிக்கொண்டுவர வேண்டும், என்ன? கட்டாயம்! 'மிஸ்' பண்ணக் கூடாது..."

அப்பா! அவள் போய்விட்டாள். எனக்கு மிகவும் ஆயாசமாக இருந்தது. புருஷனுடன் சினிமாவுக்கு! புருஷன் ஏது எனக்கு? புருஷன் என்று ஒருவன் இருந்தால்தானே, அவன் என்னுடைய அழகில் மயங்கி, என்னை வெளியில் கூடப் போகவிடாமல் பக்கத்தில்வைத்துக்கொண்டு பாது காக்கப் போகிறான்? எனக்குத்தான் புருஷன் இல்லையே!

எதிரிலிருந்த கண்ணாடியில், அஸ்தமிக்கத் தொடங்கும் என் அழகைக் கண்டேன். என் அழகும் இளமையும் வீணாக வேண்டியவைதானா? நான் ஏன் வீணாக்க வேண்டும் இந்தப் 'பொய்' வாழ்க்கையை ஏன் நடத்த வேண்டும்?

வெகுநேரம் யோசித்தேன். கடைசியில் குரூரமானதொரு எண்ணம் பிறந்தது. ஆம்; ஒன்று, அது தொலைய வேண்டும். உறுதியுடன் எழுந்தேன். கடைவீதிக்குச் சென்று, சாப்பிட்ட வுடன் கொல்லக்கூடிய ஒரு விஷத்தை வாங்கி வந்தேன்.

கொலை! நான் கொலை செய்ய முடிவு கட்டினேன். பாலில் அந்த விஷத்தைக் கலந்து 'அதை'த் தீர்த்துவிட வேண்டியதுதான். இரவு நெருங்க நெருங்க என் நடுக்கம் அதிகமாகிக் கொண்டிருந்தது.

இன்னொரு நினைவு முளைத்தது. இறுதிக் காலத்திலாவது 'அது' கொஞ்சம் சந்தோஷப்படட்டுமே? 'அதனிடம்' சென்று பிரியமாகப் பேச்சுக் கொடுத்தேன்.

'அது' மிகவும் மகிழ்ச்சி அடைந்தது. நான் அங்கே வந்ததிலிருந்து 'அதனுடன்' அப்படி நெருங்கிப் பேசினதே கிடையாது. 'அதன்' மீது எனக்கு அருவெறுப்பு ஏற்பட்டதால் நான் ஒதுங்கியே இருந்தேன். இன்று என்னுடைய மாறுதலைக் கண்டதும் பேரானந்தம் அடைந்தது.

ஏதேதோ பேசின பிற்பாடு, "நீலா, நீ ருக்மணியின் பரதநாட்டியம் பார்த்திருக்கிறாயா? நான் அது போலவே செய்வேனே! நீ பேசுவதில்லை, பார்ப்பதில்லை. இல்லா விட்டால் முன்பே காட்டியிருப்பேன்." என்றது.

"எங்கே, இன்றைக்குத்தான் பார்க்கலாமே."

உடனே 'அது' ஓடி உள்ளே சென்றது. கொஞ்சநேரத்தில் நாட்டியத்துக்கு வேண்டிய சகல அலங்காரங்களுடன் வந்து நின்றது; மூக்குத்தி, புல்லாக்கு, ஜடை பில்லை, காலில் சதங்கைகள் — எல்லாம் மிக நேர்த்தியாயிருந்தன.

பாட்டுடன் பாவம்பிடித்து நடனம் செய்யத் தொடங்கியது; "பாலும் கசந்ததடீ, கிளியே!"

நான் பார்த்தேன். அந்த நிலைமையில், பெண் உடையில், நாட்டியம் செய்யும் சமயத்தில் யாரும் 'அதை' ஆண் அலி என்று கருதமாட்டார்கள். அழகான மிகவும் அழகான ஒரு பெண் என்றே நினைப்பார்கள். அழகு மோகம் பிடித்த எந்த ஆண் மகனும் 'அதன்' மீது மையல் கொள்ளக்கூடும். அவ்வளவு அழகாகயிருக்கிறது; எதற்கும் உதவாத இதுவும் அழகாகத்தான் இருக்கிறது, நான் இதை ஏன் கொலை செய்ய வேண்டும்? உலகில் எவ்வளவோ வேண்டாத அழகுகள் இருக்கின்றன; இதுவும் இருந்துவிட்டுப் போகட்டுமே! 'அதனால்' என்னுடைய வாழ்க்கை குலைகிறது என்றால், 'அதை' என் பாதையிலிருந்து விலக்குவதற்குப் பதிலாக நானே 'அதன்' பாதையிருலிந்து விலகிவிட்டால் என்ன? – நினைவுக் குழப்பம்.

'அது' களைத்து நின்றது. நான் வைத்திருந்த பால் 'கிளாஸை' ஆவலுடன் கேட்டது. ஆனால் நான் அதைத் தூக்கித் தூர எறிந்தேன்; அது உடைந்து தூளாகியது.

"அதில் என்னவோ விழுந்திருக்கிறது. தண்ணீர் சாப்பிடலாம் . . ."

'அது' சாப்பிட்டு, கொஞ்ச நேரத்துக்கப்பால் படுத்து விட்டது.

நிச்சயம் செய்துகொண்டு படுத்தேன், நிச்சயம் கலையாமல் எழுந்தேன். தாலியையும் கழற்றி 'பீரோ'வில் வைத்தேன். 'அதனி'டம் எல்லாவற்றையும் ஜாக்கிரதையாக வைத்துக் கொள்ளும்படி சொல்லி, சாவியைக் கொடுத்தேன். விழித்துக் கொண்டு நின்ற 'அதை'க் கவனிக்கவில்லை; உறுதியுடன், என்ன நேர்ந்தாலும் சரி. அப்பாவிடம் சரண் புகுவதென்ற முடிவுடன் நான் அந்த வீட்டிலிருந்து வெளியே வந்தேன்.

தாம்பத்ய சுகம் பெற அந்த வீட்டிற்கு வந்தேன்; ஆனால் ஒரு சுகமுமின்றி ஹிருதயச் சுமையுடனும், தீராத ஏக்கத்துடனும் தான் செல்கிறேன்.

'பைத்தியக்காரப்பிள்ளை'

விழிப்பு வந்ததும் ராஜம் கண்களைக் கசக்கிக் கொண்டு எழுந்து உட்கார்ந்தான். தூக்கக்கலக்கம் இல்லாவிட்டாலும் எதையோ எதிர் பார்ப்பவன் போல் கொஞ்சநேரம் காத்திருந்தான். அவன் எதிர்பார்த்தபடி பக்கத்து வீட்டுச் சேவல் 'கொக்... கொக் கொக் கோகோ' என்று கூவியதும் அவனுக்குச் சிரிப்பு வந்தது.

'நான் கண் திறக்க வேண்டும் என்று இந்தச் சேவல் காத்திருக்கும் போல இருக்கு! இப்போ மணி என்ன தெரியுமா? சரியாக நாலரை!' என்று தனக்குள் சொல்லிச் சிரித்தவாறு, இடுப்பு வேட்டியை இறுக்கிக் கட்டிக்கொண்டு எழுந்தான்.

காலையில் அம்மா முகத்தில் விழித்து விடக் கூடாது என்று அவனுக்குக் கவலை. இருட்டில் கால்களால் துழாவியபடி இரண்டு தங்கைகளையும் தாண்டினான். அப்பால்தான் அம்மா படுத்திருந்தாள். கீழே குனியாமல் சுவிட்சைப் போட்டான். வெளிச்சம் வந்ததும் உள்ளங் கைகளைப் பார்த்துக் கொண்டான். ஆணியில் தொங்கிய கண்ணாடியை எடுத்து முகத்தைப் பார்த்துக் கொண் டான். பிறகுதான் மனசு சமாதானப்பட்டது. அது என்னவோ, அம்மா முகத்தைப் பார்த்தபடி எழுந்தால் அன்றைய பொழுது முழுவதும் சண்டையும் சச்சரவு மாகப் போகிறது!

கடிகாரத்தில் மணி பார்த்தான். நாலு முப்பத்தி ரண்டு...!

பக்கத்து வீட்டில் கொல்லைப் பக்கம் ஒரு சின்ன கோழிப்பண்ணை வைத்திருக்கிறார்கள். சேவல் இல்லாமல் கோழிகள் ஏழெட்டு மாதம் முட்டையிடும் அதிசயம் அங்கே நடக்கிறது. சும்மா அழகுக்காக அடுத்த வீட்டுக்காரர் ஒரு சேவல் வளர்க்கிறார். ஜாதி சேவல்; ஒன்றரை அடி உயரம். வெள்ளை வெளேரென்று டினோவால் சலவை செய்த உருப்படிபோல் இருக்கும். அதுதான் நாலரை மணிக்குச் சொல்லி வைத்தாற்போல் கூவுகிறது.

"என்னைக்காவது ஒரு நாள் நான் என்ன செய்யப் போகிறேன் தெரியுமா? சுவரேறிக் குதிச்சு சேவல் கழுத்தைத் திருகி, குழம்பு வச்சி தின்னுடப் போறேன். அதெப்படி கரெக்டா நாலரை மணிக்குக் கூப்பாடு போடுது! காலை நேரத்திலே ஐயோய்யோ என்று கத்தறாப் போலே சகிக்க முடியல்லே!"

அவன் கவனம் தறி மேடை மீது சென்றது. இரண்டரை முழம் நெய்தால் சேலை அறுக்கலாம். கடைசிச் சேலை. இன்றைக்குச் சாயங்காலம் அறுத்துவிடவேண்டும். முடியுமா? முதலாளி கூப்பிட்டு ஏதாவது வேலை சொல்லாமல் இருக்க வேண்டும். அம்மா சண்டை வளர்க்காமல் இருக்க வேண்டும். முதலாளி கூப்பிட்டால் சால்ஜாப்பு சொல்லலாம்? ஆனால் இந்த அம்மாவை எப்படி ஒதுக்குவது?

குனிந்து தைரியமாக அம்மாவைப் பார்த்தான். தூக்கத்திலே கூட உர்ரென்று... பார்க்கச் சகிக்கவில்லை. பெற்றவளை அப்படிச் சொல்வது பாவம் இல்லையா? ஒன்றா? இரண்டா? ஆண் பிள்ளையிலே ஐந்து, பெண் பிள்ளையிலே ஐந்து, பத்தும்பிழைத்துக் கிடக்கின்றன. சேதாரம் இல்லாமல். அப்பா நெசவு வேலையில் கெட்டிக்காரர்; குடியிலே கெட்டிக்காரர். பிள்ளை பெறுவதிலும் கெட்டிக்காரர். குடித்துவிட்டு வந்து அம்மாவைத் தலைகால் பாராமல் உதைப்பார்; உதைத்து விட்டுத் தொலைவாரா? அம்மா காலில் விழாத குறையாக இரவு முழுவதும் அழுது கொண்டிருப்பார்.

ராஜம், வீட்டுக்கு மூத்த பிள்ளை. அப்பாவும் அம்மாவும் சண்டை போட்டுப் போட்டுப் பத்துக் குழந்தைகள் பிறந்த கதை அவனுக்குத் தெரியும்.

'இவ்வளவு சண்டை போட்டிருக்காவிட்டா, இத்தனை குழந்தைகள் வந்திருக்காது. பெண்டாட்டியை ஏன் அடிக்கணும், பிறவு அது மோவாயைப் பிடித்து ஏன் கெஞ்சணும்? அதான் எனக்குப் புரியல்லே.'

அப்பாவால்தான் அம்மா கெட்டுப் போயிருக்க வேண்டும். ஆரம்பத்தில் அவள் அப்பாவை எதிர்த்துப் பேசுவதில்லை.

அடி தாங்க முடியாமல் எதிர்த்து வாயாடத் தொடங்கினாள். உடம்பிலே தென்பு குறைந்ததும் பதிலுக்கு அடிக்கவும், கடிக்கவும் ஆரம்பித்தாள்.

அம்மாவுக்கு நல்ல சோழிப் பல். உதடுகளைக் காவல் காப்பது போல் வெளியே நிற்கும். அப்பா குடி போதையில் அவளை அடிக்கும் போது, கையோ, காலோ, வாயோ, வயிறோ, பல்லில் சிக்கிய இடத்தைக் கடித்துக் குதறி விடுவாள்.

அவளிடம் கடிபடாமல் தப்புவதற்காக அப்பா தறி மேடையைச் சுற்றிச் சுற்றி ஓடிய காட்சியை நினைத்தபோது அவனுக்குச் சிரிப்பு வந்தது.

"நீ நாயாப் பிறக்க வேண்டியவ..."

"அதுக்காவத்தான் உன்னைக் கட்டிகிட்டுச் சீரளியறேன்..."

அம்மா சாதாரணமாய் அப்பாவுக்கு 'நீங்க' என்று மரியாதை தருவது வழக்கம்; ஆனால் சண்டையின் உச்ச கட்டத்தில் இந்த மரியாதை பறந்து போகும்.

"உனக்கு வாய் நீளமாப் போச்சு. பல்லைத் தட்டி கையிலே கொடுத்தாத்தான்..."

"எங்கே பல்லைத் தட்டு, பார்க்கலாம்! ஆம்பிள்ளை யானா என்கிட்டே வா, பார்க்கலாம்!" என்று அம்மா சவால் விட்டு, தட்டுவதற்காகப் பற்களைப் பிரமாதமாய்க் காட்டுவாள்.

ஆனால், அப்பா அவளுடைய பற்களை நெருங்கத் துணிந்ததில்லை. தெளிந்த போதையை மீட்டுக் கொள்வதற்காக மறுபடியும் கள்ளுக்கடைக்கு ஓடி விடுவார்.

அம்மாவின் கடிக்குப் பயந்து தானோ என்னவோ, அவள் பத்தாவதாக ஒரு பெண் குழந்தை பெற்றதும் அப்பா செத்துப் போனார். அவர் செத்ததே வேடிக்கைதான்.

அம்மாவின் பிரசவங்கள் எல்லாம் வீட்டில்தான் நடப்பது வழக்கம். துணைக்கு அத்தை ஒருத்தி வருவாள். குழந்தை பிறந்ததைத் தாம்பாளத்தில் தட்டி அத்தைதான் அறிவிப்பாள்.

"என்ன குளந்தே?" என்று கேட்டார் அப்பா?

"கணக்கு சரியாப்போய்ச்சு. ஆண், பிள்ளையிலே அஞ்சு இருக்கா? பெண் பிள்ளையும் அஞ்சு ஆயிடுச்சு."

"பொண்ணு பிறந்திருக்குன்னா சொல்றே?"

"அதான் சொல்றேன்."

எம்.வி. வெங்கட்ராம்

“அஞ்சு பெண்களைக் கட்டிக் கொடுக்கிறதுக்குள்ளே நான் காவேரிக் கரைக்குப் போயிடுவேன். போயும் போயும் பெண்ணா பெத்தா?”

“நீங்க ஒண்ணும் கலியாணம் பண்ணிக் கிழிக்க வேணாம். அவங்க அவங்க தலை எழுத்துப்படி நடக்கும். நீங்க ஒண்ணும் கவலைப்படவேணாம்” என்றாள் அம்மா, அறையில் இருந்தபடி.

“நான் எப்படிக் கவலைப்படாமே இருக்க முடியும்? நீ பொம்பிளே; வீட்டிலே உட்கார்ந்து பேசுவே, தெருவில் நாலு பேருக்கு முன்னாடி போறவன் நான் இல்லே? குதிராட்டம் பெண்ணுங்க கலியாணத்துக்கு நிக்குதுன்னு என்னையில்லே கேப்பாங்க?”

“குளந்தே இப்பத்தான் பிறந்திருக்கு. அதுக்குள்ளே கலியாணத்தெப்பத்தி என்ன கவலை?”

“முன்னாடியே நாலு பெத்து வச்சிறிக்கியே. எல்லாத்துக்கும் கலியாணம் கார்த்தி செய்யறதுன்னா சின்ன வேலெயா? போயும் போயும் பெண்ணா பெத்தே?”

மனைவி, பெண் பெற்ற கவலையை மறப்பதற்காக அவர் காலையிலிருந்தே குடிக்கத் தொடங்கினார். ஒரு மணி நேரத்துக்கு ஒரு தடவை அறை வாசலில் தலை காட்டுவார்; ‘போயும் போயும் பெண்ணா பெத்தே?’ என்று பெருமூச்சு விடுவார்; வெளியே சென்று குடித்துவிட்டு வருவார். நாள் பூராவும் இந்தக் கேள்வியும் குடியுமாகக் கழிந்தது.

இரவு என்ன ஆயிற்று என்று தெரியவில்லை. வீடு நாறும்படி வாயில் எடுத்தார். பிறகு ரத்தமாய்க் கக்கி விட்டு மயங்கிப் படுத்தவர், பெண்களுக்கு மணம் செய்து வைக்கிற சிரமத்தைத் தட்டிக் கழித்துவிட்டுப் போய்ச் சேர்ந்தார்.

அப்புறம், எல்லாம் அம்மா பொறுப்பு.

அம்மா பொறுப்பு என்றால் அவள் பிரமாதமாய் என்ன சாதித்துவிட்டாள்? குழந்தைகளை வாட்டி வதக்கி வேலை வாங்கி வயிற்றை நிரப்பிக் கொள்கிறாள். வயிற்றில் கொட்டிக் கொள்வதைத் தவிர அவளுக்கு வேறொன்றும் தெரியாது.

2

சந்தடி கேட்டு அம்மா விழித்துக் கொள்ளப் போகிறாளே என்று ராஜம் ஜாக்கிரதையாகவே பல் விளக்கினான். பல் விளக்கும்போது அவனுக்கு ஒரு பழைய ஞாபகம் சிரிப்பு மூட்டியது.

சிறுவனாக இருந்போது அம்மா பல் துலக்குவதைப் பார்ப்பது அவனுக்கு வேடிக்கை. ஒரு பிடி சாம்பலை அள்ளித் தண்ணீரில் நனைத்துப் பற்களைத் தேய்ப்பாள்; ஒவ்வொரு பல்லாகத் தேய்ப்பதற்கு நீண்ட நேரமாகும். சிறுவனான அவன் அவளருகில் போய் "ஒவ் அம்மா ஃபாக் சவஸ்தக் தாத் கூர் கெல்லர்த்தெகா?" (ஏன் அம்மா, அப்பாவைக் கடிக்கப் பல்லைக் கூராக்கிக்கிறியா?) என்று கேட்பான்.

"அரே தொகோ ஒண்டே பாடே ஃபந்தா! காய் திமிர்ஸா!" (அடே ஒனக்கு ஒரு பாடை கட்ட! என்ன திமிர் பாரு!) என்று எச்சில் கையால் அம்மா அவனை அடிக்க வருவாள்.

அவளிடம் சிக்காமல் அவன் தெருப்பக்கம் ஓடி விடுவான்...

மனத்தில் சிரித்தபடி பல் துலக்கி முடித்தான். பஞ்சாமி ஹோட்டலுக்குப் போய் ஒரு காபி சாப்பிட்டு வந்து பிறகு தங்கையை எழுப்பிக்கொண்டு தறிக்குப் போகலாம் என்று அவன் எண்ணம்.

முகத்தைத் துடைத்துக்கொண்டு கிழக்குத் திசையைப் பார்த்து, உதயமாகாத சூரியனைக் கும்பிட்டான். தறி மேடைக்குப் பக்கத்தலிருந்த மாடத்தில் கண்ணாடி இருந்தது. முகம் பார்த்து, தலை மயிரை வாரினான். சட்டையை மாட்டிக்கொண்டு வெளியில் புறப்படத் தயாரானான்.

அம்மா சன்னமாய்க் குறட்டை விட்டுக் கொண்டிருந்தாள், பெண் பிள்ளைகள் குறட்டை விடலாமா? சொன்னால் கேட்பாளா? அவன் சொல்லி அவள் கேட்கிற பழக்கம் கிடையாது. அவன் சொன்னதற்காக அவள் பலமாய்க் குறட்டை விடுவாள்.

'நான் ஹோட்டல்லேயிருந்து வர்ற வரை குறட்டை விட்டா சரிதான்' என்று ராஜம் மீண்டும் சிரித்துக்கொண்டான். அவனுடைய சிரிப்பில் மண்விழுந்தது, தொப்பென்று.

"ரேய் ராஜம் கோட் ஜாரிஸ்தே?" (டே ராஜம், எங்கே போறே?) என்று அம்மாவின் குரல் கடப்பாரையாய்அவன் தலையில் இடித்தது.

ஹூம், நடக்கக் கூடாது என்று எதிர்பார்த்தது நடந்து விட்டது. அவன் பேசவில்லை.

"கிளப்புக்குத்தானேடா? கிளாஸ்லே சாம்பார் வாங்கிட்டு வா."

"கிளப்லே சாம்பார் தரமாட்டான்."

"ஏன் தர மாட்டான்? ஒரு தோசை வாங்கிக்கோ."

"பார்சல் வாங்கினாலும், பஞ்சாமி கிளப்லே தனியா சாம்பார் தர மாட்டான்."

"எல்லாம் தருவான், கேளு."

"தரமாட்டான். போர்டு போட்டிருக்கான்."

"தோசை வாங்கினா சாம்பார் ஏன் தரமாட்டான்? எனக்கு ஒரு தோசை வாங்கிட்டு வர உனக்கு இஷ்டமில்லை. இருபது பைசா செலவாயிடும்னு பயப்படறே. உன் வாய்க்கு மாத்திரம் ருசியா, சாம்பார் கொட்டிகிட்டு ஸ்பெசல் தோசை தின்னுட்டு வருவே."

"காலை நேரத்துலே நா ஒரு காபி சாப்பிட்டு தறிக்குப் போகலாம்னு பார்த்தேன். நீ இப்படி வம்பு வளர்த்தா . . ."

"பெத்தவ தோசையும் சாம்பாரும் கேட்டா வம்பாவா தெரியுது?"

"வீடு பூரா தூங்குது. ஏன் இப்பிடி உயிர் போகிறாப் போல கத்தறே? பஞ்சாமி கிளப்பிலே, தனியா டம்ளர்லே சாம்பார் தர மாட்டான்னு சொன்னா . . ."

"அங்கே போக வேணாம். வேறெ கிளப்புக்குப் போ. சாம்பாரோட தான் நீ வீட்டிலே நுழையணும்."

ராஜத்தின் நாவில் பஞ்சாமி ஹோட்டல் காபி மணத்தது. கும்பகோணத்தில் பசும் பால் காபிக்காகப் பிரபலமான ஹோட்டல்; புதுப்பால்; புது டிகாக்ஷன்; விடியலில் நாலரை மணிக்கு ஒரு காபி சாப்பிட்டால் ஒன்பது மணி வரை விறுவிறுப்பாயிருக்கும். அம்மாவுக்காக அந்தக் காபியைக் கைவிட அவனுக்கு மனம் வரவில்லை.

அம்மா சாம்பாரைத் துறக்கத் தயாராக இல்லை.

"சரி, நான் கிளப்புக்குப் போகல்லே; காபியும் சாப்பிடல்லே. குள்ளி, ஓவ் (அடீ) குள்ளி, எழுந்திரு தறிக்குப் போகலாம்."

"நீ காபி சாப்பிடாவிட்டா சும்மா இரு. எனக்குத் தோசையும் சம்பாரும் கொண்டா."

"என்கிட்டே காசு இல்லே; காசு கொடு, வாங்கிட்டு வர்றேன்."

இவ்வளவு நேரம் பாயில் படுத்தபடி பேசிக் கொண் டிருந்தவள் துணுக்கென்று எழுந்து உட்கார்ந்தாள்.

"என்ன சொன்னே? சொல்லுடா, என்ன சொன்னே?"

“அதிசயமா என்ன சொல்லி விட்டேன்? காசு குடுத்தா தோசையும் சாம்பாரும் வாங்கிட்டு வர்றேன்னேன்.”

“பெத்தவளுக்கு ஒரு தோசை வாங்கிக் கொடுக்க வக்கில்லாமப் போச்சா? இன்னும் தாலி கட்டின பாடில்லே; பெண்டாட்டியா வரப்போறவளுக்கு வாங்கித் தர நோட்டு நோட்டா கிடைக்குது; இல்லியாடா?”

“இந்தாம்மா, சும்மா வாயை அவிழ்த்துவிடாதே, நாலு குடித்தனத்துக்காரங்க . உன் குரலைக் கேட்டு முழிச்சுக்கப் போறாங்க. நான் யாருக்கும் ஒண்ணும் வாங்கித் தரல்லே.”

“பூனை கண்ணை முடிக்கிட்டா ஊரே அஸ்தமிச்சதா நினைச்சுக்குமாம். நீ எதிர் வீட்டுப் பொண்ணுக்காக என்னென்ன செலவு செய்றேன்னு எனக்குத் தெரியாதா?”

“வாயைமூடு. ஊர்ப் பொண்ணுங்களைப் பத்தி இப்பிடி பேசினா. . .”

“இல்லாதது என்னடா பேசிட்டேன்? தெருவிலே போறப்போ நீ அதைப் பார்த்துச் சிரிக்கிறதும், அது உன்னைப் பார்த்து இளிக்கிறதும், ஊரே சிரிப்பா சிரிக்குது. நான் ஒண்ணு சொல்றேன், கேட்டுக்கோ; நீ அதைக் கட்டிக்கணும்னு ஆசைப்படறே, அது நடக்காது. நான் உயிரோட இருக்கிறவரை அவ இந்த வீட்டு மருமகளா வந்துட முடியாது.

ராஜம், அம்மா முகத்தை வெறித்துப் பார்த்தான். அவளிடமிருந்து தப்புவதற்காக அப்பா தறி மேடையைச் சுற்றி ஓடியது ஞாபகம் வந்தது.

“என்ன செஞ்சிடுவே? கடிச்சிடுவியோ?” என்று கேட்டான் ஆத்திரமாக.

“அடே பேதியிலே போறவனே, என்னை நாய் என்றா சொல்றே?” என்று எகிறிக் குதித்தாள் அம்மா. “உன்னைச் சொல்லிக் குத்தமில்லே, அந்த எதிர்வீட்டுக் கழுதை உனக்கு சொக்குபொடி போட்டிருக்கா. அது உன்னை இப்பிடி ஆட்டி வைக்குது. டேய் பெத்தவளை நாய்ன்னு சொல்ற நாக்கிலே புழு விழும்பா, புழு விழும்.”

அடுத்த வீட்டுச் சேவல் ஐயய்யோ என்று கத்தியது. ராஜத்துக்கு ஒரே எரிச்சலாக வந்தது. சாம்பார் சண்டையைச் சாக்காக வைத்துக்கொண்டு ‘அம்மா பங்கஜத்தையும் அல்லவா திட்டுகிறாள்? திட்டி ஊரையே கூட்டி விடுவாள் போல் இருக்கிறது. பங்கஜத்தின் பெற்றோர் அதைக்கேட்டால் என்ன நினைப்பார்கள்? பங்கஜம் கேட்டால் என்ன பாடுபடுவாள்?

“காளி, வாயை மூடு. பொழுது விடியறதுக்குள்ளே இப்படிக் கூச்சல் போட்டா நல்லா இருக்கா? உனக்கு என்ன வேணும்? தோசை சாம்பார்தானே? டம்ளர் எடு.”

அம்மா அசையவில்லை.

“சாம்பாரும் தோசையும் அந்தக் கழுதை தலையிலே கொட்டு. என்னை நாய்ன்னு சொல்றியா? உனக்கு ஒரு பாடை கட்ட! வாயெ மூடிக்கிட்டுப் ‘போனாப் போவுது, போனாப் போவுது’ன்னு பார்த்துக்கிட்டு இருக்கேன். என் தலையிலே மிளகா அரைக்கிறியா? பரம்பரை புத்தி போகுமாடா? அப்பன் குடிகாரன், குடிகாரன் பிள்ளை எப்படி இருப்பான்? . . .”

“சரி போதும், நிறுத்து. நாய்ன்னு நான் சொல்லல்லே. டம்ளரை எடு. சாம்பார் வாங்கிட்டு வர்றேன்.”

அவன் சொன்னதை அவள் கேட்டதாகத் தெரியவில்லை. வாயிலிருந்த ஆபாசங்களை எல்லாம் துப்பி விட்டுத்தான் நிறுத்துவாள் போலிருந்தது.

ராஜத்துக்கும் அளவு கடந்த கோபம். இவள் லண்டி; நிறுத்த மாட்டாள்; வாயில் ‘பளார், பளார்’ என்று நாலு அறை விட்டால்தான் இவள் வாயை மூடலாம். அறை விட்டிருப்பான்; அவளுடைய கூப்பாட்டுக்கு அஞ்சித்தான் அடக்கிக் கொண்டான்.

“என்னடா முறைக்கிறே? இதெல்லாம் என்கிட்டே வச்சிக்காதே. பொம்பிளைதானே, அடிச்சா உதைச்சா யார் கேக்கப் போறாங்கன்னு நினைக்கிறயா? பெத்தவளைத் தொட்டு அடி பார்க்கலாம், உன்னை என்ன செய்யறேன் பாரு, உடம்பிலே தெம்பு இல்லேன்னா நினைக்கிறே? நான் காளி குப்பம்மாவுக்குச் சொந்தக்காரிடா. என்னைத் தொட்டுடு. உன் வயித்தெ கிழிச்சு குடலை மாலையா போட்டுக்கிட்டு எதிர்வீட்டுக்காரி முன்னாலே போய் நிப்பேன்!”

காளி குப்பம்மாள் கணவனின் வயிற்றை அரிவாள் மணையினால் கிழித்துக் குடலைக் கழுத்தில் மாலையாகப் போட்டுக்கொண்டு, தெருத் தெருவாய் கையில் அரிவாள் மணையுடன் சுற்றி விட்டுப் போலீசில் சரணடைந்ததாய்க் கும்பகோணம் சௌராஷ்டிரர்கள் கதையாகச் சொல்வதை ராஜமும் கேள்விப்பட்டிருந்தான். அம்மா, காளி குப்பம்மாவுக்கு சொந்தம் என்று இன்றுதான் உறவு கொண்டாடுகிறாள். அவ்வளவு தைரியம் இவளுக்கு வராது. ஏமாளிகளான பிள்ளைகளை மிரட்டுவாள்.

அவளுக்கு முன்னால் நின்று பேச்சு கொடுக்க முடியாது என்று ராஜத்துக்குப் புரிந்தது. அவனே ஓர் எவர்சில்வர் டம்ளரை எடுத்துக்கொண்டு ஹோட்டலுக்குப் புறப்பட்டான்.

அவன் பேசாமல் கிளம்பிய பிறகு அம்மா விடவில்லை; "எனக்காக நீ ஒண்ணும் வாங்கிட்டு வராதே, வாங்கிட்டு வந்தா சாக்கடையிலே கொட்டுவேன்."

அவன் பதில் பேசாமல் புறப்பட்டான். ஒரு விநாடி தயங்கி நின்றான். அம்மாவைப் பிடித்து இழுத்து, தலை முடியை உலுக்கி கன்னங்களில் மாறி மாறி அறைந்து, முகத்திலும் முதுகிலும் குத்தி, 'விட்டுட்றா, விட்டுட்றா, இனிமே நான் உன் வழிக்கு வரல்லே; நீ பங்கஜத்தைக் கட்டிண்டு சுகமாயிரு. என்னை விட்டுடு' என்று கதறக் கதற உதைத்துச் சக்கையாக மூலையில் எறிந்து விடலாமா என்ற ஒரு கேள்வி காட்சியாகக் கண்களுக்கு முன்னால் வந்தபோது அவன் மனசுக்கு சௌகரியமாயிருந்தது. 'அப்பா அடிப்பாரே, அந்த மாதிரி, அப்பாவைக் கடிக்கப் பாய்வாளே, அப்படிக் கடிக்க வருவாளோ? வரட்டுமே; என்னிடம் பலிக்காது; பல்லைத் தட்டிக் கையில் தருவேன்' என்று மனத்துக்குள் கறுவிக் கொண்டான்.

ஒரு விநாடிக்கு மேல் இந்த மனசுகம் நீடிக்கவில்லை, அம்மா தாடகை; பல்லைவிட அவள் சொல்லுக்குக் கூர் அதிகம். அவன் கை ஓங்கும்போதே, அவள், 'கொலை கொலை' என்று சத்தம்போட ஆரம்பிப்பாள். ஐந்து குடிகள் இருக்கிற வீடு, இருபது பேராவது இருப்பார்கள்; எல்லோரும் எழுந்து ஓடிவந்து விடுவார்கள். அவனைத்தான் கண்டிப்பார்கள்.

அம்மாவை ஜெயிக்க முடியாது.

அவன் பேசாமல் நடந்தான். பௌர்ணமி போய் ஆறேழு நாள் இருக்கும். அரைச் சந்திரனின் வெளிச்சம் தாழ்வாரத்தில் வெள்ளையடித்தாற்போல் கிடந்தது. மாசி மாதம்; பின்பனிக் காலம் என்று பெயர்; இரவு முழுவதும் நன்றாய்க் குளிருகிறது. புறாக் கூடுபோல் அறை அறையாகப் பிரிந்துள்ள அந்த வீட்டில் எல்லாரும் தூங்கிக் கொண்டிருப்பார்கள்; விழித்துக் கொண்டிருந்தால் பேச்சு சத்தம் கேட்குமே? தறி சத்தம் கேட்குமே? மூன்றாவது குடியான சீதம்மா மட்டும் வெளியே படுத்திருப்பாள். அவள்மீது நிலை வெளிச்சம் விழுந்தது. போர்வை காலடியில் துவண்டுக்கிடக்க, அவள் உடலை அஷ்டக் கோணலாக ஒடுக்கிக்கொண்டு படுத்திருப்பதைப் பார்த்தாலே அவளும் தூங்குகிறாள் என்று தெரிகிறது.

வீட்டில் யாரும் விழித்துக் கொள்ளவில்லை, அம்மாவின் காட்டுக் கத்தலைக் கேட்கவில்லை என்ற திருப்தியுடன் ராஜம்,

முன்கட்டை அடைந்தபோது, "என்ன ராஜம், ஹோட்டலுக்கு புறப்பட்டியா?" என்று ஒரு குரல் தமிழில் கேட்டது.

சாரங்கன்; விழித்திருப்பான்போல் இருக்கிறது. அம்மாவும் ராஜமும் சண்டை போட்டதைக் கேட்டிருப்பானோ? கேட்டால் கேட்கட்டுமே! அவன் மட்டும் ஒசத்தியா? தினம் பெண்டாட்டி யோடு சண்டை; மைத்துனன் மத்தியஸ்தம். சௌராஷ்டிரனாய்ப் பிறந்தவன் சௌராஷ்டிர மொழியில் பேசினால் என்ன? தமிழில்தான் பேசுவான்.

"ஹாய், ஹாய், ஏஃகெடிக் வெளோ கோட் ஜான்?" (ஆமா, ஆமா, இந்த நேரத்திலே வேறெ எங்கே போவாங்க?) என்று சௌராஷ்டிர பாஷையிலேயே பதில் சொன்னான் ராஜம்.

"கள்ளுக்கடைக்குப் போறியோன்னு பார்த்தேன்" என்று தமிழில் சிரித்தான் சாரங்கன்.

"அங்கு ஃபோதா தெளிஞ் செனிகா?" (இன்னும் போதை தெளியல்லியா?)

"அதெப்படி தெளியும்? பக்கத்திலேயே பானையில் வச்சிருக்கேனே? அது போகட்டும் எனக்கு ஒரு டம்ளர் சாம்பார் வாங்கிட்டு வா ரெண்டு இட்லியும் பார்சல் கட்டிக்கோ" என்ற சாரங்கன் ஓர் அலுமினிய டம்ளரை நீட்டினான்.

மறுக்க வேண்டாம் என்று ராஜத்தின் எண்ணம். ஆனால் சாரங்கன் விஷமக்காரன். ஹோட்டலிலிருந்து திரும்பும்போது தாழிட்டு விடுவான். தொண்டை கிழியக் கத்தினாலும் கதவைத் திறக்க மாட்டான். ராஜத்தின் குரல் கேட்டு அம்மா கதவைத் திறப்பதற்குள் – அம்மா திறப்பாளா? கண் விழித்ததுமே காளி வேஷம் கட்டிக்கொண்டு விட்டாளே!

"ஹோட்டலுக்கு வாயேன்" என்றவாறே ராஜம் டம்ளரை வாங்கிக் கொண்டான்.

"வெறும் கதவைப் போட்டுவிட்டு நாம் போயிட்டா, திருட்டுப்பய எவனாவது உள்ளே நுழைஞ்சி, பாவு அறுத்து கிட்டுப் போனா என்ன செய்றது? நான் காவலுக்கு இருக்கேன்; நீ இட்லி கொண்டு வந்து கொடு" என்று சாரங்கன் சமத்கார மாய்ச் சிரித்தான்.

மனசுக்குள் திட்டுவதைத் தவிர ராஜத்தினால் வேறொன்றும் செய்ய முடியவில்லை. இரண்டு டம்ளர்களையும் ஏந்தியவனாய்த் தெருவில் இறங்கினான்.

3

ஆகாயத்தில் நட்சத்திரங்களும் அரைச் சந்திரனும் குளிரில் நடுங்கிக் கொண்டிருந்தன. ராஜத்தைக் கண்டதும் தெரு நாய் ஒன்று எழுந்தது. அவனுக்குப் பின்னால் ஓடி வந்தது, அவன் அதற்கு ஒரு வாய் சோறு போட்டதில்லை. என்ன காரணமோ அதிகாலையில் அவன் ஹோட்டலுக்குப் போகும்போதும் திரும்பும்போதும் காவலாய்க் கூடவே ஓடி வரும். தெருவில் எலிகளும் பெருச்சாளிகளும் காலடிச் சத்தம் கேட்டுச் சிதறி ஓடின. பன்றிகளும் கழுதைகளும் தீனி தேடிக் கொண்டிருந்தன. சில பெண்கள் தெருவில் வீட்டு வாசலில் நீர் தெளித்துக் கோலமிட்டுக் கொண்டிருந்தனர். நாய் அவனுக்குப் பின்னால் ஓடியது.

ராத்திரி அவனுக்கு ஒரு சொப்பனம். பழைய சொப்பனம். அவனுக்கு வினாத் தெரிந்த நாள் முதல் ஆயிரம் தடவைக்கு மேல் இந்தச் சொப்பனம் வந்திருக்கும். அவன் ஏதோ ஒரு தெருவோடு போகிறான்; 'வவ் வவ் என்று குரைத்தவாறு ஒரு வெறி நாய் அவனைத் துரத்துகிறது; அவன் மூச்சுத் திணற ஓடுகிறான். அது அவன்மேல் பாய்ந்து வலக்கால் கெண்டைச் சதையைக் கடித்துப் பிடித்துக் கொள்கிறது. 'ஐயோ' என்று முனகிக் கொண்டோ, கத்திக் கொண்டோ அவன் விழித்துக் கொள்வான் கனவுதான் என்று உறுதி செய்து கொள்ளச் சற்று நேரமாகும்.

ராத்திரியும் அதே கனவு; அதே வெறி நாய் அவனுடைய கால் சதையைக் கடித்தது. வெறி நாய் கடித்தால் மனிதனுக்குப் பைத்தியம் பிடிக்கும் என்கிறார்கள். கனவில் நாய் கடித்தாலும் பைத்தியம் பிடிக்குமா?

அவன் தெரு முனை திரும்பி விட்டான். நாலு திசைகளிலும் கண்ணோட்டம் விட்டான். மனித நடமாட்டமே இல்லை என்று ஊர்ஜிதம் செய்து கொண்டான். தெரு நாய்தான் கூட இருந்தது. அவன் நின்றதும் அதுவும் நின்றது. கனவில் வந்த வெறிநாய் இந்த நாய்போல் சாது அல்ல; எவ்வளவு பயங்கரமாய் அது குரைத்தது! அவன் அப்படிக் குரைத்தால் அம்மா பயப்படுவாளா, மாட்டாளா? அவன் தெரு நாயைப் பார்த்து கீச்சுக் குரலில் 'வவ் வவ்' என்று குரைத்தான். மனிதன் நாய் மாதிரி குரைப்பதைக் கேட்டிராத தெரு நாய் பயந்துவிட்டது போலும்; அது திரும்பிப் பத்துப் பன்னிரண்டு அடி தூரம் ஓடி, மறுபடியும் நின்று அவனை ஏறிட்டுப் பார்த்தது. நான் குரைத்தால் அம்மாவை ஓட ஓட விரட்டலாம் என்று சிரித்துக்கொண்ட ராஜம் ஹோட்டலை நோக்கி நடந்தான்.

நாய் அவனைப் பின்பற்றியது.

விநாயகர் கோயிலுக்கு அருகில்தான் ஹோட்டல். அந்த அதிகாலை நேரத்திலும் அங்கே ஒரே கூட்டம். பழையது சாப்பிட்டுவிட்டு நெசவாளர்கள் தறிக்குப் போகிற காலம் மலை ஏறிவிட்டது. இப்போது காபியோ டீயோ இருக்கிற வட்டாரம் அல்லவா? ஹோட்டலில் எந்த சாமானும் 'நிறையக்' கிடைக்கும். கூஜா நிறையக் காபி கேட்டால் எப்படித் தரமாக இருக்கும்? இரண்டு இட்லி பார்சல் கட்டிக் கொண்டு ஒரு டம்ளர் சாம்பார் கேட்டால் இட்லி எப்படி சுகப்படும்? ஹோட்டல்காரரை எப்படிக் குறை சொல்ல முடியும்?

"ஏது ராஜம், இந்தப் பக்கம் புதுசா? நீ பஞ்சாமி ஹோட்டல் குத்தகை இல்லே?" என்று அக்கறையாக விசாரித்தான் சப்ளையர் சீமா.

"அட சீமாவா? நீ எப்போ இங்கே வந்தே? பஞ்சாமி ஹோட்டலை விட்டு எத்தனை நாளாச்சு?"

"ஒரு வாரம் ஆச்சு..."

சீமா, புரோகிதம் ராமசாமி அய்யங்கார் மகன். அவனுக்குப் புரோகிதம் பிடிக்கவில்லை; படிப்பும் வரவில்லை. சினிமா ஸ்டாராக வேண்டும் என்ற கனவுடன் ஹோட்டல் சப்ளையராக வாழ்க்கை தொடங்கினான். இரண்டு மாதம் சேர்ந்தாற் போல் அவனை ஒரு ஹோட்டலில் காணமுடியாது; ஹோட்டலை மட்டும் அல்ல, ஊரும் மாற்றிக் கொண் டிருப்பான் – தஞ்சாவூர், திருச்சி, மதுரை, மதராஸ் என்று. அவனிடம் ஒரு நல்ல குணம்; ஹோட்டல் வாடிக்கையாளர் களை மிகவும் நயமாய் விசாரித்து சப்ளை செய்வான். அவர்கள் ஒன்று கேட்டால் இரண்டாய்த் தருவான். பில்லையும் குறைத்துப் போடுவான். அப்புறம் அவர்களை ஒரு வாரம் பத்து நாளைக்கொரு முறை தனியாகச் சந்தித்து சினிமாவுக்குச் சில்லறை வாங்கிக் கொள்வான். இதனால் இரு தரப்புக்கும் ஆதாயம்; இதனால் எந்த ஹோட்டல் முதலாளியும் கெட்டுப் போனதாய்த் தெரியவில்லை.

"சீமா, அங்கே என்ன அரட்டை அடிக்கிறே?" என்று பெட்டியடியில் இருந்தவாறு குரல் கொடுத்தார் ஹோட்டல் காரர்.

"சூடா ஒரு காபி..."

"இட்லி சூடா இருக்கு, கொத்சு ஏ ஒன். கொண்டு வர்றேன்" என்று சீமா விரைந்தான்.

பனிமுடி மீது ஒரு கண்ணகி

இரண்டு இட்லி, ஒரு நெய் ரவா, டிக்ரி காபியோடு எழுந்தான் ராஜம். அம்மாவுக்கும் சாரங்கனுக்கும் பார்சல் கட்டிக் கொண்டான். சீமாவின் தயவால் இரண்டு டம்ளர்கள் வழிய கொத்சும், பில்லில் இருபத்தைந்து பைசாவும் ஆதாயம்.

4

"இதுக்குத்தாண்டா ராஜா உன் கையிலே டம்ளர் கொடுத்தேன்!" என்று சாரங்கன் பாராட்டினான்.

அம்மாவைச் சமாதானப்படுத்திவிட வேண்டும் என்று ராஜத்துக்கு ஆசை.

"அம்மா கொத்சு கொண்டு வந்திருக்கேன். ரொம்ப ஜோராயிருக்கு. நம்ம சீமாதான். டம்ளர் வழியத் தந்தான் . . ." என்றவாறு அவளிடம் நீட்டினான். அவள் வாங்கிக் கொள்ள வில்லை.

"கொண்டு வந்துட்டியா? எதிர் வீட்டுக்காரிக்குக் கொடு, போ!"

"ராஜம் அவள் முகத்தைப் பார்த்தான். அந்த முகம் போயிருந்த போக்கு அவனுக்குப் பிடிக்கவில்லை; 'இந்தப் பீடையை யாரால்' திருப்தி செய்ய முடியும்? அவனைத் திட்டட்டும்; இரண்டு அடி வேண்டுமானாலும் அடிக்கட்டும். எதிர் வீட்டுக்காரி பங்கஜத்தை ஏசுகிறாளே, என்ன நியாயாம்? இவளிடம் யார் நியாயம் பேச முடியும்?

இவள் தொலைய வேண்டும்; அப்போதுதான் எனக்கு நிம்மதி. இவளாகத் தொலைய மாட்டாள். நான் இவளைத் தொலைத்து தலை முழுக வேண்டும்.

"சாம்பார் கேட்டியேன்னு கொண்டு வந்தேன். வேண டாம்னா உன் இஷ்டம் . . . குள்ளி, பல் தேய்ச்சியா? தறிக்குப் போகலாமா?"

குள்ளிக்கு ஒன்பது வயசு இருக்கும்; கடைக்குட்டி. அண்ணன் வருகையை எதிர்பார்த்துக் காத்திருந்தாள். ராஜம் மாடத்திலிருந்த கடிகாரத்தைப் பார்த்தான். மணி ஐந்தரை.

அம்மா சளைக்கவில்லை. "நீ வாங்கிட்டு வந்ததை நான் ஏண்டா தொடறேன்? உன் பெண்டாட்டிகிட்ட கொண்டு போய்க் கொடு. . ."

"ஊர்ப் பொண்ணுங்களைப் பத்தி இப்படிப் பேசினா. . . நல்லா இருக்காது!"

"நல்லா இல்லாவிட்டால் என்ன ஆயிடும்? ரெண்டு இட்டிலி வாங்கிட்டு வாடான்னா எத்தனை பேச்சு பேசறே?

நாய் என்கிறே; குரங்கு என்கிறே. பெத்தவளுக்கு வாங்கித் தரணும்னா காசு கிடைக்கல்லே. வரப் போறவளுக்கு ஜரிகைச் சேலை, தாம்புக் கயிறு சங்கிலி, பவுன் தாலி எல்லாம் செஞ்சு பெட்டியிலே பூட்டி வச்சியிருக்கியே. எனக்குத் தெரியாதுன்னா நினைச்சே? அதுக்கெல்லாம் எங்கிருந்து பணம் வருது?"

ராஜத்துக்கு வயிற்றில் மாட்டுக் கொம்பால் குத்துவது போலிருந்தது. "ஏண்டீ, திருட்டுத்தனமா என் பெட்டியைத் திறந்தா பார்த்தே? என்னைக் கேட்காமே என் பெட்டியை எப்படித் திறந்தே?" என்று கத்தினான்.

"என் வீட்லே இருக்கிற பெட்டியை நான் திறக்கிறதுக்கு உன்னை எதுக்குடா கேட்கணும்? நாக்கை அடக்கிப் பேசு, யாரைத் திருடி என்கிறே? இன்னொரு தடவை சொல்லு. அந்த நாக்கை இழுத்து வெட்டிடுவேன்."

தன்னுடைய பெரிய ரகசியம் வெளிப்பட்டுவிட்டதால் ராஜத்துக்குள் மருள் வந்தாற் போலிருந்தது. அவன் பங்கஜத்துக்காக – ஜரிகை புட்டா சேலை – அவன் கைப்பட நெய்தது; முதலாளியிடம் அடக்க விலைக்கு வாங்கி வைத் திருந்தான். பெரிய தாலியும், சிறிய தாலியும் தட்டி வைத்தான். ஒரு சங்கிலியும் தயார் செய்தான். யாருக்கும் தெரியாமல் பெட்டியில் வைத்துப் பூட்டி வைத்திருந்தான். கலியாணம் என்று ஆரம்பித்த பிறகு எல்லாவற்றையும் ஒரே சமயத்தில் தேட முடியுமா? சிறுகச் சிறுகச் சேர்த்து வைத்திருந்தான். அவன் இல்லாத நேரத்தில் அம்மா கள்ளச் சாவியில் பெட்டியைத் திறந்து பார்த்திருக்கிறாள். என்ன துணிச்சல்!.

"ஏண்டி, என் பெட்டியைத் திறந்தே?" என்று அவன் அம்மாவின் இரண்டு கைகளையும் பிடித்தான் ஆத்திரத்தோடு. ஓர் இருட்டு வயிற்றிலிருந்து மார்புக்குப் பாய்ந்தாற் போல ஒரு சோர்வு.

"சீ, கையை விடுடா நாயே!" என்று கைகளை உதறி விடுவித்துக் கொண்டாள் அவள். "தாலி கட்டின பாடில்லே; அதுக்குள்ளே இந்த ஆட்டம் போட்றியா? நான் சொல்றதை முடி போட்டு வச்சுக்கோ. அந்த மேனாமினுக்கியைக் கட்டிக் கணும்னு ஆசைப்படறே, அது நடக்காது. அவ இந்த வீட்டிலே கால் வச்சா கொலை விழும்; ஆமா கொலைதான் விழும்!"

ராஜத்தின் வாயை அம்மாவின் சொற்கள் மூடி விட்டன போலும். அவன் திணறியவன் போல் பேசினான்: "நான் யாரையும் கட்டிக்கல்லே. குள்ளி, என்ன வேடிக்கை பார்க்கிறே? தறி மேடை ஏறு."

அவன் அவளுக்குப் பின்னாலேயே மேடை ஏறினான். நாடாவைக் கண்களில் ஒத்தி, சாமி கும்பிட்டபின் வேலையைத் தொடங்கினான். தங்கை கரை கோத்துக் கொடுத்துத் துணை செய்ய அவன் நெய்யத் தொடங்கினான். நாடா இப்படியும் அப்படியுமாக ஓடி வெறும் இழைகளாக இருந்த பட்டைச் சேலையாக்க ஆரம்பித்தது. ராஜம் கால் மாற்றிக் கட்டையை மிதிக்கும் போது ஓயிங் என்றொரு சத்தம். அதைத் தொடர்ந்து அவன் பலகை அடிக்கும் சத்தம். குள்ளி பேசவில்லை. அம்மா? ஓய்ந்து விட்டாளா? அவள் ஓய்வாளா? ஒன்று அவன் சாக வேண்டும். அல்லது அவள் சாக வேண்டும். அதுவரை ஓய மாட்டாள்.

பெற்றவள் ஒருத்தி இப்படியும் இருப்பாளா? அம்மாவைத் திட்டுவதும் அடிப்பதும் பாவமாம். அவள் மட்டும் ஊர் உலகத்தில் இல்லாத விதத்தில் நடக்கலாமா? பன்றிக் குட்டி போல் போட்டதைத் தவிர இவள் வேறு என்ன செய்து விட்டாள்.

அப்பாவுக்குப் பேராசை. என்றைக்காவது ஒரு நாள் பணக்காரனாகலாம் என்று கனவு கண்டார். உழைத்துச் சிறுகச் சிறுக முன்னேற முடியும் என்ற நம்பிக்கை அவருக்கு இல்லை. லாட்டரி சீட்டில் அதிர்ஷ்டப் பரீட்சை செய்கிறார்கள், அல்லவா? அப்பா குழந்தைகளை அதிர்ஷ்ட பரீட்சையாகப் பெற்றார். 'இந்தக் குழந்தையின் ஜாதகம் சுகப்படவில்லை. அடுத்த குழந்தைக்கு நல்ல நேரத்தில் பிறக்கும் பார்!' என்று அடுத்த குழந்தைக்குத் தயார் ஆவார். ஏதாவது ஒரு குழந்தைக்கு யோக ஜாதகமாய் அமைந்து, அதன் மூலம் தான் பணக்காரன் ஆகிவிடலாம் என்று அவர் எண்ணம்.

அம்மா அப்படி நினைக்கவில்லை. தான் பெற்றுப் போட்ட புண்ணியத்துக்குப் பதிலாக ஒவ்வொரு குழந்தையும் பாடுபட்டுத் தனக்குச் சோறு போட வேண்டும் என்று எதிர்பார்த்தாள். ஆண் குழந்தைகளுக்கு மட்டும் அல்ல, பெண் குழந்தைகளுக்கும் அந்த கதிதான்.

ஐந்தாவது வயதில் அவன் கையில் நாடா தந்தார்கள். இன்றுவரை – அவனுக்கு இப்போது இருபத்தைந்து வயது – நாடா அவனை விடவில்லை. ஒவ்வொரு தம்பி தங்கையின் கதி இதுதான். மூன்று தங்கைகைள் கல்யாணம் செய்து கொண்டு அம்மாவிடமிருந்து தப்பி விட்டார்கள். கடைசி இரு தங்கைகளும் – குள்ளிக்கு ஒன்பது வயசு, ராஜாமணிக்குப் பதிமூன்று வயசு – நெசவு வேலை செய்கிறார்கள். நாலு தம்பிகளும் தனியாக இருக்கிறார்கள், அம்மாவிடம் பணம்

கொடுத்துவிட்டு இரண்டு வேளை சாப்பிட்டுப் போகிறார்கள். அவர்களுக்கு அம்மாவால் அதிகத் தொல்லை இல்லை.

சகதியில் சிக்கிக் கொண்டவன் அவன்தான். அவனும் தனியே போயிருப்பான். தோதாகத் தறிமேடை உள்ள இடம் வாடகைக்குக் கிடைக்கவில்லை. முன்பெல்லாம் தறி மேடைக்கு மட்டும் இரண்டு ரூபாய் வாடகை; இப்போது ஏழு ரூபாய் கேட்கிறார்கள்; அதற்கும் மேடை கிடைப்பதில்லை. மூன்று தங்கைகளின் கல்யாணத்துக்குப் பட்ட கடனை அடைக்க வேண்டும்; தன் கல்யாணத்துக்கும் மிச்சம் பிடிக்க வேண்டும்; இரண்டு தங்கைகள் திருமணத்துக்கும் ஜாக்கிரதை செய்து கொள்ள வேண்டும். தம்பிகளுக்கு அந்தப் பொறுப்புகளோ கவலையோ இல்லை. அவன் அப்படி இருக்க முடியுமா? அம்மாவோடு இருந்தால் சிக்கனமாக இருக்கலாம் என்றுதான் அவளோடு தங்கினான்.

இப்படிப் பொறுப்புக் கட்டிக்கொண்டு ஆசைப்பட்டதனால் தான் அம்மாவிடம் வசமாய்ச் சிக்கிக் கொண்டான். அவன் என்ன செய்தாலும், அம்மா எதிர்கட்சி. பங்கஜத்துக்கு என்ன குறைச்சல்? பெற்றவர்கள் இருக்கிறார்கள்! நாலு அண்ணன் தம்பிகளுக்கு நடுவில் ஒரே பெண்; தறி வேலை தெரியும்; வீட்டு வேலைகளும் தெரியும். சினிமா ஸ்டார் போல இல்லா விட்டாலும் கச்சிதமாக இருப்பாள். அவளைப் பெற்றவர்கள் அவனுக்குப் பெண் தர முன்வந்தார்கள். அவனுடைய முதலாளியிடம் பேச்சு கொடுத்தார்கள். முதலாளி ஜாதகப் பொருத்தம் பார்த்தார். 'கொடுக்கல் வாங்கல்' எல்லாம் அவர்தான் பேசி முடித்தார்.

இவ்வளவும் ஆனபிறகு 'எனக்கு இந்தப் பொண்ணு பிடிக்கல்லே, அவளைக் கட்டிக்கக்கூடாது' என்கிறாளே, இது அக்கிரமம் இல்லையா? ஆரம்பத்தில் அவளிடம் கேட்க வில்லை என்ற குறை; அவளிடம் பேசியிருந்தால் தனியாக ஐம்பது, நூறு கேட்டு வாங்கியிருப்பாள். அது கிடைக்கவில்லை என்ற ஆத்திரம். அதற்காகப் பங்கஜத்தைப் பற்றிக் கேவலமாய்ப் பேசுகிறாளே, இவள் உருப்படுவாளா? பங்கஜம் எதிர் வீடுதான்; ஆனால் அவன் அவளைத் தலை தூக்கியாவது பார்த்ததுண்டா? அல்லது அவள் இவன் இருக்கும் திசைப் பக்கமாவது திரும்பி இருப்பாளா? அந்த உத்தமியைக் கரிக்கிறாளே இந்தச் சண்டாளி, இவள் வாயில் புழு நெளியுமா, நெளியாதா? அப்பாவைக் கை தூக்கி அடித்த இந்த ராட்சசிக்குப் பங்கஜம் பற்றிப் பேச என்ன யோக்கியதை இருக்கிறது?

எண்ணங்களோடு போட்டியிட்டுக் கொண்டு நாடா பறந்தது. இந்தக் குழப்பத்திலும் ஓர் இழைகூட அறவில்லை;

அண்ணனுடைய மன வேகத்தைப் புரிந்துகொண்டு குள்ளியும் நாடா கோத்துக் கொடுத்தாள்.

முதலாளி அவன் பக்கம்; அவருக்கு அவன்மேல் ஓர் அபிமானம். ஒரு நம்பிக்கை. எதற்கெடுத்தாலும் அவனைக் கூப்பிடுவார். அவருடைய உதவி இருந்ததால்தான் அவன் மூன்று தங்கைகளின் திருமணக் கடனைத் தீர்க்க முடிந்தது. தன் கல்யாணத்துக்காகவும் சேலை, செயின், தாலி எல்லாம் தயார் செய்ய முடிந்தது.

அம்மாவுக்குத் தெரியக் கூடாது என்றுதான் அவன் அவற்றைப் பெட்டியில் பூட்டி வைத்தான். அந்தப் பெட்டியைக் கள்ளத்தனமாய்த் திறந்து பார்த்திருக்கிறாளே, என்ன நெஞ்சழுத்தம் இருக்கும்?

5

அவனுக்குப் படபடவென்று கோபம் மூண்டது. அதே நேரத்தில் அம்மாவின் குரல், "குள்ளி, ஒவ் குள்ளி, ஏட் ஆவ்!" (குள்ளி, அடி குள்ளி, இங்கே வா!) என்று கூப்பிட்டது.

சிறுமியான குள்ளிக்கு இருதலைக் கொள்ளியாக இருந்தது. அவளுக்கு அம்மாவும் வேண்டும். அண்ணாவும் வேண்டும்.

"அண்ணா, அம்மா கூப்பிட்றா?" என்று நாடாவை நிறுத்தினாள்.

"வேலை நேரத்தில் ஏன் கூப்படறா?"

"காய்கீ" (என்னவோ)

"இரு புட்டா முடிச்சுட்டுப் போகலாம்."

அதற்குள் அம்மாவின் குரல் மறுபடியும் வீறிட்டது. "ஒவ்ஃபொ வர்தே காணும் பொஃடர்னி? அவிஸ் கீந் ஹீ?" (அடி கூப்பிடறது காதிலே விழல்லே? வர்றியா இல்லையா?)

அதற்கு மேல் சோதனை செய்யக் குள்ளி தயாராக இல்லை. நாடாவை அப்படியே போட்டுவிட்டு, எழுந்து தறி மேடையிலிருந்து கீழே குதித்து அம்மாவிடம் ஓடினாள்.

சினம் பீறிட்டுக் கொண்டு வந்தது ராஜத்துக்கு. ஆனால் சினத்தின் தலையில் ஓர் ஓய்ச்சல் இருந்தது. சுருட்டிக் கொண்டு படுத்துத் தூங்கிவிட வேண்டும், எழுந்திருக்கவே கூடாது என்று தோன்றியது. சண்டை போடுவதற்கான தென்பே இல்லை. உடல் நரம்புகள் மக்கிவிட்டாற் போல் இருந்தது. சாம்பார்ச் சண்டை கல்யாணச் சண்டையாக முடிந்தது. எங்கே முடிந்தது? இன்னும் கிளை விட்டுக் கொண்டிருக்கிறதே!

அவன் மௌனமாய்த் தலை குனிந்து இழைகளைச் சுத்தம் செய்து கொண்டிருந்தான்.

சமையலறை பத்தடி தூரத்தில்தான் இருந்தது. அம்மா குள்ளியை அதட்டுவது தெளிவாய்க் கேட்டது.

"ஏண்டி, நான் கூப்பிட்டது காதிலே விழல்லே? ஏண்டி இத்தனை நேரம்?"

"சத்தத்திலே கேக்கல்லே."

"நீ இனிமே இந்தத் தறிக்குப் போக வேண்டாம். புதுத் தெரு சென்னப்பன் நூறு ரூபா பணம் தர்றேன்னான். பழையது கொட்டிக்கிட்டு அங்கே போ."

குள்ளியாலே அந்த அநியாயத்தைப் பொறுக்க முடிய வில்லை: "அண்ணன் தறியிலே இன்னும் ஒண்ணே முக்கால் முழம் இருக்கு. முதலாளி அவசரமா சேலை வேணும்னு . . ."

"அதெல்லாம் உன்னை யார் கேட்டா? பேசாம பழையது கொட்டிக்கிட்டுத் தொலை!" – என்னும்போது குள்ளியின் தலையில் நறுக்கென்று ஒரு குட்டு விழுந்தது.

எல்லாவற்றையும் கேட்டுக் கொண்டிருந்த ராஜம் தறி மேடையை விட்டுக் கீழே இறங்கினான்:

"ஏண்டி, என்ன சொல்றே?"

"புதுத்தெரு சென்னப்பன் குள்ளிக்கு நூறு ரூபா முன் பணம் தர்றேன்னான். அவளை அங்கே போகச் சொன்னேன்."

கரை கோத்துக் கொடுக்கும் சிறுவர் சிறுமிகளுக்கு இப்போது நல்ல கிராக்கி. ஐம்பதும் நூறும் முன்பணம் தந்து நெசவாளர்கள் அவர்களை வேலைக்கு அமர்த்திக் கொள்கிறார்கள். அம்மாவுக்கு இந்த விஷயம் தெரியும்.

"அவளை அங்கே அனுப்பிவிட்டா நான் என்ன செய்யறது?"

"நீ வேறே ஆளைப் பார்த்துக்கோ. குள்ளிதான் வேணும்னா நூறு ரூபா முன்பணம்கொடு."

ராஜத்துக்கு அவளுடைய தந்திரம் புரிந்தது. களவாணித் தனமாய்ப் பெட்டியைத் திறந்து பார்த்தாளா? பெட்டியில் தாலி, சேலை செயினோடு நூறுரூபா பணம் இருப்பதைக் கண்டுவிட்டாள். அந்தப் பணத்தைப் பறிக்கத்தான் இந்தக் குறுக்கு வழியில் போகிறாள்.

"மூணு பேருக்கும் நான் உழைச்சுப் போடறேன். குள்ளி வெளியிலே வேலை செய்வாளா?"

"நீ உழைச்சி எங்களுக்குப் போட வேணாம். முன்பணம் நூறு ரூபா கொடுத்தாத்தான் குள்ளி உன்னோடு வேலை செய்வாள். ராஜாமணிக்கு வயசாச்சு. அவ கல்யாணத்துக்கு நான் தயார் செய்யணும். அவளுக்கு ஒரு தோடு வாங்கப் போறேன்."

அவன் கல்யாணத்துக்குத் தயார் செய்து கொள்கிறான் அல்லவா? ஏட்டிக்குப் போட்டியாக ராஜாமணியின் கல்யாணத்துக்குத் தயார் செய்கிறாளாம்! ராஜாமணிக்குப் பதின்மூன்று வயசு; கல்யாணத்துக்கு இப்போது என்ன அவசரம்? அப்படியே நல்ல இடத்தில் கேட்டாலும், அவனுக் கல்லவா அந்தப் பொறுப்பு!

மூன்று தங்கைகளைக் கட்டிக் கொடுத்துவிட்டுக் கடன் காரனாய்க் கஷ்டப்படுகிறவன் அவன் அல்லவா? இவள் என்ன செய்தாள்? ராஜாமணிக்குத் தோடு வாங்கவா பணம் கேட்கிறாள்? அவனிடமுள்ள பணத்தைக் கறக்க வேண்டும்; அவனுக்கு மணமாகாமல் இடைஞ்சல் செய்ய வேண்டும்; அவன் வேலை செய்ய முடியாதபடி தொல்லை தர வேண்டும். இதுதான் அவள் எண்ணம்.

பெற்றவளுக்கு இவ்வளவு கெட்ட மனசு இருக்குமா? ராட்சசி, ராட்சசி!

அப்பா இருந்தவரை எலிக்குஞ்சு போல இருந்தவள், அப்பா போனவுடனே பெருச்சாளிபோல் ஆகிவிட்டாள். பிள்ளைகளும் பெண்களும் சம்பாதித்துப் போடப் போட இவளுக்குச் சதை கூடிக்கொண்டே போகிறது. ஏன் கூடாது? தறி வேலைசெய்து கொடுக்கக் கூட இவளுக்கு உடம்பு வளைவ தில்லை; கூலி வாங்கிக்கொண்டு அவனிடமே பாதி வேலை வாங்கிவிடுகிறாள். நாள் முழுவதும் கொறிக்கிற கொழுப்பு தான் இவளை இப்படியெல்லாம் பேச வைக்கிறது, செய்ய வைக்கிறது. இந்தத் திமிரை ஒடுக்க வேண்டும். அப்பா செத்த போது ஊருக்காக ஒப்பாரி வைத்துக் கதறிக் கதறி அழ வேண்டும்.

அவனுடைய வாயிலிருந்து வெளிப்பட்ட சொற்களில் சினமே இல்லை: 'ராஜாமணி கல்யாணத்துக்கு இப்போது என்ன அவசரம்? நான் செய்ய மாட்டேனா?"

"செய்யறவங்க ரொம்பப் பேரைப் பார்த்தாச்சு. கல்யாணத்துக்கு முந்தியே தலை கீழா நடக்கிறே. கல்யாணம் ஆனப்புறம் யார் புத்தி எப்படி இருக்குமோ, யார் கண்டா?"

"பெட்டியிலே இருக்கிற பணத்தைப் பார்த்துட்டே. அதைப் பறிமுதல் செய்யறவரை உன் மனசு ஆறாது, இல்லியா?"

எம்.வி. வெங்கட்ராம்

“நான் உன்னை யாசகம் கேட்கல்லே! என் மவ வேலை செஞ்சி கழிக்கப் போறா!”

“நான் தர மாட்டேன்.”

“நான் கட்டாயப்படுத்தல்லியே! குள்ளி புதுத் தெருவுக்குப் போவா . . .”

“நீயே எடுத்துக்கோ, இந்தா!” என்று அவன் ஆணியில் தொங்கிக்கொண்டிருந்த பெட்டிச் சாவியை அவளிடம் எறிந்தான். சட்டையை மாட்டிக் கொண்டான். கண்ணாடியில் முகம் பார்த்துப் பவுடர் போட்டுக் கொண்டான். கிராப்பை ஒழுங்கு செய்து கொண்டான். அவனுடைய வாயிலிருந்து வெளி வந்த சொற்கள் செத்து அழுகி அழுகி வெளி வருவதாகவும், நாறுவதாகவும் அவனுக்குத் தோன்றியது:

“பெட்டியிலே நூறு ரூபா இருக்கு. எடுத்துக்கோ, சேலை கட்டிக்கோ, செயின் போட்டுக்கோ, போ . . . போ.”

அவளிடம் பேசுவதற்குத் தன்னிடம் சொற்களே இல்லை, எல்லாம் தீர்ந்துவிட்டன என்று அவனுக்குப் புரிந்தது. அவன் பதில் பேசாமல் கீழே குனிந்தவாறு நடந்தவன் தயங்கி நின்றான்.

“காய்ஃதா?” (என்ன அண்ணா) – என்றவாறு அவள் ஓடி வந்தாள்.

“ராஜாமணிகிட்டே நான் அஞ்சு ரூபா கடன் வாங்கினேன். அவ சாப்பிட வர்றப்போ ஒரு ரூபா சேர்த்து அவகிட்ட கொடுத்துடு.”

“ஏழு ரூபா எதுக்கு அண்ணா?”

“உனக்கு ஒரு ரூபா, பிரியப்பட்டதை வாங்கித்தின்னு. அம்மாகிட்ட காட்டாதே.”

“ஒரு ரூபா எதுக்கு அண்ணா?”

“வச்சுக்கோ, வச்சுக்கோ.”

சொல்லிக்கொண்டே அவன் நடந்தான். தலையில் கொதியாய்த் கொதித்தது. நெஞ்சில் எரியாய்எரிந்தது. பரபரவென்று வீட்டை விட்டு வெளியே வந்தான். கிழக்கே நடந்தான்.

மாதப்பா சந்தைத் தாண்டி கீழ்க் கடலங்குடித் தெருவை அடைந்தான். உடம்பில் சொல்லி முடியாத ஓய்ச்சல், யாரோ கழுத்தை நெட்டித் தள்ளிக்கொண்டு போவது போல் இருந்தது. எல்லா இரைச்சல்களும் அடங்கி ஒரே ஓர் இரைச்சல் கேட்டது.

நாய் குரைக்கும் சத்தம். நாய் குரைத்தபடி அவனைக் கடிக்க வருகிறது. அவன் பயந்துகொண்டு ஓடுகிறான். சீ, கனவில் வந்த நாய் உண்மையில் துரத்துமா? கடிக்க வருமா? இதென்ன பைத்தியக்காரத்தனம்?

அவன் நடந்து கொண்டிருந்தான்.

மகாமகக் குளத்தை நெருங்கியதும் அவன் நின்றான். இந்தக் குளத்தில் விழுந்து செத்தால் சொர்க்கத்துக்குப் போகலாம் என்கிறார்கள். போன மாதம்கூட அவன் தெருவில் இருந்த கிழவி இதில் விழுந்தாள்; பல பேர் விழுகிறார்கள். அவனும் விழுந்தால் என்ன? தண்ணீரிலே விழுந்த பிணம் என்பார்கள். அவன் அதைப் பார்த்திருக்கிறான். அவன் குளத்தில் விழுந்து செத்து, புசுபுசுவென்று பலூன்போல மிதந்தால், அம்மா அடையாளம் கண்டு கொள்வாளா? பயப்படுவாளா? அழுவாளா?

ஆனால், அவனுக்கு நீந்தத் தெரியும். குளத்தில் விழுந்தால் லேசில் உயிரை விட முடியாது. அவனுக்குத்தான் கஷ்டம்.

அவன் தொடர்ந்து நடந்தான் மரணத்துக்கு அஞ்சி ஓடுகிறவன் போல வேர்க்க விறுவிறுக்க நடந்தான். வெறி நாய் மறுபடியும் துரத்துகிறது. நிஜ நாய் அல்ல. கனவு நாய்தான். ஆனாலும் அது கடிக்க வருகிறது. அது போதாதா? பக்கத்து வீட்டுச் சேவல் ஐயோய்யோ என்று கத்துகிறது.

அவன் விழித்தபடி ரயில்வே ஸ்டேஷனை அடைந்தான். மணி ஒன்பது நாற்பது. ஒன்பது ஐம்பதுக்கு ஒரு ரயில் வருகிறது. ரைட்!

அவன் தண்டவாளத்தோடு நடந்துகொண்டே இருந்தான். இரண்டு பர்லாங்கு நடந்திருப்பானா? எதிரில் ரயில் வருவது தெரிந்தது. 'அப்பாடா' என்று ஓர் உற்சாகம் உண்டாயிற்று. ரயிலுக்கு எதிரில் ஓடினால், டிரைவர் ரயிலை நிறுத்திவிடுவான் என்று அப்போதும் அவனுக்கு ஜாக்கிரதை இருந்தது. ஆகையால் அவன் ஒதுங்கியே நின்றான்.

அரசலாற்றை நெருங்கியதும் ரயில் 'வர்ர்ர்ர்ர்றேன்!' என்று ஊதியது. அவன் சிரித்தான். அது பாலத்தைத் தடதடவென்று கடப்பதற்குள், அவனுக்கு அவசரம். நூறு முறை விழுந்து விட்டான், மனத்திற்குள்.

எஞ்சின் அவனைத் தாண்டியது. டிரைவர் அவனைப் பார்த்துச் சிரித்துக் கையை ஆட்டினான். நெருப்புச் சூடு அவனை கர் என்று கிள்ளியது. நாய் குரைத்தது. சேவல் கூவியது. அம்மா கத்தினாள். ராஜம் ஓட்டப் பந்தயத்துக்கு நிற்பவன் போல வலது காலை முன்னெடுத்து வைத்தான்.

"தூ ரொஃடி ரொஃடி!" (நீ அழுது அழுது சாகணும்!) என்று பலமாய்க் கத்திக்கொண்டே இரண்டு பெட்டிகளுக் கிடையில் பாய்ந்தான்."

6

ஆஸ்பத்திரியிலிருந்து சடலத்தை இரவு பத்து மணிக்குத்தான் கொடுத்தார்கள். பிரேதத்தை வீட்டுக்குள் கொண்டு போகக் கூடாது என்பதற்காகத் திண்ணையிலேயே ஒரு நாற்காலியில் உட்கார வைத்தார்கள். ரயில் டிரைவர் சந்தேகப்பட்டு பிரேக் போட்டதால் உயிர் போகும் அளவுக்குத் தலையின் பின்பக்கம் அடிபட்டதைத் தவிர ராஜத்திற்குப் பெரிய நஷ்டம் ஏதும் இல்லை: ஆஸ்பத்திரிக் காரர்களும் நறுவிசாக வேலை செய்திருந்தார்கள். ஆக, ராஜத்தின் உடம்பு பார்ப்பதற்குப் பயங்கரமாக இல்லை. கழுத்தில் ரோஜா மாலையுடன் மாப்பிள்ளைக் கோலத்தில் உட்கார்ந்திருந்தது.

அம்மா அழாமல் இருக்க முடியுமா? கதறிக் கதறி அழுதாள். இந்தத் தெருவாசிகள் மட்டும் அல்ல, பல தெருக்களிலிருந்தும் மக்கள் கூட்டமாக வந்து பார்த்துக் கலங்கினார்கள்.

எதிர் வீட்டில்தான் பங்கஜம் இருந்தாள். அவளுடைய பெற்றோர் எதிர் வீட்டுக்குப் போய்விட்டதால் அவள் தன் சகோதரர்களோடு இருந்தாள்.

"ஹய்யா, தூஜீகா?" (ஏண்டி, நீ போய்ப் பார்க்கவில்லையா?) என்று அண்ணன் கேட்டான்.

"பார்க்காமே என்ன? பைத்தியக்காரப்பிள்ளை! கலியாணம் ஆனப்பறம் இந்த வேலை செய்யாமல் இருந்தானே!" என்ற பங்கஜம் போர்வையால் தலையையும் சேர்த்து மூடிக் கொண்டாள்.

குளிர் மட்டும் அல்ல; கும்பகோணத்தில் கொசுத் தொல்லையும் அதிகம்.

மூக்குத்தி

கை பிடித்துப் பார்த்த டாக்டரும் கைவிரித்து விட்டார். இன்றோ நாளையோ சீதாராமனின் இகலோக வாழ்க்கை முடிவடைய வேண்டியதுதான்.

ஐம்பத்தைந்து வயதில் ஒரு மனிதனுக்கு இவ்வளவு நோய்கள் எப்படி வந்தன என்று டாக்டருக்கே வியப்பாக இருந்தது; அதுவும் சமூகத்தில், நாலு பேர்கள் முன் னிலையில், கட்டுக் குடுமியுடன், நெற்றியில் பளிச்சிடும் திருநீற்றுப் பூச்சுடன் வாயில் முருகத் தியானத்துடன் சிவப்பழம்போல் காட்சியளித்து நகரசபையில் கௌன் சிலர் பதவி, வியாபாரிகள் சங்கத் தலைவர் பதவி போன்ற பல பதவிகளால் அலங்கரிக்கப்பட்டுப் பெரிய மனிதனாக நடமாடிய பேர்வழிக்கு! வழுக்கி விழுந்து விலைக்கு வாங்கிய ஐசுவரியம் ரத்தத்தில் ஊறிச் செய்த கோளாறு; நெஞ்சத்தின் நாற்றத்தை வெளிப் படுத்துவதுபோல துர்நீர் நிறைந்த மார்க்கட்டி ஒன்று; சர்க்கரையாக இனித்த அட்டூழியங்கள் சர்க்கரை நோயாக விளைந்த விளையாட்டு — ஆக, பலவகை நோய்களுக்குச் சீதாராமனின் உடல் வாசஸ்தலமாக மாறியிருந்தது. ஆறுமாத காலமாக, எந்த நோய்க்கு முதலில் மருந்து கொடுப்பது என்பதே டாக்டருக்குப் பிரச்சனையாக இருந்தது. அதிகமாகத் தொந்தரவு செய்யும் நோய்க்கு அப்போதைக்குத் தேவையான சிகிச்சை செய்து வந்த டாக்டருக்கே அலுப்புதட்டி விட்டது. ஆனால் அந்த அலுப்பு இனியும் நீடிக்கப்போவ தில்லை. இன்றோ, நாளையோ, அவருடைய சிரமங் களுக்கெல்லாம் முற்றுப் புள்ளி வைத்துவிட்டு, அவன் வந்த இடத்துக்குத் திரும்பியோ அல்லது சேர வேண்டிய

இடத்துக்குப் போய்ச் சேர வேண்டியோ, வீடு, வாசல், நில புலன்கள், இளம் மனைவி, குழந்தை குட்டிகள், வஞ்சனை யாலும், மோசடியாலும் சேர்த்த சொத்து – எல்லாவற்றையும் "துறந்து" இறுதி யாத்திரையைத் தொடங்கப் போகிறான் . . .

படுக்கையில் கிடந்த சீதாராமனுக்கும் இந்தச் செய்தி தெரியும்; ஆனால் அவன் சாகத் தயாராக இல்லை. அவன் நிறைவேற்றிக்கொள்ளாத ஆசைகள் ஒன்றும் இல்லை எனலாம்; ஆனால் இப்போது ஒரு புது ஆசை ஆத்திரமாக எழுந்தது; அவன் செயலோடு இருந்தவரை அவனிடம் பெட்டிப்பாம்பாக அடங்கிக் கிடந்த மனைவியும் மக்களும், அவன் படுக்கையில் சாய்ந்ததும், வீட்டைத் துப்புரவாக்கும் துடைப்பத்துக்கு அளிக்கும் மரியாதையை அவனுக்கு அளிக்க ஆரம்பித்தனர். நல்லபடியாகப் பிழைத்து எழுந்திருக்க வேண்டும்; அவர் களுக்குச் சரியான விதத்தில் புத்தி புகட்ட வேண்டும், என்ற ஒரே ஓர் ஆத்திரம்தான் அவனுக்கு. ஆனால் அது நிறைவேற வழி இல்லை என்று நினைத்த போது அவனுக்குத் தாங்க முடியாத வருத்தம் உண்டாகியது.

அவன் அசைவற்றுப் படுக்கையில் கிடந்தான்; உடம்பு மீது வெள்ளைப் போர்வை போர்த்தியிருந்தது. தலையில் இரு பக்கமும் கட்டு; வலது கை மார்பு மீதும், இடது கை படுக்கை மீதும் கிடந்தன. கண்கள் அநேகமாகப் பார்வை இழந்து விட்டன. கால்களும் முடங்கி விட்டன. ஆனால் அந்த நேரத்திலும் அவனுடைய காதுகள் நன்றாக வேலை செய்து கொண்டிருந்தன; நெஞ்சு துடிப்பும் அவனுக்குச் செவ்வையாகக் கேட்டது!

பக்கத்தில் யாரோ வந்து நின்றார்கள்; காலடிச் சத்தமும், குரலும் கேட்டன; சீதாராமனுடைய மூத்த தாரத்தின் மூத்த மகன் கிருஷ்ணனும் அவன் மனைவி கல்யாணியும்.

மருமகள் சொன்னாள்: "இன்னும் மருந்து கொடுக்க வில்லையா? காலா காலத்தில் கொடுக்க வேண்டாமா?"

"ஆமாம், இப்போது மருந்து கொடுத்து எல்லாம் ஆகி விடப் போகிறதாக்கும். இனி பிழைக்காது என்று டாக்டர் கெடுவைத்து விட்டாரே! ஆறு மாசம் படுத்தியது போதாதா? இத்துடன் போய்விட்டால் சனி விட்டது என்று தலை முழுகி விடலாம்" என்றான் கிருஷ்ணன்.

"அதற்காக மருந்து தராமல் இருக்கலாமா?"

"தரலாம், இரு. ஒரு விஷயம் உன்னிடம் சொல்ல வேணும். இன்று இல்லாவிட்டால் நாளை இது தீர்ந்து

விடப்போகிறது, நாம் ஏதாவது வழி செய்து கொள்ள வேண்டாமா?"

"எதுக்கு வழி."

"இங்கே பக்கத்தில் உட்காரு, சொல்கிறேன்... சும்மா நெருங்கி உட்காரு. யாரும் வராமாட்டார்கள். முடிந்தவரை நகை, துணிமணிகளைப் பத்திரப்படுத்திவிட வேண்டும். இல்லாவிட்டால் அந்த லண்டி நமக்கு ஒன்றும் கிடைக்காதபடி செய்துவிடுவாள்."

"லண்டி" என்று அவன் செல்லமாய்க் கூப்பிட்டது, அவனுடைய சிற்றன்னை கோமளத்தை, அதாவது சீதாராமனின் இளைய தாரத்தை.

"கணக்குத்தான் இருக்கிறதே... அதில் உள்ளது போல் எல்லோரும் பிரித்துக்கொண்டால் போகிறது."

"நீ ஒரு பைத்தியம், உன்னிடம் நானும் சொல்ல வந்தேனே!... எவ்வளவு நகை கணக்கு இல்லாமல் அனாமத்தாக இருக்கு, தெரியுமா? எத்தனை பேர்கள் தலையை இது தடவி நகையாய்ப் பண்ணி வைத்திருக்கு தெரியுமா? முன்னே ஒரு மூக்குத்தி, இரும்புப் பெட்டியிலிருந்து மாயமாக மறைந்ததே, அது திருட்டுச் சொத்துதானே, அந்த லண்டி எடுத்துக் கொண்டு, நம் மீது பழி போடவில்லையா? நாமும் ஏன் அப்படிச் செய்யக் கூடாது?"

அப்புறம் இருவரும் மெதுவாகப் பேசிக்கொண்டது சீதாராமனின் செவிகளுக்கு எட்டவில்லை.

மறுபடியும் மருமகள் சொன்னாள்: "அது என்ன நீங்கள் அப்படிச் சொல்கிறீர்கள்?" அந்தக் கடுக்கன்களை மாமனார் சாகும்வரை யாரும் எடுக்கக் கூடாது என்று சொன்னாரே எடுத்துவிட்டால் எல்லோருக்கும் தெரிந்து ரகளை ஆகிவிடுமே."

"அதுக்கும் ஒரு வழி கண்டுபிடித்துவிட்டேன்."

சிறிது நேரத்தில் யாரோ தன் இரு காதுகளையும் பிடித்து வைரக் கடுக்கன்களைக் கழற்றுவதை உணர்ந்தான் சீதாராமன்; அவற்றுக்குப் பதிலாக வேறு கடுக்கன்கள் மாற்றப் பட்டன. முதலில் துடித்துக்கொண்டிருந்த நோயாளியின் மார்பு படபடக்கத் தொடங்கியது, அந்தக் கடுக்கன் என்னுடையது, அதைத் தொடாதே, காலி ராஸ்கல் என்று வாய் விட்டுக் கத்த விரும்பினான் சீதாராமன். ஆனால் துணிப் பந்தை வைத்து அடைத்தாற் போல் வாயைத் திறக்கவும் முடியவில்லை. அவனுடைய மகன், அவன் கண்களின் உருட்டலுக்கும் "காலி ராஸ்கல்" என்ற அதட்டலுக்கும் அஞ்சி நடுங்கியவன்; அந்த

மகனே அவனுக்குப் பக்கத்தில் நின்று ஏளனம் செய்கிறான்; அஃறிணையாக 'இது' 'அது' என்று பேசுகிறானே! இவ்வாறு நினைத்த நோயாளியின் கண்களில் நீர் கசிந்தது.

மீண்டும் இளம் தம்பதிகள் பேசிக்கொண்டனர். மகன் தான்; "இது என்ன இரண்டாயிரம் ஆகும் உள்ளே இருக்கல்லவா, வைரச் செயின் அதைப்போலவே வேறே செய்து வைத்திருக்கிறேன். அதையும் யாருக்கும் தெரியாமல் மாற்றி விட வேணும்."

"ரொம்பவும் ஜாக்கிரதையாகச் செய்யுங்கள். உங்கள் சின்னம்மாவுக்குத் தெரிந்தால், வீடே இரண்டு பட்டுவிடும். அது சரி, மருந்து கொடுங்கள்."

"கொடுக்க வேண்டுமா?" என்று அலுத்துக்கொண்டே கிருஷ்ணன் தகப்பனின் வாயைத் திறந்து மருந்தை ஊற்றினான்.

நோயாளிக்கு மருந்தே வேண்டியிருக்கவில்லை; வாயில் ஊற்றியதை அப்படியே கக்கினான்.

"சரிதான் மருந்து இறங்கவில்லை, இனி காலாவதிதான். நம் வேலையைச் சீக்கிரம் முடிக்க வேண்டும்" என்று நகைப்பாகப் பதறினான் கிருஷ்ணன்.

பிறகு மகனும் மருமகளும் ஏதோ சொல்லிச் சிரித்துக் கொண்டே அங்கிருந்து வெளிச் செல்லும் காலடிச் சத்தம் சீதாராமனின் காதில் விழுந்தது.

"பிழைக்க வேண்டும்" என்னும் ஆவல் இன்னும் மிகுந்தது அவனுக்கு. வளர்த்த கடா மார்பில் பாயும் இந்தக் கோரத்தை அவனால் பொறுக்க முடியவில்லை. தன்னுடைய உதவியற்ற நிலைமையை எண்ணி ஏங்கினான் சீதாராமன்.

கூடவே அவனுக்குள் மற்றோர் எண்ணம் எழுந்து கிருஷ்ணன் புதிதாக எதையும் செய்துவிட வில்லையே வாழையடி வாழையாகத் தன் தகப்பனைத் தானே அவன் ஒழுங்காய்ப் பின்பற்றுகிறான்? பொய்க் கணக்குகள் எழுதி பொய்ச் சாட்சிகள் சொல்லி பொய் வழக்குகள் ஆடி எத்தனை குடும்பங்களைச் சீதாராமன் பாழாக்கியிருக்கிறான், எவ்வளவு பேர்களிடமிருந்து சொத்தைப் பறித்து அவர்கள் "ஐயோ" என்று கும்பி எரிந்து தவிப்பதைப் பார்த்து அவன் கேலி செய்திருக்கிறான். கிருஷ்ணன் குறிப்பிட்டானே அந்த மூக்குத்தியைச் சீதாராமன் அபகரித்த கதை எவ்வளவு சோகம் நிறைந்தது.

அதன் சொந்தக்காரர் ஒரு வயோதிகர்; அவனுக்கு எட்டின உறவுகூட. அவனுக்கு அவர் கொடுக்க வேண்டிய

கடன் கொஞ்சமிருந்தது; திடீரென்று நோய்வாய்ப்பட்டுப் படுக்கையில் விழுந்த அக்கிழவர், தம் மனைவி மூலம் அந்த வைர மூக்குத்தியை அனுப்பிக் கணக்கைத் தீர்த்துக் கொள்ளும்படி வேண்டிக்கொண்டார். கிழவியிடமிருந்து மூக்குத்தியை வாங்கிக்கொண்ட சீதாராமன் நான் உங்களுக்கு வஞ்சனை செய்ய மாட்டேன்' என்று தான் வழிபடும் தெய்வமான முருகன் முன்னிலையில் கையடித்துக் கொடுத்தான், ஆனால் மறுநாளே அந்த நகையை மறைத்துவிட்டு, அந்தக் கிழவர் மீது வழக்குப் போட்டு அவர் சொத்துக்களை யெல்லாம் ஜப்தி செய்தான்; அவர் வீட்டையும் ஏலத்துக்கு கொண்டு வந்தான்... செயல் இழந்து படுக்கையில் இருந்த கிழவர் எவ்வளவு வேதனைப் பட்டாரோ?

அதன் விளைவாகவோ என்னவோ, அந்த மூக்குத்தி சீதாராமனின் குடும்பத்தில் ஒரு விஷ விருக்ஷத்தை வளர்த்தது.

மூக்குத்தியின் வைரம் மிக நன்றாக இருந்ததால் அது தன் மனைவிக்கு வேண்டும் என்று கேட்டான் கிருஷ்ணன்; "அது எனக்குத்தான்" என்று பிடிவாதம் பிடித்தாள் சீதா ராமனின் இளம் மனைவி கோமளம். மனைவிக்கும் மகனுக்கும் இடையில் சிக்கிக்கொண்ட அவன் இருவருக்குமே அதைக் கொடுக்காமல் பெட்டியில் வைத்துப் பூட்டி விட்டான்; ஆனால் சில நாட்களில் அது சிறகு முளைத்துப் பறந்து விட்டது. முதலில் அவனுக்குப் புத்திரன் மீது சந்தேகம் உண்டாகியது, ஆனால் அதை எடுத்தது இளைய மனைவி தான் என்று அவனுக்குத் தெரிந்துவிட்டது. தெரிந்து என்ன செய்ய? அவளிடம் வாய் கொடுக்க அவனுக்கு எப்போதுமே பயம்.

சீதாராமன் செய்துள்ள அகடவிகடங்களில் இந்த மூக்குத்தி விவகாரம் அல்பமானது. ஆனால் யானையைச் சாயக்கும் எறும்புபோல் இந்தச் சின்ன விஷயம் அந்தக் குடும்பத்தையே கவிழ்க்கத் தொடங்கியது. மூக்குத்தி காணாமற் போனதி லிருந்து கிருஷ்ணன் தன் சித்தியுடன் பேசுவதில்லை. வீடு இரண்டு கட்சிகளாகப் பிரிந்தது.

வைரத்தைத் தின்றால் மாத்திரம் விஷம் அல்ல, திருடினாலும் விஷம் ஆகி விடுகிறது என்பதை எண்ணிய அவன் நெஞ்சு "தட தட" வென்று அடித்துக் கொண்டது.

அப்போது முதலில் தெளிவில்லாமலும், பிறகு தெளிவு பெற்றும், "டக டக" என்று எழுந்தது தமுக்கு அடிக்கும் சத்தம், அதைச் செவியுற்றதும் அவனுக்கு நடுக்கம் உண்டாயிற்று.

அந்த மூக்குத்திக் கிழவரின் சொத்துக்களை அவன் இப்படித் தானே தமுக்கு அடித்து ஏலம் போட்டான்!

தமுக்கு ஒலிதான். சந்தேகம் இல்லை. நெருங்கி நெருங்கி அவன் பக்கத்தில் வந்தது அது. ஏதோ சொல்லுவதும் பிறகு தமுக்கைத் தட்டுவதுமாக வந்தது அந்த ஒலி. அந்தக் குரல் அவனுக்குப் பழக்கமானது போல் தோன்றியது. உற்றுக் கேட்டான், அந்தக் கிழவரின் குரல் அல்லவா அது?

அந்தக் குரலைக் கேட்பதற்காக அவன் செவிகள் நீண்டன; அந்தக் கிழவர் சொல்லிக் கொண்டிருந்தார்:

"கஸ்பா கும்பகோணம் புதிய தெருவில் இருக்கும் ராமநாதன் குமாரன் சீதாராமனின் உயிர் இன்று பிற்பகல் மூன்று மணிக்குப் பகிரங்கமாக ஏலம் விடப்படும் . . . படும் . . ."

அவன் திடுக்கிட்டான்; இது என்ன விந்தை! உயிரை யாவது ஏலம் போடவாவது! உலகில் நடக்காத அதிசயமாக இருக்கிறதே!

மறுபடியும் தமுக்குச் சத்தம், மறுபடியும் அந்தக் குரல்!

"ஆண்டவர் சீதாராமனுக்கு விலை மதிப்பு இல்லாத உடலையும் உயிரையும் கடனாய்க் கொடுத்தார்; அவன் அவைகளைக் கண்ட விதங்களில் விரயம் ஆக்கிவிட்டு முதலுக்கே மோசம் நினைக்கிறான். ஆகையால், அவன் உயிரைப் பறித்துக் கொள்ளத் தீர்மானித்த ஆண்டவர் அவன் மீது "டிக்கிரி" வாங்கி, அவன் உயிரை ஏலத்துக்குக் கொண்டு வந்து விட்டார். வாங்க விரும்புகிறவர்கள் பிரதிவாதி சீதாராமன் வீட்டில் பிற்பகல் மூன்று மணிக்கு ஆஜராகவும் . . ."

அவன் உள்ளத்தில் திகில் மூண்டது. உண்மையாக அது தமுக்கு ஒலி தானா? அல்லது மார் துடிக்கும் ஒலியா என்று சந்தேகம் உண்டாகியது; இதயத் துடிப்பு கோர்ட் பாஷையாகவா இருக்கும்?

இல்லை, தமுக்கு ஒலிதான், ஐயோ தமுக்கு ஒலிதான்! இதோ மீண்டும் கேட்கிறது!

"மிகவும் பாழடைந்து போன அவன் உயிரை யாரும் ஏலத்தில் எடுக்காவிட்டால் ஆண்டவர் அதை இடித்து அழிக்கப் போகிறார். . ."

அவனுடைய நெஞ்சுத் தோலையே உரித்து அதனைத் தமுக்கு செய்து, அதன் மீது தட்டுகிறார் போலும் அந்த வயோதிகர். மேலும் மேலும் மேலும் மிகுந்து மார்பில்,

வயிற்றில் தலையில், உடல் எங்குமே ஊடுருவிக் கிழித்துக் கொண்டு வெளியேற முயல்வது போல், ஒலித்தது அது!

அந்த ஒலியால் அமுக்குண்ட அவன், முழுப்பிரக்ஞையும் இழந்தான்.

அரைகுறையாக உணர்வு வந்தபோது, அவனுடைய இளம் மனைவி வீட்டுக் குமாஸ்தாவிடம் பேசுவது பக்கத்தில் கேட்டது.

"நீங்கள் பெட்டிச் சாவியை என்னிடம் கொடுங்கள். இன்றைக்குள் இது தீர்ந்துவிடும். என் குழந்தைகளுக்கு வேண்டியதெல்லாம் நான் ஜாக்கிரதை செய்து கொள்ள வேண்டாமா . . .?"

"ஆனால் சின்ன முதலாளி? . . ."

"சின்ன முதலாளியும் ஆச்சு, பெரிய முதலாளியும் ஆச்சு, சாவியை இப்படிக் கொடுங்கள். உங்களையும் கவனித்துக் கொள்கிறேன்; எனக்குத் தெரியாதா? . . . இருந்தும் சனியன் இறந்தும் சனியன் ஆகும் போல் இருக்கிறது. நாற்பத்தைந்து வயசுக்கு மேலே பதினாறு வயசுப் பெண்ணாகக் கட்டிக் கொள்ளத் தெரிந்தது; அவளுடைய பிற்காலத்துக்கு ஏதாவது செய்ய வேணுமே என்று அறிவு இருந்ததா? உயில் கூட எழுதாமல் இப்படி விழுந்து விட்டதே. என் பிராப்தம் இந்தப் பிணத்தோடு மாரடிக்க வேண்டியிருந்தது . . . இனியும் நான் பட்டும் படாமலும் இருக்க முடியுமா? பணப் பெட்டிச் சாவி என்னிடமே இருக்கட்டும்."

"இப்போது ராகு காலம். மூன்றுமணிக்குக் கொடுக்கிறேன்."

"எல்லாம் மூக்குத்தியால் வந்த வினை; அதைத் திரும்பவும் அந்தக் கிழவரின் குடும்பத்தில் சேர்த்து விடு" என்று சொல்லத் துடித்த நாக்கு செத்துக் கிடந்தது. ஆனால் எப்படியாவது அதைக் கூறி விடுவது என்று உறுதியுடன் மிஞ்சியிருந்த சக்தி அனைத்தையும் வாய்க்குக் கொண்டு வர முயன்றான்.

அவனுக்கு மேல் மூச்சு கீழ் மூச்சு வாங்குவதைக் கண்ட கோமளம் அச்சம் கொண்டாள். என்ன இருந்தாலும், கழுத்தை நீட்டிய பாசம். அவளுக்கு அவனிடம் அனுதாபம் உண்டாகியது. கணவனின் காதருகில் வாய் வைத்துக் கூறினாள். "இனி இந்தப் பக்கத்து நினைப்பை விட்டு முருகன் பெயரைச் சொல்லுங்கள் அதுதான் நல்ல கதிக்குப் போகும் வழி."

ஆனால் முருகன் அல்ல, மூக்குத்தியே அவனுக்குக் குல தெய்வமாகத் தோன்றியது. அது சொந்தக்காரனிடம்

சேர வேண்டும் என்று கத்த விரும்பியது வாய்; மார்புக்குள் மூச்சு நிறைந்து வயிற்று நரம்புகளும் தொண்டை நரம்புகளும் புடைத்துக் கொண்டன. 'மு...மு...' என்று முக்கி முணு முணுத்தான், தன் ஆற்றலை எல்லாம் திரட்டி.

"முருகா, முருகா!" என்று கூக்குரல் இட்டாள் மனைவி. "ஐயரே, சீக்கிரம் சூடம் கொளுத்துங்கள். தேங்காய் உடையுங்கள், சீக்கிரம்!"

○

இறுதி மூச்சு பிரியும் போதும் சீதாராமன் முருக நாமத்தைக் கைவிடவில்லை என்று ஊரார் பேசிக் கொண்டனர்; தவறா அது? நல்லதும் கெட்டதும் சேர வேண்டிய இடம் அதுதானே?

ॐ ॐ

பனிமுடி மீது ஒரு கண்ணகி

ஹிமாசலத்தின் அந்தரங்கமான அந்தப்புரம். உயிர் உருவங்களில்தான் இருக்க வேண்டியதில்லை என்று மட்டும் அல்ல, உருவற்றும் உயிர் தோன்றி வளர்ந்து உலாவும் என்னும் ரகசியத்தை மலையரசன் மறைத்து வைத்திருந்த இடம் அது.

பாறைக் கருப்பைகளை விரித்து, உயிருக்கு ஒரு தொடக்கமோ, ஒரு முடிவோ இல்லை என்பதைத் தூலமாய்க் காட்டிக் கொண்டிருந்தது இயற்கை...

சிருஷ்டிக்கு ஆணும் பெண்ணும் தேவை என்ற மனிதக் கற்பனையின் பொருளற்ற தன்மையை விளக்குவதற்காக, பாறைகள் ஈரமாகி, கருத்தாங்கி, வயிறுபிளந்து ஈன்ற விருட்ச ராசிகள், மதம் கொண்ட அஞ்ஞானிகள்போல் உண்டு கொழுத்துப் பருத்து உயர்ந்து விரிந்து விரிந்தும், உயரத்தை எட்ட முடியாமல் தவித்து, உயரத்துக்கு மேல் உயரமும், பெருமைக்கு மேல் பெருமையும் இருப்பதை அறியாமல், மேலும் உயர்ந்து, மேலும் விரிந்து மேலும் தவிக்க;

நீண்டு வளைந்து நெளிந்து ஓடோடியும் முடியாமல் களைத்துச் சுருண்டு துவண்டு கிடந்த கொடிகள் ஆழத்தின் கீழ் ஆழம் உண்டு; அந்த ஆழம் கண்டால் அற்புதம் காணலாம் என்று தேடுவனவே போல் பாறைச் சந்துகளிலும், பள்ளத்தாக்குகளிலும், இறங்கிக் குனிந்து தேடும்போது தம்மை அறியாமல் தாம் பெற்ற மணத்தை "ஃகும்" பரப்பிக்கொண்டு மகிழ;

தேடியதைக் கண்டறிந்து பரவசமுற்றவர்களைப் போல், "மேடும் பள்ளமும் எமக்கு இல்லை" என்று

கலகலவென நகைத்த வண்ணம் சிற்றருவிகள் களித்து வெறித்துக் குதித்தாட;

என்ன என்பதையும், ஏன் என்பதையும் நிரூபிப்பதற்காக அறிவின் புதுப்புது ஆராய்ச்சிகளைத் தொடுத்து ஓயாத வாதப் போர் புரியும் தர்க்க வாதிகளைப் போன்று வண்ணப் பறவைகள் மரங்கள் மீது அமர்ந்தும், ஆகாசத்தில் பறந்தும் ஓயாமல் ஆரவாரம் செய்ய;

சிகரங்கள் மீது அலைஅலையாக வந்த வெண் முகில்கள் ஒன்றன் பின் ஒன்றாக வருவதும், ஒன்றன் மீது ஒன்று அமருவதும், ஒன்றும் ஒன்றும் ஒன்றாய்க் கலப்பதுமாய் இருப்பது ஓர் ஒன்றுதான் என்பதை வரையறுக்கும் ஒரு தோற்றம் எழுப்ப;

ஓர் அமைதி மலையாக அங்கு நிற்கிறது.

அந்த இடத்திலும் மனிதக்குரல் கேட்கிறது.

ஆகா, மனிதன் ஏறாத உயரம் இல்லையா? கம்பீரமும் இனிமையும் செறிந்த அந்தக் குரல் பாடுகிறது.

"ஒளியில் விளைந்த ஞானப்
பூதரத்துச்சியின் மேல்
அளியில் விளைந்த தோர் ஆனந்தத்
தேனை அநாதியிலே
வெளியில் விளைந்த வெறும் பாழைப்
பெற்ற வெறுந்தனியைத்
தெளிய விளம்பியவா முகமாறுடைத்
தேசிகனே!"

திரைகடல் ஓடித் திரவியம் தேட முற்படாமல் பருவத்தின் உச்சி ஏறி அறிவு தேட முனைந்த தமிழகத்து இளைஞன் அவன். இல்லாவிட்டால் தமிழின் இனிமை அந்த மலைப் பிரதேசத்தில் இவ்வளவு பாங்காக எவ்வாறு இசையும்?

அவன் பெயர் கண்ணன்.

ஆரோக்கியமே வடிவெடுத்தது போன்ற உடற்கட்டு; அப்போதுதான் அருவியில் குளித்த புதுமெருகு அந்த உடலுக்கு ஒரு பொலிவு அளித்தது. கௌபீனதாரியாக, தன் இசையில் பரவச முற்றவனாக செடிகொடிகளையும் மலைப்பாம்பு களையும் மிதித்துக் கொண்டும், எதிர்பட்ட விலங்குகளைத் தடவிக் கொடுத்தவாறும் அவன் நடந்தான்.

பாட்டு முடியும் போது அவன் எதிரில் ஒரு குடிசைதான்.

அடைத்திருந்த கதவிடம் அவன் குரல் கொடுத்தான்.

“கண்ணகி! சூரியோதயம் ஆகிவிட்டது; இன்னுமா தூக்கம்?”

“ஏன் வெளியில் நின்று கூச்சல் போடுகிறாய்? உள்ளே வந்தால் என்ன?” என்ற பதில் குரல், பெண் குரல்; அதுவும் தமிழ்க்குரல்தான்.

“கதவு மூடியிருக்கிறதே!”

“என்னடா கேள்வி இது? தாழில்லாத கதவு என்று இன்று புதிதாகத் தெரிந்து கொள்கிறாயா? மிருகங்களின் அல்லலுக்காகத்தான் கதவை அடைத்தேன். நீ மிருகம் இல்லையே?”

கதவைத் தள்ளிக்கொண்டு கண்ணன் நுழைந்தான்.

குடிலுக்குள் இருபது வயதுப் பெண் ஒருத்தி; இரண்டாயிரம் ஆண்டு இளமைப் பாறை மீது இரண்டு முழத் துண்டு ஒன்றைப் பெயருக்குப் போர்த்திக்கொண்டு உட்கார்ந்திருந்தாள்.

கண்ணன் பார்த்தான்; கண்கள் இருக்கின்றனவே! ஒரு பெருமூச்சைத் தொண்டைக்குள் நெறித்து மறைத்துக் கொண்டான்.

“இப்போதுதான் எழுந்தாயா, கண்ணகி?”

“என்னைப் பார்த்தால் அப்படித் தோன்றுகிறதா?”

“குளிக்க வரவில்லையே நீ என்று கேட்டால் –”

“குளிக்க வேண்டுமா?”

“வேண்டாமா? மனசுக்கு ஒரு கலகலப்பு; தியானத்துக்கு ஒரு தெளிவு.”

“அப்படியா? குளித்தால் கலகலப்பும் தெளிவும் வருமா?” என்று முறுவலித்தாள் கண்ணகி.

“என்ன, இன்று இடக்காகவே பேசுகிறாய். முதலில் என்னை மிருகம் என்றாய்”

“நீ மட்டும் உள்ளேவர வழி தெரியாமல் தயங்கலாமா?”

“கதவு மூடியிருக்கிறதே, நீ உள்ளே என்ன செய்கிறாயோ என்று தயங்கினேன்...!”

“உனக்குத் தெரியாமல் என்னிடம் இன்றுவரையில் ரகசியம் ஏதாவது இருந்திருக்கிறதா?”

“அதற்கல்ல. என்ன இருந்தாலும் நீ பெண் –”

“திடீரென்று இன்று நீ ஆணாகி விட்டாயாக்கும். அது போகட்டும், நாம் நம் குரு தேவரோடு ஹிமாசலம் வந்து நேற்றோடு பன்னிரண்டு ஆண்டுகள் பூர்த்தி ஆகின்றன; இல்லையா கண்ணா?”

கண்ணன் கூறினான்: “எனக்கு ஞாபகம் இருக்கிறது. குருதேவர் நம்முடன் ஒன்பது ஆண்டுகள் இருந்தார். எல்லாவிதப் பயிற்சிகளையும் கூட இருந்து சொல்லிக் கொடுத்தார்; செய்ய வைத்தார். தியானம், பிரணாயாமம், யோகசாதனைகள்...”

“குளிக்கவும் சாப்பிடவும் தூங்கவும் கூடத்தான் கற்பித்தார். நமக்கு ஒரு சின்னக்குறை கூட அவர் வைக்கவில்லை; இல்லையா கண்ணா?”

“உண்மை.”

“நாம் எங்கிருந்து எங்கு வந்திருக்கிறோம் என்பதை இந்த நல்ல நாளில் நினைத்துப் பார்க்க வேண்டாமா?”

“நான் எதையும் மறக்கவில்லை. பன்னிரண்டு வருடங் களுக்குமுன் நான் பதினான்கு வயதுச் சிறுவன், அனாதை; ஆண்டி ... பெற்றவர்கள் யார் என்கிற செய்தியே எனக்குத் தெரியாது, அதைப் பற்றி அப்போது நான் கவலைப்பட்ட தாகவும் ஞாபகம் இல்லை, பசி ஒன்று தான்; ஊரார் ஊட்டினார்கள். யாரோ சில பாடல்களைச் சொல்லித் தந்தார்கள். நல்ல குரல் இருந்ததால், பாட்டு வயிற்றுப் பையை நிறைத்தது. திருச்செந்தூரில் இருந்தேன் ஒருமுறை. “தெள்ளிய ஏனலிற் கிள்ளையைக் கள்ளச் சிறுமியெனும் வள்ளியை வேட்டவன்தான் வேட்டிலை” என்று ஆனந்தமாகப் பாடிக்கொண்டே ஒரு நாள் அலையாடிக் கொண்டிருந்தேன், அலையின் குடலுக்குள் சிக்கி மூச்சுக்குத் தவிக்கும் போது, யாரோ என் கரம் பற்றி வெளியில் இழுத்தார்கள். ஒரு பெரியவர்; நான் அதற்குமுன் பார்த்ததில்லை. “என்னோடு வருகிறாயா தம்பி?” என்றார். “எங்கே” என்றேன். “அங்கே தான்” என்றார் சிரித்துக் கொண்டே. அலைகளுக்குள்ளே வெளியில் வந்து அவரைப் பார்த்தேன், ஏதோ ஒன்று, அவருடன் போகும்படி உள்ளிருந்து உந்தியது. பிச்சை எடுக்கிற பிழைப்பு, எங்க நடந்தால் என்ன என்று முடிவு செய்தேன். கால்களில் விழுந்து கும்பிட்டேன். அவரோடு கிளம்பினேன்.”

கண்ணகி தொடர்ந்தாள்: “நீ எங்கெல்லாமோ சுற்றி விட்டுப் பழனிக்கு வந்தாய், உன்னைப்போல் நானும் அனாதை தான். பெற்றவள் முகம் மட்டும் நிழலாய் நினைவிருக்கிறது. பழனி அடிவாரத்தில் நடுவீதியில் என்னை எறிந்துவிட்டுப்,

"பிச்சை எடுத்துப் பிழைத்துக்கொள்", என்று உபதேசம் அளித்துப் போய் விட்டாள். எட்டு, ஒன்பது வயசு இருக்கும் எனக்கு "முருகா, முருகா" என்றும் "தண்டபாணிக்கு அரோகரா" என்றும் கத்துவதைத் தவிர வேறு ஒன்றும் தெரியாது. அடி வாரத்தில், பிச்சைக்காரர்களின் வரிசையில் உட்கார்ந்திருந்த போது, நீங்கள் இருவரும் என் பக்கத்தில் வந்து நின்றீர்கள். குருநாதர் அன்புடன் என் தலையும் முதுகும் வருடினார். "கண்ணகி, என்னோடு வா. இந்த பிழைப்புக்காக நீ பிறக்க வில்லை" என்றார். ஓர் அப்பா கிடைத்த நிம்மதியோடு அவருடன் நடந்தேன்."

ஒவ்வொரு க்ஷேத்திரமாகத் தரிசனம் செய்து கொண்டே, இந்த உச்சிக்கு அழைத்து வந்தார். ஆறு ஆண்டுகள் தமிழ் ஞானம் முழுவதும் அளித்தார், மூன்று ஆண்டுகள் மௌன சாதனை செய்வித்தார்."

"பிறகு, மூன்று ஆண்டுகள் நீயும் நானும் தனித்திருந்து சாதனை செய்ய வேண்டும் என்று கூறி நம்மை நம் பொறுப்பில் விட்டு எங்கோ போயிருக்கிறார்."

நூறாவது பெருமூச்சைத் தொண்டைக்குள் நெறித்துக் கண்ணன் சொன்னான்: "ஆனால் நம்மைத் தனியாக சாதனை செய்ய விட்டு அவர் போனது தவறு என்று தோன்றுகிறது. இல்லையா?"

"தவமே தவறு என்று உனக்குத் தோன்றவில்லையா, கண்ணா?"

"பார்த்தாயா, நீ என்னைப் பரிகசிக்கிறாய்."

"குருநாதர் தவறு செய்கிறார் என்று சொல்லும் அளவுக்கு நீ உயர்ந்த சித்தி அடைந்து விட்டாயே, அதனால் கேட்டேன்."

"அதல்ல கண்ணகி, நான் அப்படிச் சொல்வேனா? அவரைக் குறை சொல்வேனா? குருநாதர் எவ்வளவு பெரியவர்! நான் நன்றி கெட்டவனா? அவரைக் குறை சொல்வேனா? ஆனால் –"

"ஆனால் என்ன?"

"இந்தத் தனிமை..."

"தனிமைதானே சாதனைக்கு அவசியம்?"

"நான் தனியாகவா இருக்கிறேன்?" என்றான் கண்ணன்.

"ஓ, நான் உன் தவத்துக்கு இடையூறாக இருக்கிறேன் என்கிறாயா? என்னை உன்னுடன் பெரியவர் விட்டுச்

சென்றது தவறு என்கிறாய். நான் வெளியேறிவிடுகிறேன். சரிதானே?" அவள் அரையில் சேலைத் துண்டு கட்டிக் கொண்டு எழுந்து குடிசை வாயில் நோக்கி நடந்தாள்.

அவன் பாய்ந்து, வழிமறித்தான், இருகரங்களைப் பரப்பி எதிர் நின்று.

"எங்கே போகிறாய் கண்...ணகி?"

அவள் பதில் சொல்லவில்லை.

"என்னைத் தனியாக விட்டு நீ போய்விடுவாயா?"

"எப்போது சொன்னேன்?"

"தனிமை, அதாவது நீயும் நானும் இருக்கும் தனிமை பிடிக்கவில்லை என்று கூறினாய்."

"நான் அப்படிக் கூறினேனா? உட்கார்ந்து கொள்."

அவளுடைய இரண்டு தோள்களையும், பிடித்து அமுக்கி, அவளை உட்கார வைத்தான். மலர் மிருது; பாறை உறுதி; ஆனால் பூவின் மென்மையும் பாறையின் திண்மையும் அவள் உடலுக்கு எப்படி வந்தன ஏக காலத்தில்?

அவள் இருகால்களையும் நீட்டிக்கொண்டு உட்கார்ந்தாள். அவன் வாசலை அடைத்துக்கொண்டு உட்கார்ந்தான் எதிரில்.

அவள் சிரித்தாள்.

"ஏன் சிரிக்கிறாய், கண்ணகி?"

"நீ என் உடலைத் தொட்டாயா? எனக்குச் சிரிப்பு வருகிறது."

"நான் தொட்டால் உனக்குச் சிரிப்பு வருகிறதா?"

உட்கார்ந்தவாறே நகர்ந்து அவன் அருகில் போனாள். அவனுடைய இரண்டு கைகளையும் எடுத்து வருடினாள்; அவன் மார்பகத்தைத் தடவிக் கொடுத்தாள்; தலையைக் கோதிவிட்டாள். "நீ என்னைத் தொட்டாயா, எனக்கும் சிரிப்பு வருகிறது!" என்று அவன் கிளி மிழற்றுவது போல் 'கீகீ' என்று சிரித்தான்.

"நீ எவ்வளவு அழகாயிருக்கிறாய் கண்ணா!"

"நான் அழகா?" என்று குரங்குபோல் இளித்தான் அவன்.

"பிராணாயாமும், யோகசாதனைகளும் உன் உடம்பை நன்கு உரப்படுத்திவிட்டன. பாவம், அதனால் நீ எவ்வளவு சிரமப்படுகிறாய்!"

அவன் கண்களில் சிருஷ்டி வெறி வெறித்தது.

"பாவம்!" என்றாள் கண்ணகி.

அவன் கண்களில் சிருஷ்டி வெறி வெறித்தது.

"ஹிமாச்சலத்திற்கு நாம் வந்து நேற்றோடு, பன்னிரண்டு ஆண்டுகள் முடிந்துவிட்டன. இல்லையா, கண்ணா?"

"ஆம்" என்பதுபோல் கண்ணன் தலையாட்டினான்.

"நம் பாக்கியம் நமக்கு ஒரு மகாப் பெரியவர் குருவாகக் கிடைத்தார். அவர் ஆதரவிலும், ஹிமவானின் அரவணைப்பிலும் இருந்து கொண்டு நாம் பன்னிரண்டு ஆண்டுகளாக அறிவுத் தேட்டத்தில் ஈடுபட்டிருக்கிறோம், இல்லையா, கண்ணா?"

"ஆம்" என்பதுபோல் கண்ணன் மறுபடியும் தலை யாட்டினான்.

"ஆனாலும் நீ என்னை ஏன் அப்படி வெறித்துப் பார்க்கிறாய்?"

கண்ணன் திடுக்கிட்டான். எங்கோ பார்த்து விழித்தான்.

"அஞ்சாமல் என்னைப் பார் கண்ணா! சில நாட்களாக நான் உன்னைக் கவனித்துக் கொண்டிருக்கிறேன். எந்த நேரத்திலும் உன் உடல் என் உடலைத் தியானித்துக் கொண் டிருக்கிறது. இரவு நேரம்தான் உனக்கு மிகவும் கொடுமையாக இருக்கிறது. இந்தக் குடிசையின் அடர்த்தியும், ஆண் பெண் ஏகாந்தமும்தான். நேற்று இரவு உடலை விடுத்து உயர் நிலையில் நின்று ஆத்மானந்தம் நுகர்ந்து கொண்டிருந்தேன், உணர்வு வந்து என் உடல் புரண்டபோது, நீ எட்டிச் சென்று வெளியில் ஓடுவதைக் கண்டேன்."

உனக்குத் தெரியுமா என்று கேட்பவன் போல் அவன் அவளை நோக்கினான்.

"இந்த உடம்பு ஒரு விந்தைப் பொருள். எந்தப் பயன் கருதி இது சிருஷ்டிக்கப்பட்டதோ, அதன் பயனைக் குரு தேவரின் உதவியால் அடைந்து விட்டேன். இனி இந்த உடல் எனக்குத் தேவையில்லை, உனக்கு இதனிடம் கவர்ச்சி ஏற்பட்டுள்ளது. நீ உன் விருப்பம்போல் இதை உபயோகித்துக் கொள்ளலாம். ஆனால் பன்னிரண்டு வருஷங்களாக நீ தேடிய பொருள் இதனால் கிடைக்கும் என்று ஏமாந்து விடாதே!"

கண்ணன் கேட்டுக் கொண்டிருந்தான் கேட்டு முடிந்ததும் திரும்பினான்.

எதிரில் மலைச் சிகரங்கள் தீப்பற்றி எரிந்தன. மரங்கள், பறவைகள், ஆகாயம், செடிகள், கொடிகள், பாறைகள், அனைத்திலும் தீ தொத்திப் பரவி எங்கும் நிறைந்தது.

மீண்டும் திரும்பினான்.

எதிரில் சிவப்பு, நெருப்பு...

"ஹரஹர மஹாதேவ்!" என்று கணீரென வாசலில் கேட்டது குருதேவரின் குரல்.

இனி புதிதாய் . . .

மத்தியானம் பன்னிரண்டு மணிக்கு ரயிலை விட்டு இறங்கியபோது, சூரியன் வெகு தாராளமாய் வெயிலை அள்ளி வீசிக் கொண்டிருந்தான்; காசா பணமா கருமித்தனம் செய்ய? காலுக்குத்தான் செருப்பு இருந்தது; தலைக்கு கவிழ்த்துக்கொள்ள ஒன்றும் இல்லை; தலைக்குள் இருப்பதும் உருகிவிடும் என்று தோன்றியது. களைப்புடன்; பட்டணத்து, 'ஜோப்மாறி'கள், 'முடிச்சவிக்கி'களைப் பற்றிய பயமும் சேர்ந்ததால் பக்கத்தில் இருந்த பெரிய ஹோட்டலில் தங்கி களைப் பாறி சாயங்காலம் வந்து காரியத்தைக் கவனிக்கலாம் என்று தீர்மானித்தேன்.

சரக்கு பிடிப்பதற்காக முதலாளி கொடுத்த ஆயிரம் ரூபாயும் தோல் 'பெல்டின்' அடியில்தான் வைத்திருந்தேன். என்றாலும் மாயாவிகளைப் போன்ற பட்டணத்துக் காவாலிகளின் கண்ணுக்கும் கைக்கும் எதுவும் தப்பாது என்று பல கதைகள் கேட்டிருக்கிறேனாதலால் இடுப்பில் உள்ள பெல்ட் சௌக்யமாக இருக்கிறதா என்று தொட்டுப் பார்த்துக் கொண்டே ஹோட்டலுக்குச் சென்றேன்.

பட்டணத்து ஹோட்டல்களில் ராஜபோகம் கிடைக்கும் என்கிறார்களே, முதலாளியின் பெயர் சொல்லி அதையும் கொஞ்சம் அனுபவித்துப் பார்க்க லாம் என்கிற சந்தோஷம் எனக்கு. மாடியில் அறை ஒன்றை வாடகைக்கு அமர்த்திக் கொண்டு, க்ஷவரம், ஸ்னானம், சாப்பாடு எல்லாம் முடிந்த பின் படுக்கை யில் சாய்ந்தேன், கதவைத் தாழிட்டுக் கொண்டு.

ரயில்அலுப்பும், வெயில் களைப்பும் சுகமாகத் தாலாட்ட, என் ஜன்மத்திற்கும் கண்டிராத பஞ்சு மெத்தையில் (அப்படித் தான் தோன்றுகிறது) தூங்கியவன் விளக்கு வைத்த பிறகுதான் விழித்தேன்.

கண் விழித்த பிறகு கூட எனக்குத் தூக்கக் கலக்கமாகவே இருந்தது. மெத்தையும் அணையையும் விட்டு எழுந்திருக்கவே மனம் வரவில்லை. வெகு நேரம் சாய்ந்தவாறு இருந்தேன். வியாபார விஷயம் மறுநாள் கவனித்தால் போகிறது; முதலாளிக்கு அதனால் பிரமாத நஷ்டம் ஏற்பட்டு விடாது. "டிராவலிங்" செலவு கொஞ்சம் அதிகம் ஆகும்; சரக்கு கொள்முதல் செய்யும் போது "கமிஷன்" வாங்கியோ, அல்லது செலவு அதிகமாய் எழுதியோ "பில்"லைச் சரிகட்டி விடலாம். இந்த சுகம் இன்று இல்லாது போனால் நாளைக்கு எனக்குக் கிடைக்குமா?

வெளியில் வந்து காபி சாப்பிட்டு – அந்நேரத்தில் காபி வேண்டியதில்லை; இருந்தாலும் – வராந்தாவிலிருந்து பட்டணத்தைப் பார்த்தேன்; அது எரிந்துகொண்டு இருந்தது, பேரிரைச்சலுடன்; அழகாகச் சுறுசுறுப்பாகவும் இருந்தது. அந்தக் காட்சியில் லயித்து ரொம்ப நேரம் நின்றேன். எங்கள் ஊர் கிராமம் அல்ல, சின்னப் பட்டணம்; என்றாலும் இருட்டி விட்டால் தூங்கி வழியும்; இவ்வளவு அழகாயும் இராது. அதனால்தான் பட்டணம் என்றால் மௌசு...

தூங்கும்போது தலையைச் சரியாக வைத்து படுக்க வில்லையோ என்னவோ, கழுத்து எப்படியோ வலித்தது; ஆட்டி ஆட்டி விட்டும் அது நேராகவில்லை; ஆனால் அதனால் தூக்கப் பிராந்தி நன்றாய்த் தெளிந்தது.

காசும் பணமும் உள்ளவனுக்குத்தான் பட்டணம் லாயக்கு, கேவலம் என்னைப் போன்ற குமாஸ்தவுக்கு அது தோதுபடுமா? முதலாளியின் செலவில் இரண்டு நாள் குஷியாக இருந்து விடலாம்; அப்புறம் பழைய கறுப்பன் தானே? எனக்கு வருத்தம் உண்டாயிற்று...

"சார்!" ஹோட்டல் பையன் பின்னால் நின்றான், "ராத்திரி மீல்ஸ் ரூமுக்குக் கொண்டு வந்துடட்டுமா?"

அடக்க ஒடுக்கமாக அவன் பேசினான். என்னுடைய சோம்பல் போக்கையும் தூக்கத் தோரணையையும் பார்த்து என்னையும் ஒரு முதலாளி என்று நினைத்தான் போலிருக்கிறது. இருக்கட்டுமே. அதை நான் ஏன் வீணாய்க் கலைக்க வேண்டும்?

"கொண்டு வாயேன்!" என்று கட்டளையிட்டு விட்டு அறையில் சென்று உட்கார்ந்தேன். ஆகாரம் கொண்டு வந்து பரிமாறினான். பசிக்கவில்லை. எனினும் கொஞ்சம் கொஞ்சம் ருசிபார்த்துக் கொண்டிருந்தேன்.

"சாருக்கு எந்த ஊரோ?" என்று பையன் விசாரித்தான்.

"உம்... கும்பகோணம்..."

"நெனச்சேன்..."

"ஏன்?"

"சாப்ட்றதைப் பார்த்தா, யார் எந்த ஊர் தெரியாதா?... நீங்க பட்டணத்துக்குப் புதுசோ?"

"உம்..."

"வியாபார விஷயமா வந்தாப் போலிருக்கு... எனக்கும் தஞ்சாவூர் ஜில்லாதான்..."

கை அலம்பிக்கொண்டு எழுந்ததும் கேட்டான்: 'சிகரெட், பீடா ஏதாவது...'

நிஜமாகச் சொல்லுகிறேன்: பதினைந்தாவது வயசில் பீடி பிடித்திருக்கிறேன், அப்போதெல்லாம் நான் கொஞ்சம் 'தத்தாரி'யாகக் கூட இருந்தேன், அப்பா அம்மா இருந்ததால். அதற்குப் பிறகு பீடி, சிகெரட் எதுவும் நான் தொட்டதில்லை. தொடுவதற்கு வசதி இல்லை. எங்கள் கடைக்கு – அதுதான் முதலாளி கடைக்கு – சேட்டுகள் வருவார்கள். மோதிர விரலுக்கும் நடுவிரலுக்கும் மையத்தில் சிகரெட்டை வைத்து "உப்..." என்று புகை உறிஞ்சி, சுவாரஸ்யமாய் வெளிவிட்டுக் கொண்டே உற்சாகமாய் அவர்கள் பேசுவதைப் பார்க்கும் போது, எனக்கும் கொஞ்சம் சபலம் தட்டும். ஆனால் முதலாளியின் முன்னால் அதெல்லாம் செய்யலாமா?... ஆனால் இன்று நான்தான் முதலாளி! என் இஷ்டம்போல் எதுவும் செய்யலாம்...

நான் பணம் கொண்டு வந்ததும் அவன் சிகரெட் கொண்டு வந்தான். தலையணையில் சாய்ந்தபடி 'ஷோக்'காக சிகரெட்டைப் பற்ற வைத்தேன், சேட்டுகளைப் போல்.

பையன் மறுபடியும் வந்தான்.

"இன்னும் தூங்கலையா, சார்?"

"மத்தியானம் நல்ல தூக்கம்..."

"இப்ப... அப்படியானா, உங்களுக்குத் தூக்கம் வராதே?

பொழுது போக்கா கொஞ்சம் நேரம் சீட்டு ஆடலாமே... பதிமூணா நம்பர் ரூம்லே ஆடறா..."

சீட்டிலும் கூட எனக்கு அதிகப் பரிச்சயம் கிடையாது. உடம்பை அடகு வைத்து, வட்டிக்காக உயிரையும் வாங்கும் குமாஸ்தா உத்தியோகத்தில் அதற்கெல்லாம் போது ஏது? ஜாதி சேர்க்கிற ஆட்டம் 'அமெரிக்கன் ஆஸ் – தெரியும். அது ரொம்பவும் சின்ன ஆட்டம் 'நாலு பேருடன், போயும் போயும், அந்த ஆட்டமா ஆடுவது?

"எனக்குத் தெரியாதே அப்பா; ஜாதி சேர்க்கிற ஆட்டம் மாத்திரம் தெரியும்; இங்கே பெரிய ஆட்டம்தானே போடு வாங்க?"

"அதான் இங்கேயும் ஆட்றா தூக்கம் வரலே என்னே ளேன்னு சொன்னேன். தூக்கம் வந்தா படுத்துட்றது..."

தூக்கமும் வரவில்லை, சற்று நேரம் ஆடிவிட்டுத்தான் வருவோமே என்று கிளம்பினேன்.

அங்கே உட்கார்ந்திருந்தவர்கள் எல்லோரும் பெரிய மனிதர்களாய்த்தான் தோன்றினார்கள். தயக்கத்துடன் உள்ளே நுழைந்தேன். முதலாளி வேஷத்தில் தயங்கினால் கேலிக்கு இடமாகும் என்று மனசைத் திடப்படுத்திக் கொண்டேன். தஞ்சாவூர் பையன் என்னை அவர்களுக்கு அறிமுகப்படுத்தி எனக்கு ஒரு 'சான்ஸ்' தரும்படி சொல்லிவிட்டுப் போனான்.

ஒரு பெரிய மனிதர் சொன்னார்: "கொஞ்சம் உட்காருங்கோ... பத்து நிமிஷத்தில் உங்களுக்கு சான்ஸ் தரு கிறோம்..."

அப்போதுதான் கவனித்தேன், அவர்கள் காசு வைத்து ஆடுவதை. ஜாதி சேர்க்கிற ஆட்டம்கூட பெரிய ஆட்டம்தான் என்று தெரிந்தது. ஒரு 'பாயிண்டு'க்கு நாலணாவாம்! ஆனால், முன் வைத்த காலைப் பின் வைப்பதில்லை என்று உறுதியுடன் உட்கார்ந்தேன்.

எனக்கு "சான்ஸ்" தருவாதாய்ச் சொன்ன மனிதரின் கையைக் கவனித்தேன். அவர் மிகவும் மட்டமாக ஆடிக் கொண்டிருந்தார். ஒன்று, அவர் கற்றுக்குட்டியாக இருக்க வேண்டும்; அல்லது தூக்கக் கலக்கமாக இருக்க வேண்டும்; இல்லாவிட்டால் ஏதாவது போதை. "ஒஸ¬"க்கு எண்ணிக்கை குறைச்சல் என்பதற்காகக் கழிக்காமலேயே வைத்திருந்தார்; அவர் பிரித்து ஆடியிருந்தால் கட்டாயம் கெலித்திருந்கலாம்... ஆனால்... ஆட்டம் போச்சு! ஒன்று, இரண்டு, மூன்று ஆட்டத்தில் பாவி மனுஷன் முப்பது ரூபாய் தொலைத்து விட்டான்.

இந்த முட்டாள்களின் கோஷ்டியில் விளையாடினால் நிச்சயமாய், ஜெயிக்கலாம் என்று எனக்கு நம்பிக்கை உண்டாயிற்று. எனக்கு 'சான்ஸ்' கிடைக்காமல் போய்விடுமோ என்று துடித்துக் கொண்டிருந்தேன். நல்ல வேளை, ஒருவன் எழுந்தான், காலியான ஸ்தானத்தை நான் பூர்த்தி செய்தேன்.

நான் நினைத்ததும் நிஜம் ஆயிற்று. அவர்கள் எல்லோரும் முட்டாள்தனமாகத்தான் ஆடினார்கள். அதிகமாய் சீட் டாடாத நான்கூட அறுபது ரூபாய் வரை ஜயித்து விட்டேன் என்றால்!

எனக்கு சந்தோஷம் தாங்கவில்லை. மறுநாள் முதலாளி தயவை எண்ணாமலேயே, பட்டணத்தை நன்றாகச் சுற்றிப் பார்க்கலாம் அல்லவா?

அச்சமயம் புதிதாய் நாலைந்து பேர்வழிகள் வந்தார்கள், ஹாட்டும் பூட்டும் போட்டுக் கொண்டு, எங்கள் கோஷ்டியில் விறுவிறுப்பு உண்டாகியது.

"பெரிய கோஷ்டிக்கு வருகிறீர்களா ஸார்?" என்றார் பழைய பெரிய மனிதர் என்னிடம்.

"பெரிய கோஷ்டி" என்றால் பணம் அதிகம் என்று புரிந்தது; தயங்கினேன்: முதலாளி – ஊரான் பணத்தைக் கொண்டு . . .

"இவ்வளவு சாதுரியமாக ஆடும் நீங்கள் தயங்கினால் . . ."

அதுவும் உண்மைதான். அவர்கள் எல்லோரும் மட்ட மாக ஆடினார்கள். அதிர்ஷ்டம் வேறு என்பக்கம் இருந்தது. சின்ன கோஷ்டியில் அறுபது மிச்சமானால், பெரியதில் எவ்வளவு ஆகும்? ஒரு கை பார்த்துவிடலாம் என்று முடிவு கட்டினேன்.

"ஆளுக்கு ஐநூறு டிபாஸிட் செய்ய வேணும்", என்றார் ஒருத்தர்.

எல்லோரையும் போல் நானும் டிபாஸிட் செய்தேன், பெல்டில் இருக்கும் பணத்தை.

ரொம்ப நேரம் ஆடினதாகத் தெரியவில்லை. முதலில் ஜயித்த பணத்துடன் கையில் இருந்ததும் கரைந்தது, மறு ஆட்டத்தில் நிச்சயம் வெற்றி என்ற நம்பிக்கை; பந்தயம் வலுத்துக்கொண்டே போயிற்று; பத்து, இருபது என்பது போய் ஐம்பது, நூறு என்று ஏறியது. நானும் துணிந்து விட்டேன்; போனதை மீட்க வேண்டும் என்ற ஆத்திரம்; இரண்டு ஆட்டம் சேர்ந்தாற் போல், ஜெயித்தால் போதும். ஆனால் . . .

அதிர்ஷ்டம் என்னைக் கைவிட்டு விட்டது?

இரண்டு மணி அடிக்கும்போது கையில் இருந்தது எல்லாம் போய் 'டிபாஸிட்'டிலிருந்தும் கடன் வாங்கியாகி விட்டது. என், நம்பிக்கையும் மறைந்தது. 'டிபாஸிட்'டில் முன்னூறு தான் பாக்கி ... சுரீல் என்றது. அதுவும் தொலைந்து விடுமோ என்று பயந்துபோனேன்.

"தூக்கம் வருகிறது ... பாக்கி தாருங்கள் ... இன்றைக்கு போதும் ..."

"இன்னும் ஓர் ஆட்டம் ..."

"போதும், போதும் ..."

பணத்தை எடுத்துக்கொண்டு எழுந்தேன். சீட்டையே உற்றுப் பார்த்ததாலோ என்னவோ கண்ணுக்கு முன்னால் பஞ்சு தெறிப்பது போல் இருந்தது. தலை கிறுகிறுத்தது. இடுப்பை நேராக வைத்துக் கொள்ளவும் முடியவில்லை. உடம்பு தாறுமாறாக வலித்தது. அறைப்பக்கம் திரும்பினேன், அப்போதுதான் வெகு அவசரமாக ஓர் ஆள் என் பக்கத்தில் வந்து நின்றான்.

"அம்மா உங்களை அழைத்து வரச் சொன்னார்கள் ..."

ஆள் மாறாட்டமாக இருக்கும் என்று எண்ணி, "நான் இல்லை" என்று கூறிக்கொண்டே நடந்தேன்.

"உங்களைத்தான் சார்", என்றான் அவன் அழுத்தமாய், "வந்து பதில் சொல்லிவிட்டுப் போய்விடுங்கள் ..."

யாருக்கு என்னவோ என்று பயந்து நான் அவனுடன் சென்றேன். அங்கே ஒரு பெண் தனியாக, அப்போதுகூட அழகாய் உடுத்திக்கொண்டு உட்கார்ந்திருந்தாள்.

"இவ்வளவு நேரம் உங்களுக்காகத்தான் காத்திருந்தேன்" என்றாள் அவள் எழுந்து, பக்கத்தில் வந்து, ஒரு நாற்காலியில் என்னை உட்கார வைத்து.

"எனக்காகவா? நான்"

"சாயங்காலம் தேடினீர்களாம் ..." நான் வெளியே போயிருந்தேன் ... ?

ஆள் மாறாட்டம் என்று ஊர்ஜிதப்பட்டது.

"நான் ..."

அவள் என்னைப் பேச விடவில்லை.

“எதற்காகத் தயங்குகிறீர்கள்?”

“உன்னைத் தெரியவே இல்லையே!”

“நிஜமாகவா? நன்றாய்ப் பாருங்கள், என் ஞாபகம் வரவே இல்லையா?”

பல நாளாய் என்னை அறிந்தவள்போல் அவள் பேசினாள், அவள் முகத்தைப் பார்த்தேன், தெரிந்த முகமாக இல்லை; ஆனால் தெரிந்துகொள்ளத் தூண்டும் முகம்தான்.

“எங்கேயோ பார்த்திருக்கிறேன்; நினைவுக்கு வரவில்லை.”

“நீங்கள் சினிமாவே பார்ப்பதில்லையா?”

“எப்போதாவது பார்ப்பேன்; அதற்கெல்லாம் நமக்கு ஓய்வு ஏது?”

“நான் ரொம்ப சினிமாவில் ‘ஆக்ட்’ பண்ணியிருக்கிறேன்.”

என்னால் திகைப்பைத் தாங்க முடியவில்லை. சீட்டாட்டத்தில் கைவிட்ட அதிர்ஷ்டம் மறுபடியும் என்னைப் பற்றி விட்டது, சினிமா நடிகையுடன் பேசுவது என்றால் – அதுவும் அவளாகவே அழைத்து – லேசான காரியமா?

அவள் பல படங்களின் பெயர் சொன்னாள்; எந்தப் படத்திலும் அவளைப் பார்த்ததாக எனக்கு ஞாபகம் வரவில்லை. அதை அவளிடம் ஒப்புக் கொள்ளவும் எனக்கு விருப்பம் இல்லை.

“இன்னும் கொஞ்ச நாளிலே எனக்கு கதாநாயகி பார்ட் தருவதாய் டைரக்டர் சார் சொல்லியிருக்கார்.”

கதாநாயகி ஆவதற்கு அவள் தகுதி வாய்ந்தவள்தான். அவள் பெயர் மிஸ் ஸரோஜாவாம். பெயருக்கு முன்னால் ‘மிஸ்’ஸைப் போட்டால் ரொம்பவும் அழகாய்த்தான் இருக்கிறது.

மறுநாள் காலை ஒன்பது மணிக்குத்தான் எனக்குப் பொழுது விடிந்தது. வெந்நீரில் அமுக்கி பித்த மயக்கத்தைத் தெளிவித்த பிறகுதான் என் புத்திஸ்வாதீனத்தில் வந்தது.

‘பெல்டை’த் திறந்து பார்த்தேன். இரண்டு நூறு ரூபாய் நோட்டுகளும் சொச்சமும் இருந்தன. ராத்திரி எனக்கு சனியன் தான் பிடித்தது. முதலாளிக்கு என்ன பதில் சொல்லுவது? சரக்கு வாங்கக் கொண்டு வந்த பணத்தை நான் விரயம் செய்த விஷயம் தெரிந்தால் சுட்டெரித்து விடுவார்.

நம்பிக்கைத் துரோகம் செய்துவிட்டோமா என்று தோன்றியது.

அவர் எவ்வளவோ ஆயிரங்கள் இதைவிட மோசமாக விரயம் ஆக்கவில்லையா? நானும், இதர குமாஸ்தாக்களும் உழைப்பதால்தானே?

ஆனால் இதையெல்லாம் அவர் ஒப்புக்கொள்வாரா? உண்மையாக நடந்ததைச் சொன்னாலும் நம்ப மாட்டார். நிச்சயம், நான்தான் மறைத்துவிட்டுப் பொய் சொல்வதாக நினைப்பார். வடிகட்டின கஞ்சன் அல்லவா? கொஞ்சம் கூட ஈரம் இல்லாத மனிதர். போலீசில் சொல்லி, கையில் விலங்கு மாட்டி, வார்ப்பட்டையால் தோலை உரிக்கச் செய்தாலும் செய்வார்; 'செய்தாலும்' என்ன, கட்டாயம் முதுகுத் தோல் உரிந்து போகும்...

ஹோட்டல் பில்லையும் மரியாதையாகக் கொடுத்துவிட்டு ஹோட்டல்காரனிடம் கெட்ட பெயர் எதுக்கு? – ரயில்வே ஸ்டேஷனுக்குச் சென்றேன். ஊருக்கு டிக்கெட் வாங்க எனக்குத் தைரியம் இல்லை.

ஊரில் அப்படி என்னதான் கொட்டி வைத்திருக்கிறது? பெண்டாட்டி, பிள்ளை, வீடு, வாசல், அது, இது என்றெல்லாம் எனக்கு ஒரு கட்டும் இல்லை. நல்லவேளை, தனிக்கட்டை குமாஸ்தா வேலைதான் ஒரே பந்தம், அதுவும் விட்டது.

கைகால் உள்ள மனுஷன் எங்கிருந்தால் என்ன? பிழைப் பதற்கா வழி இல்லை? பட்டணத்தை அப்புறம் பார்த்துக் கொள்ளலாம். இங்கே இருந்தால் நாலு பேர் தெரிந்தவர்கள் காணக் கூடும். பேசாமல் தூரமாய் வடக்கே போய்விட்டால்?

பம்பாய்க்கு டிக்கெட் வாங்கினேன்; இனி புதிசு புதிசாய் ஊர் பார்க்கலாம்...

பனிமுடி மீது ஒரு கண்ணகி

பெட்கி

அப்போது எனக்குப் பதினாறு வயது. எனக்குள் பருவவுணர்ச்சி விழித்துக்கொண்டது என்றாலும் தூக்கக் கலக்கம் தெளியாத நிலையில் உலகத்தைப் புரிந்து கொள்வதற்காக நான் தவித்த தவிப்பு!

அக்காலத்தில் நடந்த நிகழ்ச்சிகளை அப்போது புரிந்து கொண்டது சரியா, இப்போது புரிந்து கொள்வது சரியா, அல்லது அப்போதும் இப்போதும் நாம் புரிந்து கொள்வதில்லையா என்பவை விவாதத்துக்குரிய விஷயங்கள்.

எங்கள் வீட்டில் என் வயதான தாயாருக்குத் துணையாக அத்தை மகள் ஒருத்தி இருந்தாள்; லட்சுமி என்று பெயர்; விதவை. அவளுக்குக் காய்ச்சல்; சிகிச்சைக்காகத் தன் தமக்கை வீட்டுக்குப் போய் விட்டாள். அம்மாவுக்கு உதவியாகப் பெட்கி எங்கள் வீட்டுக்கு வந்தாள். இவளும் எங்களுக்குத் தூரத்து உறவு; என்னைவிட இரண்டொரு வயது மூத்தவள்.

நாங்கள் சௌராஷ்டிரர்கள். பெட்கி என்ற சௌராஷ்டிரச் சொல்லுக்கு 'பெண்' என்று பொருள். அது அவளுடைய செல்லப் பெயர். பெற்றோர் இட்ட பெயர் சரசுவதி என்று ஞாபகம்.

பெட்கி – (Badki) என்று உச்சரிக்க வேண்டும் – எங்கள் வீட்டுக்குப் புதிதாய் வந்து விடவில்லை; அவளும் நானும் சேர்ந்து வளர்ந்தவர்கள் என்று கூடச் சொல்லலாம்.

எம்.வி. வெங்கட்ராம்

கும்பகோணம் சௌராஷ்டிரர்கள் அக்காலத்தில் பட்டு ஜவுளித் தொழிலிலேயே பெரும்பாலும் ஈடுபடுவார்கள். ஆனால், அவளுடைய தகப்பனார் துணிச்சலாய் ஒரு காபி ஹோட்டல் வைத்திருந்ததார். அரிச்சுவடி முதல் நாலாம் வகுப்பு வரை நான் ஒரு திண்ணைப் பள்ளியில் படித்தேன்; அந்தப் பள்ளிக்குப் போகும் போதும், திரும்பும் போதும் நான் அந்த ஹோட்டலைக் கடந்தாக வேண்டும். என்னைக் கண்டால் விடமாட்டார்; தெருப்பக்கம் பார்த்தபடி உட்கார்ந் திருந்த அவர் கண்களில் படும்படியாக நானும் அந்தப் பக்கமாக ஒரு முறைக்கு இரு முறை போவேன். அவர், "ரேய் ரேய், சொன்னா, ஏட் ஆவ்ரே! (டேய்,டேய், தங்கம், இங்கே வாடா!)" – என்று கத்துவார்.

சொன்னா என்பது எனக்குச் செல்லப் பெயர்; தங்கம் என்று அர்த்தம். அவர் கூப்பிட்டது காதில் விழாதது போல் நான் வேகமாய் நடப்பேன். அவர் ஒரு சப்ளையரை எனக்குப் பின்னால் துரத்துவார். அவன் பின்னால் ஓடி வந்து என்னை அழைத்துப் போவான். என்னோடுள்ள மற்ற சிறுவர்கள் என்னைப் பொறாமையோடு பார்ப்பார்கள்; எனக்குச் சொல்லி முடியாத கர்வம் – ஹோட்டலில் மேஜைக்கு முன்னால் அமர்ந்து, ஸ்வீட் – காரம் – காப்பி என்று வக்கணையாகச் சாப்பிடும் பாக்கியம் எத்தனை சிறுவர்களுக்குக் கிடைக்கிறது!

பெட்கியின் தந்தை இப்படி என்னைத் தீனி போட்டுக் காக்கா பிடிப்பதற்கு ஒரு முக்கியமான காரணம் இருந்தது. அவருக்கு அப்போது இரண்டு பெண்கள்! மூத்தவள் பெட்கி. இளையவள் ராதா. சின்னவளுக்கு நான் மாலை இட வேண்டும் என்பது அவர் விருப்பம். பெரியவள் என்னைவிட மூத்தவள் என்பதோடு நிறமும் கம்மி; ராதா சிவப்பு. நானும் நல்ல சிவப்பு. நானும் ராதாவும் வருங்காலத் தம்பதி என்றால் நான் அவருக்கு மாப்பிள்ளை முறை அல்லவா? பெண்ணைப் பெற்றவர் மாப்பிள்ளையின் கால் கழுவக் கடமைப்பட்டவர் என்று சிறுவனான எனக்கும் தெரியும். அதனால்தான் நான் அவரிடம் பிகுவாய் நடந்து கொண்டேன். இந்த மண வுறவுக்கு என் பெற்றோரும் உடன்பாடு தெரிவித்திருந்தார்கள்.

ஆனால் இந்த உடன்பாடு நிறைவேற வழி இல்லாமல் போயிற்று. பெட்கியின் தாய் திடீரென்று காலமானாள். மனைவி போன சிறிது காலத்திலேயே அவர் இரண்டாம் தாரம் கட்டிக்கொண்டார். இரண்டு பெண்கள் இருக்கையில் அவர் மறுமணம் புரிந்து கொண்டதை என் பெற்றோர் ஏற்கவில்லை. கலியாணத்திலும் கலந்து கொள்ளவில்லை. இரண்டு குடும்பங்களுக்கும் இடையில் போக்குவரத்து நின்று

விட்டது. இரண்டு ஆண்டுகளில் இரண்டாம் மனைவி ஒரு பெண் குழந்தை பெற்றதைத் தொடர்ந்து அவரை எலும்புருக்கி நோய் பீடித்தது.

அந்தக் காலத்தில் அந்த வியாதிக்கு ஏற்ற சிகிச்சை கிடையாது. ஏதோ மருந்துகள் உட்கொண்டாலும், அவர் சிறுகச் சிறுக சாக வேண்டியவரே என்று சீட்டு எழுதி விட்டார்கள். அவரும் மரணத்தை எதிர்பார்த்துக் காத்திருந்தார். இந்த நேரத்தில் அவருக்கு ஞானோதயம் ஆனதில் வியப்பு என்ன? இரண்டாம் கலியாணம் வேண்டாம் என்று என் பெற்றோர் தலையில் அடித்துக்கொண்டார்களே, அந்த யோசனையை ஏற்காதது முட்டாள்தனம் என்பது அவருக்குத் தெளிவாயிற்று. இறுதிக் காலத்தில் என் பெற்றோர் கைவிடக்கூடாது என்று வேண்டிக் கொண்டார். அவர்களும் அவர் வீட்டுக்கும் ஹோட்டலுக்கும் அடிக்கடி சென்று ஆறுதல் கூறி வந்தனர்.

எலும்புருக்கி நோய்க்கு ஆட்டுப்பால் மருந்து என்று ஒரு நாட்டு வைத்தியர் கூறினார். என் பெற்றோர் அதற்கு ஏற்பாடு செய்தனர். ஒருத்தி கருக்கலில் எங்கள் வீட்டுக்கு ஆட்டுப்பால் கொண்டு வந்து தருவாள். என் தாயார் பாலில் உள்ள ரோமம் நீங்கச் சுத்தமாய் வடிகட்டித் தருவாள். ஹோட்டலில் இருந்த பெட்கியின் தந்தையிடம் நான் அதைக் கொண்டு போய்க் கொடுக்க வேண்டும். அதிகாலையில் இந்த வேலை எனக்குத் தொல்லையாக இருக்கும். சிணுங்கிய படி நான் அவரிடம் ஆட்டுப்பாலை எடுத்துச் செல்வேன்.

இந்தச் சின்ன வேலையையும் அவருடைய இளைய மனைவி கவனிப்பதில்லை. அவர் நோயுற்றதும் அவள் அவரிடம் முகம் கொடுத்துப் பேசுவதுகூட இல்லை. சக்களத்தியின் குழந்தைகளைக் கொடுமைப்படுத்த வேண்டும் என்பது அக்காலத்துச் சட்டம். அவள் அதையும் பயின்று வந்தாள்.

நோய் பற்றின கவலையோடு, தனக்குப் பிறகு மூத்தவள் பெண்களின் கதி என்ன ஆகுமோ என்ற அச்சமும் அவரைத் துன்புறுத்தியது. என் பெற்றோரிடம் அடிக்கடி, 'நீங்கள் தான் இரண்டு பெண்களையும் காப்பாற்ற வேண்டும்' என்று கண்ணீர் விடுவார்.

ஒருநாள் காலைநேரத்தில் ஆட்டுப்பாலுடன் ஹோட்டலுக்குப் போனேன். அச்சமயம் பெட்கியும் ராதாவும் அங்கே இருந்தார்கள்.

"ஏண்டா இத்தனை நேரம்?" என்று அவர் என்னைக் கடிந்து கொண்டார்.

எம்.வி. வெங்கட்ராம்

"பால்காரி இப்பத்தான் வந்தாள்."

"எலே, பொய் சொல்றியே; சொல்லலாமா? தெருக் கோடியிலே விளையாடிக்கிட்டு இருந்தியா, இல்லியா? பெட்கி பார்த்தாளாம், ஏண்டீ?"

பெட்கி பளிச் என்று பதில் கூறினாள். "நான் பார்த்தேனே, தெருக்கோடியிலே ரெண்டு பேரோடே பேசிக்கிட்டே நின்னான். இவன் பொய் சொல்றான், அப்பா!"

அந்தக் கோள் சொல்லி மீது எனக்கு ஆத்திரம் ஆத்திர மாய் வந்தது. என் பொய்யை நிலைநாட்டத் தெரியாமல் பேசாமல் நின்றேன். அவர் பாலை மடமடவென்று விழுங்கி விட்டு, "ரெண்டு பேரிலே யாருடா அழகு?" என்று இரண்டு சிறுமிகளையும் சுட்டிக் காட்டினார்.

குற்ற விசாரணை தொடரப் போகிறது என்று அஞ்சி நின்ற எனக்கு அவருடைய இந்த எதிர்பாராத கேள்வியைக் கேட்டதும் ஒரே வெட்கம் ஆகிவிட்டது. தாழ்ந்திருந்த என் கண்கள் இரு சிறுமிகள் மீதும் படர்ந்தன. எனக்கு பெட்கி மீது கோபம். ராதாதான் அழகாயிருப்பதாய்த் தோன்றியது. என் கண்களின் லயத்தைப் பார்த்து அவர் நகைத்தார்.

"ராதாதாண்டா உனக்குச் சரியான ஜோடி. அவளைத் தான் நீ கட்டிக்கப் போறே – ராதா, இப்படி வாடீ!" என்று அவளை என் பக்கத்தில் நிறுத்தி வைத்து இருவரையும் கண் குளிரப் பார்த்தார். "ரெய் சொன்னா, நான் ரொம்ப காலம் உயிரோடு இருக்கமாட்டேன்; நான் சொல்வதை மறந்துடக்கூடாது. ராதாவைத்தான் கட்டிக்கணும். என்ன சரிதானே?"

மாப்பிள்ளைக் கர்வத்தால் என் தலை ஓரடி உயரம் எகிறி விட்டது. அவருக்குப்பதில் சொல்வதை அகௌரவம் என்று எண்ணினேன்.

திடீரென்று ராதா துள்ளி அப்பால் நகர்ந்தாள். 'பெட்கி கிள்ளிவிட்டா!' என்று அலறிக்கொண்டே. ராதா நின்ற இடத்தில் பெட்கி நின்றாள். அவளுக்கு வாய்த்துடுக்கும் கைத்துடுக்கும் அதிகம்.

"ஏண்டீ அவளைக் கிள்ளினே?" என்று பெற்றவர் அதட்டினார். "நான்தான் சொன்னாவைக் கலியாணம் செஞ்சிக்குவேன்" என்றாள் பெட்கி தைரியமாக.

"சீ கழுதை, வாயை மூடு. இவனைவிட நீ பெரியவ. நீ எப்படி இவனைக் கட்டிக்குவே?"

“எல்லாம் கட்டிக்கலாம். முத்து விழுங்கிவிட்டு பெரிய பெண் சின்னவனைக் கட்டலாம்னு சாஸ்திரம் இருக்கு.”

இப்படி ஒரு சாஸ்திரம் இருப்பதாய் கும்பகோணம் சௌராஷ்டிரர்கள் சொல்கிறார்கள். ஆனால் அவர்கள் அதை அனுஷ்டிப்பதில்லை. ‘கணவனைவிட மனைவி வயது குறைந்தவளாக இருக்க வேண்டும் என்று கண்டிப்பாகவே இருக்கிறார்கள். பெட்கி விதிவிலக்கு சாஸ்திரம் சொன்னதும் அவளுடைய தகப்பனாருக்குக் கோபம் வந்துவிட்டது.

“மூதேவி, சாஸ்திரம் வேறே சொல்றியா? உன் மூஞ்சி இருக்கிற லட்சணத்துக்கு இந்த ராஜாப்பயலைக் கட்டிக்கணுமா? போடீ அந்தப் பக்கம்!”

பெற்றவருக்கும் மூத்தவளைவிட இளையவளே அழகு என்ற எண்ணம். தாயில்லாப் பெண்ணான அவள் தந்தையால் ஓரளவு அலட்சியம் செய்யப்பட்டாள். அத்துடன் சித்தியிடம் அடியும் உதையும் வசவும் அதிகமாய் வாங்கிக் கொண்டவளும் அவளே. இயற்கையாகவே அவளுக்குப் பிடிவாத புத்தி மிகுதி; இக்காரணங்களால் மனம் எங்கோ ஊனமுற்று, அவளுடைய பிடிவாதம் நினைத்ததைச் சாதித்துக் கொள்ள வேண்டும் என்கிற முரட்டுத்தனமாக மாறிவிட்டது என்று எண்ணுகிறேன்.

அவளுடைய தந்தை என்னிடம் சொன்னபடி சில நாட்களில் பரமபதம் சேர்ந்தார்.

ஆக, குழந்தைப் பிராயம் முதல் பெட்கியை எனக்குத் தெரியும். அவளுடைய அப்பா இருந்த வரை அவளும் ராதாவும் எங்கள் வீட்டுக்கு அடிக்கடி வருவார்கள். நானும் அக்காவும் அவர்கள் வீட்டுக்குப் போவோம். எல்லோரும் சேர்ந்து விளையாடுவோம், குளிப்போம், ஒரே பாயில் படுப்போம். நான் ஆண் பிள்ளை என்று எனக்கும், தான் பெண் பிள்ளை என்று அவளுக்கும் தெரியும். பக்கத்தில் இருந்தவர்கள் அதை எங்களுக்கு நினைவூட்டிக் கொண்டும் இருந்தார்கள் என்றாலும், செக்ஸ் – செக்ஸ் என்று இப்போது அடிக்கடி சொல்கிறார்களே, அந்த இனவுணர்ச்சி நேராகவோ வக்கிரமாகவோ எங்களுக்கு உண்டானதில்லை. ஆண் பிள்ளை இப்படித்தான் இருப்பான். பெண் பிள்ளை இப்படித் தான் இருப்பாள் என்ற அளவுக்குத்தான் எங்கள் அறிவும் உணர்வும் முதிர்ச்சி அடைந்திருந்தன.

தந்தை இறந்தபின் பெட்கியின் குடும்பத்தில் குழப்பம் ஏற்பட்டது. அவர் ரொக்கமாகவும் நகைகளாகவும் பாத்திரங் களாகவும் வைத்திருந்த சொத்துக்களை இளையாள் சுருட்டிக்

கொண்டாள். வீடு மட்டும் மிச்சம். பெட்கியையும் ராதாவையும் காக்கும் பொறுப்பை அவர்களுடைய பாட்டி ஏற்றுக் கொண்டாள். மூவரும் உழைத்துப் பிழைக்க வேண்டிய நிலைமை.

கச்சாப் பட்டு இழைப்பது, பட்டு ஊடையை லடி போட்டுத் தருவது போன்ற பட்டு நெசவு சம்பந்தப்பட்ட வேலைகள் கும்பகோணம் சௌராஷ்டிரப் பெண்களுக்குப் பழக்கமானவை. அந்நேரம் பெட்கியின் பாட்டி இட்டிலி சுட்டு விற்றும் நாலு காசு சம்பாதித்தாள். சௌகரியமாக வாழ்ந்து வந்த அக்குடும்பத்தை வறுமை பீடித்துக்கொண்டது. இந்நிலையில், பெட்கியும் ராதாவும் எங்கள் வீட்டுக்கு வருவதில்லை.

2

பெட்கி எனக்குப் புதியவள் அல்ல என்றா சொன்னேன்? அது தவறு என்று தோன்றுகிறது. முற்றிலும் புதியவளாக மட்டும் அல்ல, புதுமையானவளாகவும் அவள் எனக்கு இப்போது தோற்றம் தந்தாள்.

சுமார் பத்து ஆண்டுகளில் அவளுடைய குடும்பம் பல மாறுதல்களுக்கு உட்பட்டதை விவரித்தேன். அந்தக் காலத்தில் என் உடலும், மனமும், மூளையும் வளர்ந்து கொண்டுதானே இருந்தன? நாங்கள் பெரிய பணக்காரர்கள் அல்ல என்றாலும் பெட்கியின் குடும்பத்தைவிடப் பணக்காரர்களே. வீட்டுக்கு நான் ஒரே செல்லப்பிள்ளை. பெற்றோர் என்னைப் பெட்டியில் வைத்துப் பூட்டி வைப்பதில்லையே தவிர எந்நேரமும் என்னைக் கண்காணித்துக் கொண்டிருப்பார்கள். வெயில் பட்டால் உருகிவிடுவேன் என்றும், மழைபட்டால் கரைந்துவிடுவேன் என்றும் கவலைப்படுவார்கள்.

பள்ளிக்குப் போகும் நேரம் தவிர மற்றபோது எல்லாம் நான் வீட்டுக்குள்ளேயே அடைபட்டுக் கிடக்க வேண்டும் என்று அப்பா கண்டிப்பு செய்வார். அவரிடம் எனக்குப் பயம் என்றாலும் அவருக்குத் தெரியாமல் தெருவுக்கு ஓடி விடுவேன். வீட்டுக்குத் திருப்பினால் அம்மாவிடம் சரணடைவேன். தெருவில் பையன்களோடும் வீட்டில் பெண்பாலருடனும் பழகிய எனக்கு சங்கோச புத்தி மிகவும் அதிகம். இந்த சங்கோசத்தைப் படிப்பும் வளர்த்தது. எங்கள் தெருவில் அப்போது படிக்கிற பிள்ளைகள் குறைவு. பணக்காரர்களும் வியாபாரிகளும் இருந்த தெரு. கணக்கு வழக்குகள் எழுதுகிற அளவுக்குப் படித்தால் போதும் என்று பிள்ளைகளைப் பள்ளிக்கு அனுப்புவார்கள்; பிள்ளைகளும் அவசரப்படாமல் இரண்டு மூன்று ஆண்டுகள் தங்கிப் படிப்பார்கள். ஒவ்வோர்

ஆண்டும் தேறியதுடன் நல்ல மார்க்குகளும் வாங்கியதால், 'புத்திசாலி' என்று நான் பிரபலம் ஆகிவிட்டேன். நான் புத்திசாலி என்று எனக்கும் நம்பிக்கை, கர்வம். புத்திசாலிகள் எல்லோருடனும் தாராளமாய்ப் பழக முடியுமா?

இந்த ஊனங்கள் போதாதென்று பதின்மூன்றாவது வயது முதல் எனக்குக் கதை எழுதும் பைத்தியம் பிடித்தது. ஆரணி குப்புசாமி முதலியார், வடுவூர் துரைசாமி அய்யங்கார் போன்றவர்களின் நாவல்களைப் படித்ததன் பயங்கர விளைவு அது. எந்நேரமும் படித்துக் கொண்டிருப்பேன்; அல்லது எழுதிக் குவிப்பேன்; எழுதியதை அக்காலத்தில் இருந்த மிகச் சில பத்திரிகைகளுக்கு அனுப்புவேன். எதுவும் வெளிவரவில்லை என்றாலும் நான் சோர்வு அடையவில்லை.

பெண்ணை வருணிக்காமல் கதை எழுத முடியுமா? என் கதாநாயகிகளும் நிலவொத்த வதனத்தோடும், சதை கொழித்த கொங்கைளோடும், உடுக்கு போன்ற இடையோடும், வாழைத்தண்டுபோல் தண் என்றுள்ள துடைகளோடும் உல்லாசமாக நடமாடுவார்கள்.

பெட்கி எங்கள் வீட்டுக்கு வரப்போகிறாள் என்று எனக்குத் தெரியாது. பள்ளிக்கூடத்திலிருந்து மாலையில் திரும்பிய நான், கிணற்றங்கரையில் கால்களைக் கழுவிக்கொண்டு, காபிக்காகச் சமையலறைக்குப் பறந்தேன். அங்கே அம்மாவைத்தான் எதிர்பார்த்தேன். ஆனால், அவளுக்குப் பதிலாகப் பெட்கி புது மெருகுடன் ஜொலித்துக்கொண்டு நிற்பதைப் பார்த்து என் கண்கள் கூசின.

குழந்தைப் பிராயத்துத் தோழியாக அவள் தோன்றவில்லை. என் கதாநாயகி ஒருத்தியே – அச்சு காணாத பேதை! – என் எதிரில் நிற்பதுபோலத் தோன்றியது. கதையில் கை கூசாமல் அவளுடைய அங்கலாவண்யங்களை வருணித்தாலும், நேரில் இவ்வளவு நெருக்கத்தில் அவளைப் பார்த்தபோது எனக்கு மலைப்பாக இருந்தது. நான் மிகவும் நாணிவிட்டேன்.

"அம்மா ந்ஹீகா? (அம்மா இல்லியா?)" என்று கேட்டுக் கொண்டே அங்கிருந்து திரும்பிவிடத் தயாரானேன்.

"ரேய்,ரேய், கோட் ஜாரிஸ்தே? மமிந்ஹீ தூ அவெத் காபி தே மெனிஸ். பீஸ் ரே! (டேய்,டேய், எங்கே போறே? மாமி இல்லை. நீ வந்தா காபி தரச்சொன்னா. உட்காருடா!)" எனறாள்.

தயங்கியபடி உட்கார்ந்தேன்.

அவள் அடுப்புமீது எண்ணெய்ச் சட்டி வைத்தாள். எண்ணெய் சூடானதும் அதில் மாவு ஊற்றி ஊத்தப்பம்

சுட்டாள். எனக்கு மிகவும் பிடிக்கும் என்று அவளுக்குத் தெரியாதா?

"எனக்குக் காபி மட்டும் போறும்."

"சரிதான், பேசாமே உட்காருடா. பள்ளிக்கூடத்திலேருந்து பசியோட வந்திருக்கேன்னு எனக்குத் தெரியும்."

அதற்கு மேல் நான் மறுத்துக் கொண்டிருக்கவில்லை. அவள் ஒரு பிடி வெங்காயத்தை உரித்து அரிவாள் மணையில் சன்னமாய் நறுக்கிக் கொண்டாள். எண்ணெய்ச் சட்டியில் மாவை ஊற்றி வெங்காயச் சீவல்களைத் தூவினாள். வேலை செய்யும்போது அவளுடைய வாயும் ஓயாமல் பேசியது.

"சொன்னா, என் ஞாபகமே உனக்கு வரல்லியா? எப்படி வரும்? நாங்க ஏழைங்க ஆயிட்டோம். எங்க வீட்டுக்கு வந்தா உங்களுக்குக் கேவலம். இல்லியாடா?"

"அதெல்லாம் ஒண்ணுமில்லை."

"ஏண்டா பொய் சொல்றே? நீ எப்பவாவது என்னை நினைச்சதுண்டா? எனக்கு என்னவோ உன்னை மறக்க முடியல்லே. உன்னைப் பார்க்கணும், உன்னோடு பேசணும்னு, ஒரே ஏக்கமாயிருந்தது. லட்சுமியிடம் எத்தனை தடவை சொல்லி அனுப்பினேன்! தெரியுமா? அவ சொன்னாளா இல்லியா?"

"சொன்னா..."

"சொல்லியும் நீ எங்க வீட்டுக்கு வரலேன்னா என்னடா அர்த்தம்? அதாண்டா, நீ எங்களை மறந்துட்டே, எனக்கு உன்னை மறக்க முடியல்லே. நீ என் கனவிலேகூட அடிக்கடி வருவே; தெரியுமா?"

அவளுடைய கனவில் நான் எனக்குத் தெரியாமல் போய்க் கொண்டிருந்ததைப் பற்றி எனக்கு வியப்பு உண்டாக வில்லை. நிமிரும்போதும், குனியும்போதும், நடக்கும்போதும், உட்காரும்போதும் அவளுடைய உடல் விம்மிப் பூரிப்பதையும், அடங்கித் தணிவதையும் பார்க்க எனக்கு வியப்பாயிருந்தது. அவள் அழகாயில்லை. தேய்த்த மரப்பாச்சிபோல் மூலையில் கிடக்கத்தான் லாயக்கு என்று அவளைப் பெற்றவர்கூட எண்ணவில்லையா? அந்த மரப்பாச்சி இப்போது சொர்ண விக்கிரகம் ஆகியிருந்தது. அவளுடைய உடலில் எனக்குத் தெரியாத ரகசியம் எது? ஆனால் உடைக்குள் ஒளிந்திருந்த உடலில் கரவாகப் பல அதிசயங்கள் நேர்ந்துள்ளன என்ற அறிவு எனக்குள் ஓர் ஆர்வத்தை உண்டாக்கியது. அவளுக்குக் கொஞ்சம் பெரிய தலை; இரட்டை மண்டை என்று கேலி

செய்வோம். ஆனால் மார்பு அந்த நஷ்டத்தை இப்போது ஈடு செய்துவிட்டது; 'உடலுக்குப் பாந்தமான தலை' என்று தோன்றியது. மனித ஊனுக்கு வசந்த பருவம்!

முழங்கால்களைக் கட்டிக்கொண்டு அடுப்பின் பக்கம் கவனமாயிருந்த அவள் என் பக்கம் திரும்பியபோது இருவருடைய கண்களும் கலந்தன. கையும் களவுமாகப் பிடிபட்டதுபோல் தலை குனிந்தேன்.

"என்னடா பார்க்கிறே?"

"ஒண்ணுமில்லே."

"ஒண்ணுமில்லாமத்தான் இப்படிப் பார்க்கிறியா?"

இந்தக் கேள்வி என்னை அவமதிப்பதாய்த் தோன்றியது; பேசாமல் இருந்தேன்.

"தூ மட்டே சொட்டோ! (நீ பெரிய திருடன்!)" என்று அவள் சிரித்தாள்.

"சரி, காபி தரப்போறியா இல்லியா?"

"ஊத்தப்பம் சாப்பிடு காபி கலக்கிறேன்... அதுக்குள்ளே என்னடா கோபம்?"

"சும்மா தொண தொணவென்று பேசிக்கிட்டு! நான் படிக்கப் போகணும்".

"இப்பத்தானேடா ஸ்கூல்லேருந்து வந்தே? அதுக்குள்ளே என்ன அவசரம்? உனக்கு என்னோட பேசப் பிடிக்கல்லே; இல்லியா? நாங்க முன்னைப்போலப் பணக்காரங்களா இருந்தா, நாள் பூரா என்னோடு பேசுவே..."

'நான் ஏழை' என்ற எண்ணம் அவளுக்கு ஓர் 'அப்செஷனாக'வே ஆகியிருந்தது. நான் பேசாமல் இருக்கவே அவள் தொடர்ந்தாள்.

"அப்பா இருந்தப்போ எங்க வீட்டுக்கு அடிக்கடி வந்தியா இல்லையா? இப்ப ஏண்டா வர்ரதில்லே?"

"படிக்கிறதுக்கே எனக்கு நேரம் போறல்லே."

"உன்னை யருடா படிக்க வேண்டாம்னா? அப்பா வோட நான் படிப்புக்குத் தலைமுழுக வேண்டியதாச்சு. அது என் தலையெழுத்து. நீ எங்க வீட்டுக்கு வந்து படிச்சதில்லியா?"

அவள் பேசியதெல்லாம் என் காதில் விழவில்லை. என் பார்வை தன் உடலில் சிக்கித் திண்டாடுவதை அவள் மகிழ்ச்சியோடு ஏற்றுக் கொள்கிறாள் என்பதை என்னால்

புரிந்து கொள்ள முடிந்தது. அதனாலேயே என் வெட்கம் வலுத்தது.

இரண்டாவது ஊத்தப்பத்தை அவள் என் தட்டில் போட்டாள். “வேண்டாம், காபி கொடு,” என்று தட்டை அப்பால் நகர்த்திவிட்டு எழுந்து கைகழுவிக் கொண்டேன்.

“பால் ஆறியிருக்கு; சூடாக்கிக் காப்பி தர்றேன் ...”

நான் உட்காரவில்லை. வேண்டும் என்றே அவள் ஒவ்வொரு காரியத்தையும் மெதுவாய்ச் செய்வதாய்த் தோன்றியது. அவள் எந்த நிலையில் இருந்தாலும் இளமையின் தீப்பொறிகள் என்மேல் தெறித்தன. அந்தச் சூட்டை என்னால் தாள முடியவில்லை. அங்கிருந்து விலகிவிட வேண்டும் என்று தோன்றினாலும் விலகவும் முடியவில்லை.

நான் காபி சாப்பிடும்போது அம்மா வந்துவிட்டாள். அவள் தலையைக் கண்டதும் பெட்கி புகார் செய்தாள்.

“மாமி, சொன்னா என்னோட சரியாப் பேசவே இல்லை.”

“காலே? (ஏண்டா?) பெட்கி உனக்கு அந்நியமா? உனக்கு அக்கா போலத்தானடா. அவளிடம் உனக்கு என்ன வெட்கம்?”

என்னுடைய வெட்கம் அவ்வளவு பிரபலம்!

3

சனிக்கிழமை வந்துவிட்டால் எனக்குப் பெரிய தொல்லை. காலையில் கண்விழிக்கும்போதே, ‘ஐயோ இன்று எண்ணெய் ஸ்நானம் செய்ய வேண்டுமே!’ என்ற கவலை என்னைப் பிடித்துக்கொள்ளும். எண்ணெய்க் குளியல் என்றால் எனக்கு அத்தனை வெறுப்பு; சனி தவறாமல் நீராட வேண்டும் என்று பெற்றோர் பிடிவாதமாக இருப்பார்கள்.

செல்லப்பிள்ளையான எனக்கு ஒரு வேலையும் செய்ய வராது என்று பெற்றோரும் மற்றோரும் ஏகமனதாய்த் தீர்மானித்து விட்டார்கள். ஆகையால் என்னை யாரும் ஒரு வேலையும் செய்ய விடுவதில்லை.

விளையாட்டுப் பிள்ளையும் புத்தகப் புழுவுமான எனக்குச் சாப்பிடுவதில் கூடச் சோம்பல். சுவையான பொருளாய்த்தான் தருவார்கள். அதைக் கையில் எடுத்து வாயிலிட்டு விழுங்க வேண்டுமே! எட்டாம் வகுப்பு முடியும் வரை அத்தை மகள் லட்சுமியே எனக்குச் சோறு ஊட்டுவாள். குழந்தை இல்லாக் குறை அவளுக்கு அப்படித் தீர்ந்தது; எனக்கோ சாப்பிடும்போதும் துப்பறியும் நாவலில் பத்து

பக்கம் படிக்க முடிந்தது. உணவில் இத்தனை சுறுசுறுப்பு காட்டும் எனக்குக் குளியல் என்றால் எப்படி இருக்கும்? அந்தக் காலத்தில், எங்கள் வீட்டில் பைப் கிடையாது. நல்ல இனிய நீருள்ள கிணறு இருந்தது. தண்ணீர் இழுத்து தலையில் கொட்டிக்கொள்ளலாம். அப்பாவும் மற்றவர்களும் அப்படித்தான் குளிப்பது வழக்கம். ஆனால் நான் பெண்களைப் போல் சமையலறையில்தான் குளிப்பேன். இடுப்பில் சிறு துண்டும் இல்லாமல் நீராடியதால்தான் நான் சமையலறை ரகசியத்தை நாடினேன். ஆனால் லட்சுமியின் துணை அப்போதும் எனக்கு வேண்டும்.

'நீ இந்தக் காலத்துப்பிள்ளை இல்லேடா!' என்று அவள் அடிக்கடி என்னைப் பரிகாசம் செய்வாள். அவள் சொல்லிச் சொல்லித்தான் ஒன்பதாவது வகுப்பு போன பிறகு அரையில் துண்டு கட்டிக்கொண்டு குளிக்கலானேன். அப்போதும் மடைப்பள்ளியில்தான் குளியல் – லட்சுமியின் உதவியோடு. நான் பளிங்குப் பதுமைபோல் நிற்பேன்; லட்சுமி எண்ணெய் தேய்த்துவிடுவாள்; கால், அரைமணி நேரம் ஊறவேண்டும். பிறகு அவளே அரப்பு தேய்த்து, கரையேற்றி, உடம்பு துவட்டி, இடுப்பில் ஒரு வேட்டி கட்டி விடுவாள். தலைக்கு எண்ணெய் பூசி, அழகாய்க் கிராப்பு செய்து விடுவதும் அவள் பொறுப்பு தான். எஸ்.எஸ்.எல்.சி.க்கு வந்த பிறகு நானாகவே வேட்டி கட்டத் தொடங்கிவிட்டேன். எண்ணெய்க் குளியலில் ஒரு மணி நேரம் 'வேஸ்ட்'ஆவதை நான் வெறுத்தேன். என்னுடைய இந்தக் குணநலன்கள் பெட்கிக்குத் தெரியாதா? 'லட்சுமியும் இல்லையே; எப்படி எண்ணெய் ஸ்நானம் செய்வது? யாருக்கும் தெரியாமல் சட்புட்டென்று தலையில் தண்ணீர் கொட்டிக் கொண்டு எண்ணெய் முழுக்குக்கு டிமிக்கி கொடுத்து விடலாமா?' என்று நான் பலமான சிந்தனைகளில் இருந்த போது பெட்கி என்னைச் சூழ்ந்து கொண்டாள்.

"சொன்னா, ஹிந்த மீஸ் தொகோ நவன் கலஞ் ஜாரிஸ்தே!" (இன்றைக்கு நான்தான் உன்னை எண்ணெய் குளிப்பாட்டப்போறேன்!) – என்று அறிவித்தாள்.

"சீ, ஜாவா!" (சீ,போடீ!)

அவள் வந்து இரண்டு நாளாகிறது. பள்ளிக்கூடம் இருந்ததால் பகலில் அவளோடு பழக எனக்கு நேரம் கிடைப்ப தில்லை. மாலையில், அப்பாவை ஏய்த்துவிட்டுத் தெருவுக்குப் போனால், இரவுச் சாப்பாட்டுக்குத்தான் திரும்புவேன். சாப்பிட்டதும் தூக்கம். ஆகையால் அவளோடு பழக எனக்கு ஒழியவில்லை. வீட்டில் இருந்தபோதும் அவளை நெருங்க வெட்கமாயிருந்தது.

"ஏண்டா ?"

"நான் எண்ணெய் தேய்ச்சிக்கப் போறதில்லே."

"மாமா கொன்னுடுவார். நீ பேசாம உட்காரு. லட்சுமியைவிட நல்லா தேய்ச்சி விட்றேன் பார்"

அவள் என்னைத் தொடக்கூடாது. அது தவறு என்று எனக்குத் தெரியாமல் இல்லை; அந்தத் தவறை அவள் செய்ய விரும்புகிறாள் என்பதும் எனக்குப் புரிந்தது.

"வேண்டாம்."

"ஏன் நான் உனக்கு எண்ணெய் தேய்ச்சதில்லையா? இப்போ என்னடா வந்துட்டுது?"

"அப்பா ஏதாவது சொல்வார்" என்றுதான் எனக்குப் பதில் கூறத் தோன்றியது.

"ஒண்ணும் சொல்ல மாட்டார். அவருக்கு ஏன் தெரியணும்? அவர் பூஜை செஞ்சிட்டிருப்பார். நீ சமைய லறைக்கு வா. நான் எவ்வளவு ஜோரா எண்ணெய் தேய்க்கிறேன் பாரேன்."

"நானே தேய்ச்சிக்கிறேன் போ."

"உனக்குத் தேய்ச்சிக்கத் தெரியாது; எண்ணெய் தங்கிடும். படிக்கிறதைத்தவிர உனக்கு வேறே என்னடா தெரியும்?"

"நீ ரொம்ப தெரிஞ்சவ. போடீ அந்தப் பக்கம்!"

"என்னடா கட்டின பெண்டாட்டியை அதிகாரம் பண்றாப்போல விரட்றே?"

என் கோபம் பின்வாங்கியது. புத்தகத்தில் கவனம் போகவில்லை. அவள் சிரித்துச் சிரித்துப் பேசினாள். அவள் புதிய கண்கள் அணிந்திருந்தாள் போலும்; கண்களில் செல போன் பேப்பர் ஒட்டினாற்போல் ஒரு மினுமினுப்பு; விழி களில் ஒரு திரவம் ஊறி கிளிசரின்போல் பளிச்சிட்டது. அவளுடைய பார்வை சிலசமயம் விண்ணப்பம் செய்வது போல் இருந்தது; சில சமயம் அதட்டுவதுபோல் இருந்தது; அப்படியோ, இப்படியோ எனக்குச் சுகமாயிருந்தது.

"என்கிட்டே ஏண்டா இப்படி வெட்கப்படறே? நமக்குள்ளே என்னடா?"

நான் பேசுமுன் அம்மா அங்கே வந்து சேர்ந்தாள்.

"மாமி, சொன்னா எண்ணெய் தேய்ச்சிக்க மாட்டானாம். பேசாமே உட்காருடா, தேய்ச்சி விட்றேன் என்கிறேன். வேண்டாம் என்கிறான்."

அவளுடைய தந்திரம் எனக்கு விளங்கியது. அம்மாவுக்கு விளங்கியதோ என்னவோ, என்னால் கண்டுகொள்ள முடிய வில்லை.

“படிக்கிற பிள்ளை; எண்ணெய் தேய்ச்சிக்காவிட்டா உடம்பு என்னத்துக்கு ஆகும்?” என்றாள் அம்மா.

“நான் அதான் மாமி சொல்றேன். இவன் யாருக்கும் தெரியாம குளிச்சிடப் போறேன் என்கிறான்.”

“நான் எப்போ சொன்னேன்? ஏண்டி பொய் சொல்றே?”

“நீ சொல்லாமே நான் ஏண்டா சொல்றேன்? புஸ்தகம் படிக்கிறதுன்னா உடம்புக்கு எவ்வளவு சூடு தெரியுமா? வா, வா. எண்ணெய் தேய்ச்சி விட்றேன்.”

அம்மா தலையிட்டாள்: “நீ சும்மா இருடீ, உன்னிடம் எண்ணெய் தேய்ச்சிக்க வெட்கப்பட்றான். பாபூ கொஞ்ச நேரத்தில் வந்து விடுவான். அவனைத் தேய்க்கச் சொல்றேன்” – பாபூ எங்கள் வேலைக்காரார்களில் ஒருவன்.

“என்னிடம் என்ன மாமி வெட்கம்? பாபூ வர்ரத்துக்கு நேரமாகும்.”

“வேண்டாம். என்ன இருந்தாலும் நீ வயசு வந்த பொண்ணு. யாராவது பார்த்தா தப்பா நினைப்பாங்க.”

பெட்கி விடவில்லை; ‘சரின்னு சொல்லுடா மக்கு’ என்பது போல் அவள் கண்கள் என்னைக் கெஞ்சின: “உள்ளே குளிக்கப் போறான். யார் பார்க்கப் போறாங்க மாமி? எண்ணெய் தேய்ச்சா என்ன தப்பு?” என்றாள் கல்மிஷமே இல்லாதவள் போல்.

“வேண்டாம்; பாபூ வரட்டும்.” என்று முடிவு கட்டிய அம்மா சமையலறைக்குள் நுழைந்தாள்.

அவளைப் பின் தொடரப்போன என் தோள்மீது கைவிட்டு தன் பக்கம் திரும்பினாள் பெட்கி.

“பெட்கஜாதிக் இத்கலாஜ்ஹோனா (ஆண்பிள்ளைக்கு இத்தனை வெட்கம் கூடாது)”

“எனக்கு ஒண்ணும் வெட்கமில்லே . . .”

“வெட்கம் இல்லாமத்தான் என் கையாலே எண்ணெய் தேய்ச்சிக்க மாட்டேன் என்கிறியா?”

“அதுக்கில்லே . . .”

“எதுக்கில்லே? அதுக்கென்னு இப்படியா வெட்கப்படுவே?” என்றவாறு திடும் என்று என்னை இழுத்து அணைத்துக்

கொண்டாள்; என் கன்னங்களிலும் நெற்றியிலும் அவளுடைய இதழ்கள் பதிந்தன.

சில விநாடிகள் நான் என்னை மறந்தேன். என் சரீரம் தானாகவே அவளைப் பிரதிபலித்தது. உடனே, யாராவது வந்து விடுவார்களோ என்ற அச்சம் உண்டாயிற்று. அவளிட மிருந்து விடுவித்துக்கொள்ளத் திமிறினேன்.

"அம்மா வர்ரா!" என்று நான் கூறியதும் அவள் பிடி சற்றுத் தளர்ந்தது. மூச்சு இரைக்க நான் விலகினேன்.

"வெட்கமாயிருக்காடா?" என்று அவள் சிரித்தாள்.

"போடீ!" என்றவாறு நான் அங்கிருந்து வெளியே விரைந்தேன்.

அன்று பாபூதான் எனக்கு எண்ணெய் தேய்த்துக் குளிப்பாட்டினான்.

ஐந்து ஆறு வயதிலேயே அவன் எங்களிடம் நெசவு வேலைக்கு வந்தவன். அவனுக்கும் என் வயதிருக்கும். நாங்கள் இருவரும் தோழர்கள். வேலைக்கு வந்ததும் வராததுமாக எனக்கு எண்ணெய்தேய்க்கச் சொன்னதும் அவனுக்கு எரிச்சலாக வந்தது.

"ரேய் நன்ன முதராளி! (டேய் சின்ன முதலாளி!) இடுப்பிலே ஒரு துண்டு சுத்திகிட்டு வா!" என்றான், என் தலையில் எண்ணெய் வைத்தபடி கேட்டான்; "சொன்னா, லட்சுமி அக்காவுக்குப் பதிலா பெட்கி வந்திருக்கா. அவளிடம் எண்ணெய் தேய்ச்சிட்டா என்ன? குஷியாயிருக்குமே?"

முன்பே எனக்குத் திகைகெட்டிருந்தது; அவன் இப்படிக் கேட்டதும் எனக்குக் கோபம் வந்துவிட்டது. தலையில் இருந்த அவன் கையை அப்பால் தள்ளி, "ராஸ்கல், பேசாமெ தேய்க்கிறியா, உதைக்கட்டுமா?" என்றேன்.

"நான் தப்பா என்ன சொல்லிட்டேன்? சின்ன முதலாளிக்கு இவ்வளவு கோவம் வருது?"

"வாயை மூடிகிட்டு வேலையைப் பார்."

பாபூ சிரித்துக்கொண்டே எண்ணெய் தேய்த்து மாலிஷ் செய்தான். அந்த மாலிஷ் அப்போது மிகவும் தேவைப்பட்டது.

4

உலகம் அனாதி என்றால், ஆண் – பெண் என்ற பாகுபாடும் அனாதிதானே? கோடிக்கணக்கான ஆண்டுகளாய், எத்தனையோ

அல்லல்களுக்கும் அபாயங்களுக்கும் இடையிலும், வேறு எந்தத் தொழிலைச் சரியாகச் செய்கின்றனவோ இல்லையோ, உயிரினங்கள் எல்லாம் ஒரே ஒரு தொழிலை ஒழுங்காய்ச் செய்து வருகின்றன. இனக்கவர்ச்சியின் வயப்பட்டு இனம் பெருக்கும் தொழில்தான் அது. புரட்சி வேண்டும் புதுமை வாதிகளும் எதிர்த்துப் புரட்ட முடியாத இயற்கைச் சக்தி அது. இனக் கவர்ச்சி என்பது புதிய செய்தி அல்ல.

ஆயினும், பெட்கியின் செய்கை எனக்குத் தலைப்புச் செய்தியாக மட்டும் அல்லாமல், அடுத்து என்ன நேரப் போகிறதோ என்ற பரபரப்பு தூண்டும் ஸஸ்பென்ஸ் செய்தி யாகவும் இருந்தது.

எண்ணெய்க் குளியல் முடிந்து, டிபன் செய்ததும் நான் தெருவுக்குப் போய் விட்டேன். பம்பர ஸீஸன் அது. எனக்கு முன் அங்கே கூட்டம் சேர்ந்து விட்டது. எங்கள் கோஷ்டியில் பம்பர வல்லுநர்கள் பலர் இருந்தார்கள். எதிரிகளின் பம்பரங் களை அம்மை கண்ட முகம்போல் உருக்குலைத்து விடுவார்கள். அந்த மகாரதிகளோடு, அவர்களுக்கு ஈடு கொடுத்து நான் விளையாடுவேன். அன்று எனக்கு ஆட்டத்தில் உற்சாகம் உண்டாகவில்லை. என் பம்பரம் அடிக்கடி கோட்டுக்குள் சிக்கித் தலையில் குட்டு வாங்கியது. பம்பரத்தில் கயிறு சுற்றும்போது பெட்கியின் தழுவல் கற்பனையில் நிகழும். குறி இல்லாமல் பம்பரத்தை அடிப்பேன்.

பெண் வேட்கை எனக்கு அன்றுதான் நூதனமாக உண்டாயிற்று என்றால் தவறாகும். என் நண்பர்களில் சிலர் பிஞ்சிலேயே பழுத்தவர்கள். தங்கள் அனுபவங்களைக் கதை கதையாக என்னிடம் வருணிப்பார்கள். அவர்கள் தீய வழியில் போவதாய்க் கண்டிப்பேன். ஆயினும், அவர்கள் சொல்வதைக் கேட்டுக் கேட்டு, என் உள்ளத்திலும் வேட்கை எழவே செய்தது. என் தோள் கண்டார் தோளே கண்டும் தாள் கண்டார் தாளே கண்டும் மயங்கியதுண்டு. அவர் களுடைய பார்வையால் மொத்துண்டு நான் கலவரம் அடைந்ததுண்டு. ஆனால் இவ்வளவு இறுக்கமான தூண்டுதல் இதற்கு முன்னால் ஏற்பட்டதில்லை.

அச்சு வடிவம் பெறாத என் கதாநாயகர்களும் கதாநாயகி களும் விரகதாபத்தால் துடிப்பதைப் பக்கம் பக்கமாய் வருணித்திருந்தேன். ஆனால், ஆண்–பெண் கூட்டத்தால் கிடைக்கும் இன்பத்தின் தன்மை தெரிந்தால்தானே, இதை இழப்பதால் உண்டாகும் துன்பத்தின் கொடுமை விளங்கும்? அந்த அறிவை வழங்கத்தானே பெட்கி முன் வந்திருக்கிறாள்?

எம்.வி. வெங்கட்ராம்

அவள் எண்ணெய் தேய்க்க வந்ததை ஏற்காதது தவறு என்று தோன்றியது. அவளோடு முன்போல் நெருங்கிப் பழக வேண்டும், பேசவேண்டும். விளையாட வேண்டும் என்பது போன்ற ஏக்கம் என்னுள் வலுத்தது.

என் உள் மனத்தில் – Sub-Conscious இல் இனவுணர்ச்சி தலை விரித்தாடத் தொடங்கிய அதே நேரத்தில் அங்கிருந்த மற்றோர் உணர்ச்சியும் விழித்துக்கொண்டது. இதுவும் புதிய உணர்ச்சி அல்ல; மிகப் பழமையானது; 'இது தவறு; இதைச் செய்யாதே! இது சரி, இதைச் செய்!' என்று மனித ஜாதிக்கு வழிகாட்டி வரும் உணர்ச்சிதான் அது.

எங்கள் குடும்பம் தூய்மையான பழக்க வழக்கங்கள் உடையது. என் தகப்பனார் ஆழ்ந்த தெய்வ நம்பிக்கை வாய்ந்தவர். காலையில் நீராடி, குலதெய்வமான வெங்கடேச பெருமாளுக்குப் பூஜை செய்த பிறகே உணவு கொள்வார். அவருக்குப் படிக்கத் தெரியாது. ஆனால், ஒவ்வொரு நாளும் ஒரு குமாஸ்தா இரவு ஏழு மணிக்கு மேல் ஒரு மணி நேரம் புராண இதிகாசங்களைப் படிப்பார். குடும்பத்தினர் எல்லோரும் அமைதியாக அதைக் கேட்போம். அப்பாவின் ஜன்ம நட்சத்திரத்தன்று எங்கள் வீட்டில் பஜனை நடக்கும். மார்கழி மாதம் ராதா கலியாணம் மிகவும் விமரிசையாக நடைபெறும்.

எங்கள் சமூகத்தில் பஜனை செய்வதைத் துணைத் தொழிலாய்க் கொண்ட பாகவதர்கள் இன்றும் இருக்கிறார்கள் பகலில் நெசவு நெய்வார்கள்; இரவில் பஜனை புரிவார்கள். அவர்களுக்குத் தீபாவளியின் போது வேட்டி, அங்கவஸ்திரம். சம்மானம் கிடைக்கும்.

அந்தக் காலத்தில், இந்தப் பாகவத கோஷ்டியில் ஹரிபாகவதர் என்றொருவர் இருந்தார். சௌராஷ்டிர மொழியிலும் தமிழிலும் அழகாய்க் காலட்சேபம் செய்வார். ஆள்கட்டை; சற்றுக் கனசரீரம்; உச்சிக்குடுமியும் நெற்றியில் பட்டையான திருமண்ணும்; குடுமியில் பூச்சுருட்டிக் கொண்டு; கழுத்தில் மாலை; சந்தனம் பூசிய மார்பு; பத்தாறு வேட்டி அவருக்குப் புடவை போலிருக்கும். தொந்தி குலுங்க ஆடியும் பாடியும் அபிநயம் பிடித்தும் அவர் சபையோர் சிரிக்கச் சிரிக்கக் கதை சொல்வார். அவர் எங்கள் வீட்டில் ராமாயணத்தைப் பகுதி பகுதியாகச் சொல்வதைப் பல முறை கேட்டிருக்கிறேன். ராமன் ஏகபத்னிவிரதன் என்பதோடு நிறுத்த மாட்டார். காமத்துக்கு அடிமைப்பட்டவர்கள் பரத்தை மட்டும் அல்ல, இகத்தையும் இழப்பார்கள் என்பதை

உதாரணங்களோடு விளக்குவார். காமுகர்கள் எத்தனை வகை நோய்களால், எவ்வாறெல்லாம் துடிப்பார்கள் என்பதை அவர் நடித்துக் காட்டும்போது பார்க்கப் பயங்கராமா யிருக்கும். அவர் கதை சொல்வதைக் கேட்டுப் பெண்களைத் தாய்மாராகவும் சகோதரிகளாகவும் போற்ற வேண்டும் என்ற சமூக நீதி என் மனத்தில் சிறு பிராயத்திலேயே வேரோடி விட்டது.

காந்திஜீ அரசியலிலும் அறப் பிரச்சாரம் செய்த காலம்; ராம நாமத்திலும் பிரார்த்தனையிலும் அவருக்கிருந்த நம்பிக்கை இந்த நாட்டின் கோடானுகோடி மக்களைத் தொத்திக் கொண்ட காலம்; பிர்மசரியத்தைப் போற்றி அவர் எழுதிய சில நூல்களைப் படித்திருந்தேன்.

இவ்வளவுக்கு மேலே, வங்காளத்துத் தவப் புதல்வர் விவேகானந்தரின் கம்பீரமான தோற்றமும், பிர்மசரியம் பற்றின அவர் கருத்துக்களும் என்னை ஆட்கொண்டன. 'ராமகிருஷ்ணரைப் போன்ற குருநாதர் என்னைத் தேடி வரப்போகிறார்; நான் விவேகானந்தர் ஆவேன்' என்று கனவு கண்டு கொண்டிருந்தேன்.

என் வயதான தாயாரும் என் மனத்தைப் பண்படுத்தி வந்தாள். அவளுக்குக் கதை சொல்ல வராது. ஆனால், ஆலய வழிபாட்டிலும், தீர்த்த யாத்திரையிலும் மிகவும் ஈடுபாடு. நான் அவளுக்குப் பின்னாலேயே சுற்றுவேன். மஞ்சள் குளித்து, குங்குமம் துலங்கக் குறுகுறுவென்று நட மாடும் அவளை எங்கள் சமூகத்துப் பெண்கள் வணங்குவார்கள். பல குடும்பங்களில் நடக்கும் நல்லது – கெட்டதுகளில் அவளுக்கு முதல் இடம் தருவார்கள்.

பெட்கி என்ன வேண்டுகிறாள் என்று எனக்குப் புரிந்தது. அவள் வேண்டுவதுபோல் செய்யவேண்டும் என்று என் உடல் ஏங்கியது. பெட்கியின் வலையில் சிக்கிவிடக் கூடாது என்ற தற்காப்பு உணர்ச்சி என் உடலைப் பின்னால் இழுத்தது.

உள் மனத்தில் நடந்த இந்தப் போராட்டத்தால் நான் குழம்பினேன். விளையாட்டில் எனக்கு ஈடுபாடு உண்டாக வில்லை. என்னுடைய முதல் பம்பரத்தை எதிரிகள் உடைத்து விட்டார்கள். இரண்டாவது பம்பரமும் காயமுண்டது. எண்ணெய் குளித்த உடம்பு; வெயிலும் ஒத்துக் கொள்ள வில்லை. ஆட்டத்திலிருந்து விலகினேன்.

இந்தச் சோர்வு வீட்டுக்கு உந்தியது. பெட்கியின் நெருக்கத்தால் சோர்வு நீங்கும் என்று மனம் விழைந்தது உண்மை. நான் மெதுவாக வீட்டை நாடி நடந்தேன்.

5

எங்கள் வீடு பெரியது. தெருவைச் சார்ந்த ஒரு சிறு பகுதி மட்டும் மற்றொருவருக்குச் சொந்தம். எங்களிடம் அதிக விலைக்கு விற்க வேண்டும் என்பதற்காகக் கல்லும் மண்ணுமாய்ப் பாழடைந்த நிலையில் போட்டு வைத்திருந்தார். அநியாய விலைக்கு வாங்குவதில்லை என்று அப்பா எங்கள் பகுதியை மட்டும் வசதியாய்க் கட்டிக்கொண்டார். மூன்று படிகள் ஏறி எங்கள் பகுதிக்குப் போக வேண்டும். படி ஏறியதும் கிணறு தென்படும். கிணற்றுக்கு இடதுபக்கம் கம்பிக் கிராதிக்குப் பின்னால் அப்பாவின் வியாபார அலுவலகம். வீடு பூராவையும் திருத்திக் கட்டுவதற்குள் கொத்தர்களும் தச்சர்களும் தொல்லை தந்ததால் வீட்டின் பின்பகுதி தூக்கிக் கட்டப்படாமல் தெரு மட்டத்துக்கே தாழ்ந்திருந்தது. இந்தத் தாழ்ந்த பகுதியில் பெரிய சமையலறை, ஒரு சிறிய அறை, கடைசியில் ஒரு ஹால் இருந்தன. இப்பகுதியை எங்கள் வீட்டு அந்தப்புரம் என்று சொல்லலாம். வீட்டுப் பெண்கள் இங்கேயே புழங்குவார்கள். அதுவே விசாலமான இடம். பத்துப் பதினைந்து பேர் தாராளமாய் நடமாடலாம்.

என் தந்தை ஒரு பட்டு ஜவுளி உற்பத்தியாளர். எங்கள் வீட்டின் நடுப்பகுதியிலேயே நாலு நெசவு மேடைகள் இருந்தன. நாலு நெசவாளர்கள், அவர்களுக்குக் கரைகோத்துத் தர நாலு பையன்கள். பட்டு இழைப்பது – வடிப்போடுவது – ஜரிகை வேலைகள் செய்வது போன்ற காரியங்களுக்காகச் சில பையன்கள், சாயம் போடுகிறவர்கள் நாலைந்துபேர். எங்களிடம் தறிச்சமான்கள் வாங்கிச் சென்று தங்கள் வீட்டில் நெசவு நெய்வோர் – இரண்டு குமாஸ்தாக்கள் – என்று காலை எட்டு மணி முதலே எங்கள் வீட்டில் ஒரு கூட்டம் இருந்து கொண்டே இருக்கும்.

வீட்டுக்குள் போனதும் எங்கே உட்காருவது என்று எனக்கு யோசனையாகிவிட்டது. கடைக் கோடியில் இருந்த ஹாலில்தான் சாதாரணமாய் நான் படிப்பது வழக்கம். பெட்கியுடன் தனிமை வேண்டிய நான் அங்கே போயிருக்கலாம். அங்கு என்ன நடந்தாலும் வெளியே தெரியாது. ஆனால், அங்கே போகவே எனக்கு அச்சமாகவும் வெட்கமாகவும் இருந்தது. ஆகவே, சமையலறையிலிருந்து அவள் வெளியே வரும்போது பார்ப்பதற்குச் சௌகரியமாக நாலாவது தறி மேடையில் ஏறி உட்கார்ந்து கொண்டேன். கையில் ஒரு துப்பறியும் நாவலோடுதான்.

நான் இவ்வளவு பந்தோபஸ்து ஏற்பாடுகள் செய்திருக்கத் தேவை இல்லை என்பதை விரைவில் உணர்ந்தேன். அப்பா வீட்டில் இல்லை என்று எனக்கு முன்பே தெரியும்; அம்மாவும் இல்லை என்று இப்போது தெரிந்தது; அதனால் எனக்கு மட்டும் அல்ல; அவளுக்கும் நிம்மதி கண்டு விட்டது; சமையலறையில் இருக்க வேண்டியவள் வெளியே தாராளமாக உலாவிக் கொண்டிருந்தாள்.

எங்கள் வீட்டில் இருந்தோர் பல ஆண்டுகளாய் எங்களிடம் வேலை செய்கிறவர்கள்; அவர்கள் அவளுக்கும் தெரிந்தவர்களே. சிறுவர்கள், வாலிபர்கள், நடுத்தர வயதினர், கிழவர்கள், பட்டு இழைப்பவன், ராட்டினத்தில் தாறுசுற்று கிறவன், ஜரிகை இழைப்பவன், சாயம்போட்ட பட்டைப் பிழிகிறவன், நெசவு நெய்கிறவன், ஒவ்வொருவனுக்கும் அருகில் சென்று நின்று அவள் பேச்சு கொடுத்தபடி இருந்தாள். என்ன பேசினார்களோ, அவளிடமிருந்து கிளம்பிய சிரிப்பு எல்லாரையும் தொத்திக் கொண்டது.

வயது வந்த பெண் ஆடவர்களுடன் சிரித்துப் பழகுவதை ஏற்காத காலம் அது; நான் அவ்வாறு எண்ணவில்லை என்றாலும் அவளுடைய கோலம் எனக்கு அதிர்ச்சி தந்தது. மானம் காக்கத்தான் ஆடை என்று அப்போது எல்லோரும் கருதினார்கள். பெண்கள் விலையுயர்ந்த சேலைகளும் ரவிக்கைகளும் அணிந்தாலும், உடலை மூடிக் கவர்ச்சியை அதிகமாக்க அவர்கள் முயன்றார்கள். உடலை விளம்பரம் செய்யும் சாதனமாக ஆடையைப் பயன்படுத்தும் இப்போதைய நாகரிகம் இன்னும் தொடங்கவில்லை. பெட்கி மற்ற பெண் களைப் போலத்தான் உடுத்தியிருந்தாள். ஆனால், ஆடையை அவள் சுமையாகக் கருதியதாகத் தோன்றியது. வெயில் காலம், புழுக்கமாக இருந்தது; அடிக்கடி சேலைத் தலைப்பை விலக்கி ஓலை விறியால் விசிறிக் கொண்டிருந்தாள். சில சமயம் அவள் ஏதோ பேசிக்கொண்டே வேலை செய்கிறவர்களையும் விசிறுவதைக் கண்டேன்.

புதுப் பணக்காரர்கள் தாங்கள் பணக்காரர்கள் ஆகி விட்டதை எல்லோரும் அறிய வேண்டும் என்பதற்காக வைரமோதிரமும், வைரக் கடுக்கண்களும் ஜொலிக்கும் படி கையும் தலையும் அடிக்கடி ஆட்டுவதைப் பார்த்திருக் கிறீர்களா? பெட்கி தன்னிடம் திரண்டுள்ள புதிய செல்வத்தை எல்லாரும் காண வேண்டும் என்று மட்டும் அல்ல, எங்கே கண்டுகொள்ளாமல் இருந்து விடுவார்களோ என்று கவலைப் படுவதாய்த் தோன்றியது. ஆனால் புதிய பணக்காரர்கள் தங்களிடம் சிக்கிய செல்வத்தைச் சிக்கனமாகவும் கருமித்தன

எம்.வி. வெங்கட்ராம்

மாகவும் செலவிடுவார்கள்; பெட்கியோ பெரிய வள்ளலாகக் காட்சி அளித்தாள்; அவள் தன் செல்வத்தைத் தாராளமாய்த் தானம் செய்வதற்குத் தயாராக மட்டும் இல்லை. 'வேண்டிய வர்கள் வேண்டியதை அள்ளிக் கொள்ளுங்கள்!' என்று அவள் கண்கள் உரக்க அறிவித்தன. அவளுக்கு முன்னால், வேலைக்காரர்கள் எல்லாரும் பிச்சைக்காரர்கள் ஆகி விட்டார்கள். என்ன எடுத்துக் கொள்வது என்று புரியாமல் தவிப்பார்கள் போல், முகத்தில் அசடும், கண்களில் வேட்கை யும் வழிய, வேலையில் கவனம் இல்லாமல் அவளோடு சிரித்துப் பேசிக் கொண்டிருந்தார்கள்.

இவற்றை எல்லாம் பார்த்த என் மனத்தில் பலவித உணர்ச்சிகள் உரசி நெருப்பு மூண்டது. எங்கள் சொந்தக்காரி ஒருத்தி வேலைக்காரர்களுடன் முறை மீறிப் பழகுவதால் எங்கள் குடும்பத்துக்கே அவமானம் என்ற வெட்கத்தால் என் உடல் சுண்டி மனம் கூனியது. ஒரு பெண் இவ்வளவு மானம் கெட்டதனமாய் நடக்கலாமா என்று சினமுற்றேன். மனத்தில் ஏகப்பட்ட வன்முறையும் வேகமும் இருப்பினும் அவற்றை உள்ளுக்குள்ளேயே பொருமித் தணித்துக்கொண்டு, மேன்மையாகவும் எளிமையாகவும் உணர்ச்சிகளை வெளியிடும் சுபாவம் எனக்கு; அவளை அடித்து உள்ளே விரட்ட வேண்டும் என்று ஆத்திரம் வந்தாலும் அதைச் செயல்படுத்தும் துணிவு எனக்கு வரவில்லை. அவளை எப்படி அதட்டுவது? என்னை அவமதித்து விட்டால் என்ன செய்வது என்று பயமாயிருந்தது. அப்பா, அம்மா இல்லையே என்று வருத்தப்பட்டேன். ஏதும் செய்ய இயலாத கையாலாகாத் தனத்தால் நான் மலைத்துப்போனேன். இத்தனை உணர்ச்சிகளையும் உதைத்து மிதித்துக்கொண்டு உக்கிரமாக எழுந்தது மற்றோர் உணர்ச்சி, காமம். அவளுடைய மோகினிக்கோலம் வேலைக்காரர்களை மட்டும் அல்ல, என்னையும் சிதைத்தது. கையில் இருந்த நாவல் தூங்கி விட்டது. என் தலைக்குக் குபீரென்று ரத்தம் வெம்மையாக ஏறுவதையும் நான் தெளிவாக உணர்ந்தேன்.

நான் தறி மேடைமீது உட்கார்ந்திருப்பதைப் பெட்கி அப்போதுதான் கவனித்தாள் என்று நினைக்கிறேன். மற்ற எல்லோரையும் போட்டுவிட்டு, கையில் விசிறியுடன் என்னை நோக்கி வந்தாள் அவள். மேடையிலிருந்து குதித்துத் தெருவுக்கு ஓடிவிடவேண்டும் என்று முதலில் எண்ணினேன்; ஆனால், உடலோ ஓட விழையவில்லை.

தறிமேடை சுமார் மூன்றடி உயரமிருக்கும். அவள் என் பக்கத்தில் வந்து நின்றாள்; என்மீது பட்டுவிடப் போகிறாளே என்று ஒதுங்கினேன்; அப்படியும் அவள்

தோள் என் தோளைப் பின்பற்றியது. மேடையில் அதற்கு மேல் ஒதுங்க இடமில்லை. அவள் தன்னோடு எனக்கும் சேர்த்து விசிறியபடி, "காய்ரே, கொளன் ஜேனிகா? (ஏண்டா, விளையாடப் போகல்லியா?)" என்றாள்.

"இல்லே."

"எப்பப் பார்த்தாலும் என்னடா படிக்கிறே? கதைப் புஸ்தகம் கிடைச்சிட்டா உனக்கு சோறு தண்ணிகூட வேண் டாம், என்ன புஸ்தகம்?" என்று கேட்டுக்கொண்டே என் கையில் இருந்த புத்தகத்தை அவள் பறித்துக்கொண்டாள்.

"மஞ்சள் அறையின் மர்மம்," என்று நாவலின் பெயரை வாய்விட்டுப் படித்தாள்; ஆரணி முதலியார் எழுதிய நாவல் அது. "மஞ்சள் அறையிலே என்னடா மர்மம்? போடா, தெருவிலே உன் கோஷ்டிப் பையன்களோடே விளையாடப் போ. எண்ணெய்தேய்ச்சிகிட்டு இத்தனூண்டு எழுத்தைப் படிச்சா கண்கெட்டுப் போகும்."

என்னை அவள் தெருவுக்குத் துரத்தும் கரிசனம் எனக்கு அர்த்தமாகவில்லை. "புஸ்தகம் கொடுடீ!" என்றேன் கோபமாய்.

"செல்லப்பிள்ளை, தனக்கும் தெரியாது, சொன்னாலும் புரியாது. என்ன வேணுமானாலும் செஞ்சிக்கோ", என்றவாறு புத்தகத்தை என்மேல் போட்டுவிட்டு அவள் நெசவாளர் பக்கம் திரும்பினாள். அவளையோ, அவளும் நானும் தகராறு செய்து கொண்டதையோ கவனியாமல் அவர் நாடா போட்டுக் கொண்டிருந்தார்.

"காய் தா, (என்ன ஐயா) வந்தவளைத் தலைதூக்கியும் பார்க்கமா ஒரேடியா வேலை செய்றீங்களே?"

நெசவாளர் பெயர் கிருஷ்ணய்யர். எங்களுக்குத் தூரத்து உறவு. நாற்பது வயசுக்கு மேல் இருக்கும். ஒன்றை நாடி உடம்பு; முன் பக்கம் வழுக்கை விழத் தொடங்கிய தலையில் சின்னக் குடுமி; முகத்தில் வறுமையின் கீறல்கள். சட்டை போடாத மார்பின் வேர்வையில் ஈரமான பூணூல் தோள் பக்கம் சரிந்திருந்தது. காலையில் வேலைக்கு வரு முன்னும், மாலையில் வீட்டுக்குத் திரும்பும் போதும் கள்ளுக் கடைக்கு விஜயம் செய்தாலும், மிதமான குடிகாரர். யாருடனும் அதிகமாய்ப் பேச மாட்டார். ஆனால், வலுவில் வம்பு வந்தால் விட்டுக் கொடுக்க மாட்டார்; முரட்டுக் குணம்.

நாடா போடுவதை நிறத்தி, நெற்றி வேர்வையை வழித்துச் சுவர்மீது எறிந்துவிட்டு அவர் அவள் பக்கம் திரும்பினார். "பெட்கிகா? (பெட்கியா?) என்னடீ சொல்றே?"

"வந்தவளோட ஒரு வார்த்தை பேசல்லே. தலை குனிஞ்சி கிட்டு நாடா போட்றீங்களே?"

"உன்னோட பேசிக்கிட்டிருந்தா என் வயித்துப் பாடு என்ன ஆறது?"

"ரெண்டு வார்த்தை பேசறதுக்குள்ளே எத்தனை முழம் நெய்துடுவீங்க?"

கிருஷ்ணய்யரின் பார்வையில் கனிவோ கலக்கமோ இருந்ததாய் எனக்கு ஞாபகம் இல்லை. உப்பு சப்பில்லாத கண்களால் அவளைப் பார்த்து, "நீ ரொம்ப வாயாடி ஆயிட்டே" என்றார்.

"தேஸ்தா, (அதான் ஐயா), உள்ளதைச் சொன்னா வாயாடி என்கிறீங்க" என்றவள் என் முழங்கால்மீது கை ஊன்றிக் கொண்டு கூறினாள். "நாங்களும் உங்களைப் போல ஏழைங்க தான். நாள் பூரா பாடுபட்டுத்தான் வயிறு வளர்க்கிறோம். ஏழைங்களே ஏழைங்களை மதிக்கா விட்டா எப்படி? அப்பா வோடே எல்லாம் போச்சு. அந்தத் தேவடியா எல்லாத்தையும் சுருட்டிக்கிட்டு எங்களை இப்படி சந்தியிலே நிறுத்திட்டா..."

"நீ ஒண்ணும் சந்தியிலே நிக்கல்லே. சொந்த வீட்டிலே இருக்கே. மாமா உன்னை நல்ல இடமாப் பார்த்து கட்டிக் குடுப்பா."

"மாமா தானே! கட்டிக்குடுப்பார். வேலைக்காரிக்குப் பதிலா வச்சிருக்காரே, அதிலிருந்தே தெரியல்லியா?"

"அதை சொல்றத்துக்கா இப்போ இங்கே வந்தே?" என்றார் கிருஷ்ணய்யர், பூணூலால் தேய்த்து முதுகைச் சொரிந்தபடி. எனக்கு முன்னால் என் தந்தையை அவள் பழிப்பதை அவர் விரும்பவில்லை என்று எண்ணுகிறேன். "சீக்கிரம் கலியாணம் ஆயிடும்; கவலைப்படாதே."

"கலியாணம் ஆகல்லேன்னு நான் உங்கிட்டே கவலைப் படல்லே."

"என்ன சொன்னாலும் இடக்காப் பேசறியே. அடுப்பிலே என்ன இருக்கு?"

"சாதம்தான் வடிக்கணும்; உலை வச்சிருக்கேன். உங்க வேலைக்கு இடைஞ்சலா நான் நிக்கல்லே. போயிட்றேன்."

அவளுடைய முகம் எனக்குத் தெரியவில்லை. அவள் தலை என் மார்புக்கு முன்னால் இருந்தது. என் முழங்கால் மீது ஊன்றிய முழங்கையை அகற்றிவிட்டு அவள் நிமிர்ந்தாள்.

"அடடா, வம்பாகவே பேசுறியே?"

"நான் என்ன சொன்னாலும் உங்களுக்கு வம்பாத் தெரியுது. செர்க்கொ, மீ ஜேடுஸ்தா. (சரி, நான் போயிட்றேன் ஐயா)" என்றவள் என் பக்கம் திரும்பினாள், அவள் மூச்சு என்னைச் சுட்டது. அவள் கண்கள் கலங்கியதைக் கண்டேன்.

கிருஷ்ணய்யரும் அவளும் பாமரமாய்த்தான் பேசிக் கொண்டார்கள். அதில் அவள் கண் கலங்கும்படி என்ன இருந்தது என்று எனக்குப் புரியவில்லை. கண் கலங்குவதற்குப் பல அர்த்தங்கள் உண்டு என்று எனக்கு அப்போது தெரியாது. என்னைப் போல் மௌனமாய்ப் பார்த்துக்கொண்டிருந்தான் பாபூ; அவன்தான் கிருஷ்ணய்யருக்குக் கரை கோத்துக் கொடுக்கும் துணையாள், அவன் முகத்தில் ஃப்பே, என்று நையாண்டி செய்யும் பாவம்தான் இருந்தது. "இங்கேயோ இருக்கே; விளையாடப் போயிட்டேன்னு நினைச்சேன். இப்பிடி படிச்சா உடம்புக்கு ஆகாது..."

"எனக்குத் தெரியும். நீ அடுப்படிக்குப் போ" என்றேன்.

"அதுக்குத் தானேடா வந்திருக்கேன்? உங்க வீட்டிலே மெத்தை போட்டுகிட்டு ஹாய்யா தூங்கவா வந்திருக்கேன்?" அவள் என்னையும் கிருஷ்ணய்யரையும் பொதுவாய்ப் பார்த்துக் கூறினாள். "காலையிலேருந்து உடம்பு ஒவ்வொரு மூட்டிலேயும் வலிக்குது. யார்கிட்டே சொல்றது?"

பிறகு அவள் கொட்டாவி விட்டபடி சமையலறைப் பக்கம் நடந்தாள். கொஞ்ச தூரம் சென்றதும் நின்று படிப்பது போல் பாசாங்கு செய்து கொண்டிருந்த என்னைப் பார்த்தாள். சமையலறை வலது பக்கம் இருந்தது. அவள் 'விடுவிடு'வென்று இடது பக்கம் சென்று, ஒரு செம்பில் நீர் மொண்டு கொண்டு கொல்லைப் பக்கம் போனதைப் பார்த்தேன்.

"பெட்கி கிஸோ? (பொண்ணு எப்பிடி?)" என்று பாபூ கிருஷ்ணய்யரைக் கேட்டான்.

"தலைக்கு மேலே கொழுப்பு ஏறிக் கிடக்கு."

"என்ன செய்யப் போறீங்க?"

"மெதுவாப் பேசுடா, கம்மனாட்டி. எங்கேயும் போயிடாதே. நான் சீக்கிரம் வந்துட்றேன். வேலை கெடக் கூடாது."

எனக்குக் கேட்கக் கூடாது என்று இருவரும் மெதுவாய்ப பேசினாலும் எனக்கு நன்றாய்க் கேட்டது. ஆனால் கேளாதவன் போல் புத்தகத்தைப் பார்த்துக் கொண்டிருந்தேன்.

கிருஷ்ணய்யர் மேடையைவிட்டு இறங்கிக் குடுமியைத் தட்டிக் கட்டிக் கொண்டார்.

"கிழவர் வந்துடப் போறார்." என்று எச்சரித்தான் பாபூ.

என் தகப்பனாரைத்தான் அவன் கிழவர் என்று குறிப்பிட்டான்.

"பேசாம இருடா, நாயே!" என்று அதட்டிவிட்டுக் கிருஷ்ணய்யர் பின் பக்கம் விரைந்தார்.

அப்போதுதான் எனக்கு மர்மம் துவங்கியது. என்ன செய்வதன்று புரியவில்லை. தறி மேடைமீது இருக்கப் பிடிக்க வில்லை; எழுந்திருக்கவும் முடியவில்லை. பெட்கிமீது மட்டும் அல்ல. கிருஷ்ணய்யர் மீதும் கோபம் வந்தது. வீடு நிறையக் கூட்டம்; யார் என்ன செய்கிறார்கள் என்பதை யாரும் கவனிக்கவில்லை; என்றாலும், என்ன துணிச்சல்! என் கோபத்தை என்ன செய்வதென்று தெரியவில்லை. என் கோபதாபங்களை யாரும் லட்சியம் செய்யவில்லை; ஏன் எனக்கு அம்மாதிரி உணர்ச்சிகள் இருக்கக் கூடும் என்று யாரும் எண்ணியதாய்த் தெரியவில்லை. நான் செல்லப் பிள்ளை, புத்தகம் படிப்பதைத் தவிர எனக்கு வேறொன்றும் தெரியாது என்றல்லவா எல்லாரும் கணித்திருந்தார்கள்.

பாபூவுக்கு ஒரு கால் யானைக் கால்; அதைத் தூக்கி மேலே வைத்துச் சொரிந்துகொண்டே என்னிடம் பேச்சுக் கொடுத்தான். "பெட்கி ரொம்ப மோசம் இல்லே?"

எங்கள் சொந்தக்காரியை அவன் இழிவாய்ப் பேசுவதை நான் விரும்பவில்லை. ஆனால் ஒன்றும் சொல்லத் தோன்றாமல், "உம்" என்றேன்.

என் வயதுதான் என்றாலும் அவனுக்கு அனுபவ ஞானம் அதிகம். "அவளைப் பத்தி ஊரிலே ஒரு மாதிரியாப் பேசறாங்க. அவ செய்றதும் அப்படித்தான் இருக்கு."

"என்ன பேசறாங்க?" என்றேன் என்னையும் மீறிய ஆவலுடன்.

"அவளுக்கு சீக்கு இருக்கு என்கிறாங்க. அவளை மோகினிப் பிசாசு பிடிச்சிருக்குன்னு கூட சொல்றாங்க. சொன்னா, நீ அவகிட்டே ரொம்ப ஜாக்கிரதையா பழகணும். மோகினிப் பிசாசுக்காகச் சொல்லல்லே. உனக்கு சீக்கு கொடுத்துட போறா. அப்புறம் ரொம்பக் கஷ்டப்படணும், தெரியுமா?" என்று அவன் எனக்கு அறிவுரை வழங்கினான்.

பாபூவுடன் பேச்சைத் தொடர நான் விரும்பவில்லை. 'எனக்கு எல்லாம் தெரியும்' என்ற பாவனையில் பேசாமல் இருந்தேன். 'எனக்கு ஒன்றும் தெரியாது' என்று இடித்துரைப்பது போல் பாபூ மேலும் பேசினான். "முதலாளி அவளை இங்கே ஏன் வச்சிருக்கார் தெரியுமா?"

"லட்சுமி அக்கா இல்லே; அதுக்காக..."

"அதுதான் தப்பு. பெட்கியைப் பத்தி ஊரே பேச ஆரம்பிச் சிட்டுது. அப்புறம் அவளைக் கட்டிக் கொடுக்க முடியாதேன்னு பயந்துதான் முதலாளி அவளை இங்கே கொண்டு வந்தார். உனக்குத் தெரியாதா?"

ஊரே பேசும் ஒரு விஷயம் என் காதில் விழவில்லை என்றால் நான் காதுகளைச் சரியாகப் பயன்படுத்தவில்லை என்று தானே அர்த்தம்? காதுகளையும் கண்களையும் அகல விரித்துக்கொள்ள வேண்டும் என்று புரிந்து கொள்கிறேன்.

ஐந்து நிமிடம் கூட ஆகியிராது. கிருஷ்ணய்யர் திரும்பி விட்டார்.

"காய் தா? (என்ன ஐயா?)" என்றான் பாபூ ஆவலுடன், அவர் மேடை ஏறியதும்.

"அரட்டை அடிக்காமே வேலையைப் பாரு!" என்று அவர் அவனிடம் எரிந்து விழுந்தார்.

இருவரும் நாடா போடத் தொடங்கினார்கள்.

சற்று நேரத்தில் பெட்கியும் சமையலறைப் பக்கம் போவதைக் கண்டேன்.

மதம் கொண்ட யானைபோல் அவள் நடப்பதைப் பார்க்க எனக்கு அருவருப்பாயிருந்தது. 'மானம் கெட்டவள்' என்று அவளை மனத்துக்குள் திட்டினேன். அதைவிட அதிகமாய்த் திட்டவும் அப்போது எனக்குத் தெரியாது. அறிஞர்களும், முனிவர்களும், மாபெரும் வீரர்களும் நிறைந்த சபையில் துகிலுரியப்பட்ட திரௌபதியின் மனோ நிலை எப்படி இருந்திருக்கும்? என் மனநிலை அப்படித்தான் இருந்தது.

6

பாஞ்சாலியின் மனநிலையுடனா என் மனநிலையை ஒப்பிட்டேன்.? அது பொருத்தமில்லை. அவள் குழலைப் பிரித்துப் போட்டுக்கொண்டு, 'என்னை இழிவு படுத்தியவர்

களைப் பழிவாங்கிய பின்னரே தலை முடிவேன்,' என்று சபதம் செய்து அதை நிறைவேற்றவும் செய்தாள். நான் அவ்வாறு சபதம் செய்வதற்கு என்ன இருந்தது? அப்படி சபதம் செய்யும் அசட்டுத்தனம் எனக்கு இருந்திருந்தால் ஏழு பிறவிகளானாலும் நான் தலை முடிந்திருக்க முடியாது. அல்லது மொட்டை அடித்துக்கொண்டு தோல்வியை ஒப்புக் கொள்ள நேர்ந்திருக்கும்.

கிருஷ்ணய்யரிடம் உண்டான கோபமும் பெட்கியிடம் ஏற்பட்ட வெறுப்பும் பிற்பகலுக்குள் தணிந்துவிட்டன. மத்தியானம் அப்பாவோடு உட்கார்ந்து சாப்பிட்டேன். அம்மாவின் மேற்பார்வையில் பெட்கிதான் பரிமாறினாள். அஞ்ஞானியான என்னை ஞானியாக்கும் அவளுடைய முயற்சி அப்போதும் தொடர்ந்தது. அவளுடைய சாகசங்களை என் பெற்றோர் புரிந்து கொள்ளவில்லை, ஓ அதுதானே சாகசம்?

முற்பகலில் பாவம் அல்லது தவறு செய்ததைப் பற்றிப் பிற்பகலில் நினைத்துப் பார்க்கிறவளாய் அவள் தோன்ற வில்லை. அம்மா அப்பாவுக்குத் தெரிந்தால் என்ன தண்டனை கிடைக்கும் என்று அஞ்சுபவளாகவும் தெரியவில்லை. அவள் சூர்ப்பனகை. உடம்பில் மண்டிக்கிடக்கும் இன்பத்தை ஓயாமல் நுகரவேண்டும் என்ற வேட்கைதான் அவளை ஆட்டிப் படைத்தது.

இரவாயிற்று.

பகல் முழுவதும் கூட்டமும் சந்தடியுமாக இருக்கும் எங்கள் வீட்டில் இரவு ஒன்பது மணி ஆனதும் கும்மென்று ஒரு நிசப்தம் நிலவத் தொடங்கும். மின்சார வெளிச்சம் இல்லாத காலமாதலால் விரைவில் சாப்பிட்டுவிட்டுப் படுத்து விடுவோம்.

கும்பகோணம் கொசுக்கள் பாடல் பெற்றவை அல்லவா? எங்கள் வீட்டில் ஒரு பெரிய கொசுவலை இருந்தது சுமார் பத்தடி நீளமும் ஆறடி அகலமும் இருக்கும். நான், அப்பா, அம்மா, அக்கா என்ற வரிசையில் படுப்போம். அக்கா மணமாகிக் கணவன் வீட்டுக்குப் போய் விட்டாள். லட்சுமி தனியே ஒரு சிறிய வலை கட்டிக்கொள்வாள்.

கொசுவலை கட்டுவது பெரிய தொல்லை. லட்சுமி இருந்தால் அவளே கட்டுவாள். அவள் இல்லாதபோது அந்த வேலையிலிருந்து நழுவ முயலுவேன். துணி துவைத்தால் என் கை வலிக்கும் என்று என் கையிலுள்ள துணியைப்

172   பனிமுடி மீது ஒரு கண்ணகி

பிடுங்கிக்கொள்ளும் அப்பா என்னை வலைகட்ட விடுவாரா? அவர் கட்டி முடியும்வரை படிப்பது போல் நடிப்பேன்; கட்டியானதும் வலைக்குள் பாய்ந்து படுத்துவிடுவேன்.

அன்றும் அரிக்கேன் வெளிச்சத்தில் நாவல் படித்துக் கொண்டிருந்தேன். என் சூழ்ச்சிகளை எல்லாம் தெரிந்து வைத்திருந்த அந்தச் சூழ்ச்சிக்காரி என்னிடம் வந்து, புத்தகத்தை எடுத்து ஒருபுறம் வைத்து, "வலை எருமைக் கனம் கனக்குது. நீ ஒரு பக்கம் பிடிச்சுக்கோ" என்றாள்.

"நாலு பக்கம் இருக்கு. முடிச்சிட்டு வர்ரேன். நீ போய்க் கட்டு" என்று புத்தகத்தை எடுக்கக் கை நீட்டினேன்.

"படிச்சது போறும். எழுந்திருடா என்கிறேன்!" என்று அதட்டியவள் என் இருதோள்களுக்கு அடியில் கைகொடுத்து என்னைத் தூக்கி நிறுத்தினாள்.

எனக்கு வெலவெலத்தது. காலை நிகழ்ச்சியை நான் மறக்கவில்லை. என் பெற்றோர் சற்று தூரத்தில் உட்கார்ந்து பேசிக் கொண்டிருந்தார்கள்; அவர்கள் முதுகு என் பக்கம் இருந்ததால் எங்களைப் பார்க்க முடியாது. எனினும், அவர்கள் திரும்பமாட்டார்கள் என்று எதிர்பார்க்கலாமா? அவளுக்கு அந்தப் பயம் இருந்ததாய்த் தெரியவில்லை. பேசாமல் அவள் வலைகட்டத் துணை நின்றேன்.

சுருட்டியிருந்த வலையைப் பிரிக்கும்போது அவள் மெதுவாய், "என்னைப் பார்த்தா உனக்குப் பயமா இருக்கு; இல்லியாடா?" என்றாள்.

"என்ன பயம்? ஒண்ணுமில்லே."

"பின்னே என்ன? நான் கிட்டே வந்தா பேய் கண்டாப் போல ஓட்றியே."

நான் பதில் கூறாமல் பிரித்த வலையின் ஒரு நுனியைப் பிடித்துக்கொண்டு எட்டிச் சென்றேன். தன் பக்கத்துக் கயிற்றை ஆணியில் கட்டிவிட்டு அவள் என் பக்கம் வந்தாள்.

"ஆணியிலே கயிறு கட்டக்கூடத் தெரியாதாடா?"

"தெரியாமே என்ன?"

"தெரியாமே என்ன என்னு கல்லுபிள்ளையாராட்டம் நிற்கிறியே. செல்லப்பிள்ளை என்னா இப்பிடியா? எல்லாமே பிறத்தியார் செய்யணும்னு எதிர்பார்க்கிறதா? எத்தனைகாலம் இப்படி இருப்பே? அம்மா அப்பா போயிட்டா என்ன செய்வே?"

நான் ஆணியில் கயிற்றைக் கட்ட முயன்றேன்; கயிறு நழுவிக் கீழே விழுந்தது. அதை அவள் எடுத்துக்கொண்டு கூறினாள்; "அம்மா அப்பா போயிட்டா என்ன? பெண்டாட்டி வந்துட்றா; அவ எல்லாம் செய்வா என்ற தைரியம் உனக்கு; இல்லியா?" என்று அவள் சிரித்தாள்.

"ரொம்ப அழகாப் பேசிட்டே, போ!"

ஒரு வழியாக வலை கட்டி முடிந்து எல்லோரும் படுத்தோம். நான், அப்பா, அம்மா, பெட்கி என்ற வரிசை.

எனக்குத் தூக்கம் வரவில்லை.

அவள் எனக்கு ஏதோ தொல்லை தரப்போகிறாள் என்று தோன்றியது. தொல்லை தரமாட்டாளா என்று ஏக்கமாகவும் இருந்தது; 'தொல்லை தரத்துணியட்டும் பார்க்கலாம்' என்று தற்காப்பு உணர்ச்சியும் விழித்து நின்றது.

இருட்டு வெறும் வெறுமையாக எனக்கு ஒருகாலும் தெரிந்ததில்லை; இருட்டில் பல்லாயிரம் ஜீவன்கள் நடமாடுவதாய் எனக்குத் தோன்றியது; மனித வடிவங்களும், மிருக வடிவங்களுமாய் இருட்டிலிருந்து என்னை நோக்கிப் பாய்ந்து வருவதாய்ப் பிரமை எழுந்தது. இந்தத் தோற்றங்கள் எனக்குப் பழக்கமானவை; அடிக்கடி பார்த்திருந்தேன்; ஆகையால் பயமாக இல்லை; குழப்பமாயிருந்தது. குழப்பமோ அச்சமோ உண்டாகும்போது ஓயாமல் ராமநாமம் சொல்ல வேண்டும் என்று அப்பா எனக்குச் சொல்லி இருந்தார்; அதை நான் பழக்கப்படுத்தியவன். ராம, ராம என்று மனத்தில் விரைவாக ஜபித்துக் கொண்டிருந்தேன்.

அப்பா வயதானவர்; நாள் முழுவதும் உழைப்பவர்; என்னை விசிறிக் கொண்டிருந்தவர் விசிறியைக் கீழே போட்டு விட்டு அயர்ந்து தூங்கி உச்சஸ்தாயியில் குறட்டை விடலானார். அம்மாவும் அப்பாவும் தூங்கியிருக்க வேண்டும். பெட்கி தூங்கவில்லை என்று எனக்குப் புரிந்தது. அம்மாவை விசிறியபடி இருந்த அவளுடைய கை தணிந்து விட்டது. சற்றைக்கொரு தடவை அவளுடைய கை வேகம் வேகமாக அம்மாவை விசிறியது.

நிசப்தம் என்பது பெரிய பிரமை. நேரத்தை நகர்த்தும் சுவர்க் கோழிகள் ஙிங்ஙி என்று ஒலித்தன. கூரைமீது எலியோ, பூனையோ ஓடுகிறது. பல்லி பேசுகிறது. பெட்கியின் உள் மனம் டாண்... டாண் என்று கண்டாமணிக் குரலில் என்னைக் கூப்பிடுவதைத் தெளிவாய்க் கேட்டேன்.

பெட்கி விசிறியை மெதுவாய்க் கீழே வைத்தாள். வலை குலுங்காமல் புரண்டு வெளியே வந்தாள். அரிக்கேன் லைட்டின் வெளிச்சத்தில் அவளுடைய நிழலுருவம் தெரிந்தது. அவள் திரியை மேலும் தணித்து, லைட்டை ஒரு தூணுக்குப் பின்னால் வைத்தாள். வெளிச்சம் தன்னையும் பார்த்து கொள்ள முடியாதபடி இருண்டது.

கண்களை இறுக மூடிக்கொண்டேன் நான். புழுக்கம் காரணமாக நான் சட்டையோ பனியனோ போடவில்லை; என் முதுகை அவள் மார்பு அழுத்தியபோது, என் உடல் கிறங்கிச் சிலிர்த்தது. அவள் பக்கம் திரும்ப எண்ணுகையில், அம்மாவோ அப்பாவோ விழித்துக்கொள்வார்களோ என்ற அச்சம்தான் முதலில் என்னைத் திரும்பாமல் தடுத்தது. நெஞ்சு படபடக்க ராமநாமம் விரைந்தது.

அவள் என் தூக்கத்தைக் கலைக்க முயலுபவளாய், என் கன்னங்களையும் மோவாயையும் அழுத்தமாய் வருடினாள். என் கண் இமைகளை மெல்லப் பிரித்தாள். தோளை மெல்ல உலுக்கினாள். நீண்ட நேரம் முயற்சி செய்தும் நான் விழித்துக் கொள்ளாதிருக்கவே, நான் தூங்கவில்லை என்பதைக் கண்டு கொண்டாள் என்று நினைக்கிறேன். அப்படியே கிடந்தாள். அவளுக்குத் தன் உடல்மீது நம்பிக்கை; எப்படியும் நான் சரணடைவேன் என்று எதிர்பார்த்தாள் போலும். நான் கண்களைத் திறக்கவில்லை. நிசப்தம் என்ற மாயையில் பல ஒலிகள் கேட்டன; இருட்டு என்ற மாயையில் பல காட்சிகளைக் கண்டேன். ராமநாமம் இரைந்தது. வேலைக் காரர்களுடன் அவள் சிரித்துப் பழகிய காட்சி நினைவுக்கு வந்தது. வெறுப்பு மூண்டது. தந்தையொத்த கிருஷ்ணய்யரை அவள் வலுவில் கவர்ந்து சென்றதை எண்ணினேன். அருவருப் பாக இருந்தது. அவளுக்கு சீக்கு என்று பாபூ எச்சரிக்கை செய்தது ஞாபகம் வந்தது. அச்சம் எழுந்தது. 'இந்த நிலையில் விவேகானந்தர் என்ன செய்திருப்பார்?' என்ற கேள்வி பலமாக என் மனத்தில் ஒலித்தது.

அந்தக் காலத்தில் குருட்டுப் பாடகர் பங்கஜமல்லிக்கின் ஹிந்திப் பாடல்கள் தமிழ்நாட்டு மாணவர்களைப் பெரிதும் கவர்ந்திருந்தன. அந்த அகாலத்தில், நாலாவது வீட்டில் கிராம்போன் ரிக்கார்டு வைத்தார்கள்.

'பாபா, மன்கீ ஆங்க்கோ கோல்!–'ஐயனே மனக்கண்ணைத் திறவாய்!' என்று குருட்டுப் பாடகரின் கம்பீரமான குரலொலி நாலாவது வீட்டிலிருந்து ஓடோடி வந்து என் செவியில் ஊடுருவியது.

மனத்தில் ராமநாதமும், மூடிய கண்களில் விவேகானந்தரின் உருவமுமாக, அவளுடைய ஆலிங்கனத்தில் நான் உணர்ச்சி யற்ற ஜடமாய்க் கிடந்தேன்.

நேரம் வேகமாய்ச் சென்றதா மெதுவாய்ச் சென்றதா என்று எனக்குத் தெரியாது.

வெறியின் உச்சத்திலிருந்து அவள் பொறுமை இழந்து கொண்டிருந்தாள். என் தோளைப் பலமாய்க் குலுக்கினாள். என் செவிமீது வாய் வைத்து 'நீ தூங்கல்லேன்னு எனக்குத் தெரியும். என்னடா வெட்கம்?' என்றாள். சற்று கழித்து, 'செல்லப்பிள்ளை முழிச்சிக்கப் போறியா இல்லையா?' என்று மெதுவாய்ச் சீறினாள். நான் என் தூக்கத்தைக் கலைத்துக் கொள்ளவில்லை.

அவளுக்கு ஆத்திரம் வந்துவிட்டதை உணர்ந்தேன். என் கன்னங்களையும் மார்பையும் கையால் இடித்தாள். இடுப்பில் கையிட்டு நகங்களைக் கொக்கியிட்டுக் கிள்ளினாள். கட்டெறும்பு கடித்தாற் போல் இருந்தும் பல்லைக் கடித்துக் கொண்டு அசையாமல் கிடந்தேன்.

என் கழுத்தடியிலிருந்து தன் வலது கரத்தைப் பறித்துக் கொண்டு அவள் விர்ரென்று தன் இடத்துக்கு ஓடினாள்.

என் தகப்பனாரின் குறட்டை ஒலி "நிஞ்சி, நிஞ்சி, நிஞ்சி! (தூங்கு, தூங்கு, தூங்கு)" என்று என்னை ஹிப்னடைஸ் செய்யத் தொடங்கியது.

○

அவள் படிக்காதவள்; சிக்மெண்ட்ஃபிராய்ட் என்றால் என்ன என்று அவளுக்குத் தெரியாது. ஃபிராய்ட் கொள்கைப் படி தான் நடந்து கொள்வதும் அவளுக்குத் தெரியாது. நான் அச்சு காணாத இளம் எழுத்தாளன்; ஃபிராய்டு பற்றி அப்போது கேள்விப்பட்டதும் இல்லை. ஆயினும் தீனி தந்துதான் காமத்தை அடக்க வேண்டும் என்ற அவருடைய சித்தாந்தம் தவறானது என்பதை அன்றிரவு நான் நிலை நாட்டிவிட்டேன் என்று அப்போது எனக்குத் தெரியாது.

யாருக்காவது தெரிகிறதா இல்லையா என்ற கவலையே இல்லாமல் உண்மை தன்னை நிலைநாட்டிக் கொள்கிறது என்று நினைக்கிறேன்.

7

மறுநாள் முதல் அவள் முகத்தைப் பார்த்துப் பேசவே எனக்கு வெட்கமாயிருந்தது. வெறுப்பாகவும் இருந்தது. அவளோடு

நான் தனித்திருப்பதில்லை; அவள் என்ன செய்கிறாள் என்று கவனிப்பதில்லை; கவனியாததால் அவளுடைய கவர்ச்சி குறைந்தது.

அவளும் என் வம்புக்கு வரவில்லை; என்னோடு அதிகம் பேசுவதில்லை. சமையலறைக்குள் அவள் அடங்கிவிட்டாள்; வெளியில் நடமாடுவதில்லை, அவள் திடீரென்று திருந்தி விட்டதாய் நான் நினைக்கவில்லை; பெரியவர்களிடம் நான் 'கோள்' சொல்லிவிடுவேன் என்ற பயம் அவளுடைய அடக்கத்துக்குக் காரணமாயிருக்கலாம்.

ஆனால், நாளுக்கு நாள் அவள்மீது எனக்கு எரிச்சல் மிகுந்தது. தண்ணீர் படுகிற இடமாதலால் அவள் கிள்ளிய இடத்தில் சீப்பிடித்துப் புண்ணாகிவிட்டது. தானாக ஆறிவிடும் என்று முதலில் அலட்சியமாக இருந்துவிட்டேன். புண்ணின் தொல்லை மிகுந்த பின்னும் என்ன மருந்து போடுவது என்று தெரியவில்லை; பிறரைக் கேட்கவும் வெட்கமாக இருந்தது.

நான் நடக்கும்போது முகம் சுளிப்பதைப் பார்த்து அப்பா என் வேதனையைக் கண்டுபிடித்துவிட்டார். நான் சொன்ன பொய்க் காரணத்தை நம்பினாரோ என்னவோ என்னை ஒரு டாக்டரிடம் அழைத்துப் போனார்.

எங்கள் வீட்டில் எந்நேரமும் கூட்டம் இருக்கும் என்று முன்பே சொல்லி இருக்கிறேன். நான் டாக்டரிடம் போய் வருவதைப் பற்றி எல்லாரும் என்னைப் பரிகாசம் செய்ய லானார்கள்.

பாபூ பரிவோடு சொன்னான்: "சின்ன முதலாளி, நான் அப்பவே சொன்னேன்; பெட்கியிடம் ஜாக்கிரதையா யிருன்னு கேட்டியா?"

"கழுதைப் பயலே, என்கிட்டே இந்த மாதிரி பேசினா பல்லை உடைப்பேன்" என்று அவன் தலையில் குட்டினேன்.

ஆனால் மற்றவர்களைக் குட்ட முடியுமா? அவர் களுடைய கேலியால் சிலசமயம் எனக்கு அழுகை வந்தது. பெட்கிமீது ஆத்திரமும் அதிகமாயிற்று. ஆனால் ஒரு வாரத்தில் எனக்கு முற்றிலும் குணமாகி விடவே, எல்லாருடைய வாயும் அடைத்துப் போய்விட்டது. பிறகு, நான் பெட்கியைப்பற்றி விசேஷமாக நினைப்பதில்லை.

ஒரு நாள் மாலை சமையலறைக்குக் காபி சாப்பிடப் போனேன்; முன்னைப்போல் எனக்கு அச்சமோ வெட்கமோ இல்லை.

“காபி சீக்கிரம் கொடு” என்று அவசரப்பட்டேன்.

“ஒரேயடியா துள்ளிக் குதிக்காதே. பேசாமே உட்காரு. நான் ஒண்ணும் உன்னைத் தின்னுட மாட்டேன். பால் காய்ச்சித்தான் காபி தரணும்.”

என்னோடு அதிகம் பேசாதவள் திடீரென்று இப்படிப் பொறிந்து தள்ளவே எனக்கு ஆச்சரியமாக இருந்தது. பால் பாத்திரத்தை அடுப்புமீது வைத்துவிட்டுச் சண்டைக் குரலில் கேட்டாள்: “ஏண்டா, மாமாவிடம் என்ன சொன்னே?”

“எதைப்பத்தி?”

“என்னைப்பத்தி.”

“உன்னைப்பத்தி அப்பாவிடம் ஒண்ணும் சொல்லலியே” என்று உண்மையைத்தான் உரைத்தேன்.

“ஏண்டா பொய் சொல்றே? நீ ஒண்ணும் சொல்லாமத் தான் மாமா என்னை வீட்டுக்குப் போகச் சொல்றாரா?”

“உன்னை வீட்டுக்குப் போகச் சொன்னாரா? எனக்குத் தெரியாதே.”

“உனக்கு ஒண்ணும் தெரியாது, சின்ன பாப்பா. நீ கோள் மூட்டித்தான் மாமா என்னைப் போகச் சொல்றார். எங்க வீட்டுக்குப் போகாம இங்கே இருக்கிறத்துக்கா வந்தேன்? ஏண்டா, உங்க வீட்டுக்கு நானாகவா வந்தேன்? உங்க வீட்டிலே எனக்கு சும்மாவா சோறு போட்றீங்க? நாள்பூரா நாயாட்டம் பாடுபட்றேன், சாப்பிட்றேன். அதாண்டா, நாங்க இப்போ ஏழைங்க ஆயிட்டோமா, எல்லோருக்கும் இளப்பமாப் போயிட்டுது. இந்த வயசிலே உனக்கு இவ்வளவு காசுத் திமிர் இருக்க வேணாம்!”

ஏழை என்பதால்தான் அவளை நான் பொருட்படுத்த வில்லை என்ற பிரமை – அப்செஷன் – அவளுக்குள் உறுதி யாக இருந்தது. அவளுடைய கோபம் அப்போது எனக்கு அர்த்தமாகவில்லை.

அடுப்பில் பால் கொதித்துப் பொங்குவதைக் கண்டு நான் வாயால் ஊதினேன். அவள் என் கையை இழுத்து அப்பால் தள்ளிவிட்டுப் பாத்திரத்தைக் கீழே இறக்கினாள்.

“நிசம்மா நீ மாமாகிட்டே ஒண்ணும் சொல்லல்லே?”

“சொல்லல்லே என்கிறேன்: நீ பாட்டிலே பேசறியே . . .”

“சத்தியமா?”

“சத்தியமா . . .”

அவள் வீடு திரும்புவதைக் கேட்டு ஓர் அமைதி உண்டானாலும், எனக்கு வருத்தமாகவும் இருந்தது; அவள்

வீட்டுக்குப் போனால் இரவும் பகலும் ராட்டை சுற்ற வேண்டும். பட்டு இழைக்க வேண்டும், காலத்தில் சோறு கிடைக்காது, சோறும் சுவையாக இருக்காது; அதை நினைத்துத் தான் வருந்தினேன்.

"பெட்கி, அம்மா என்ன சொன்னா?" என்று கேட்டேன்.

"உங்க அம்மாவுக்குப் பேசத் தெரியாதா? 'ஆம்பிள்ளைங்க அதிகமாப் புழங்கற இடம்; நீ வீட்டுக்குப் போயிட்றதுதான் நல்லது' என்கிறா. ஆம்பிள்ளைங்க இருக்கிற இடம் என்னு முன்னே தெரியாதா? வேலைக்கு ஆள் தேவைப்பட்றப்போ அது தோணல்லே. லட்சுமி வந்துடப்போறா. எனக்குத் தண்டச்சோறு ஏன் போடணும்னு போகச் சொல்றாங்க."

அவள் சொல்வதில் ஒரு நியாயம் இருப்பதாய் எனக்குப் பட்டது. அவள் சினமாய்ப் பேசினாலும், என்னைத் துரத்தி யடித்த மோக வேகம் அவளுடைய கண்களில் தென்படாத தால் நான் அவளோடு சௌஜன்யமாய்ப் பேச முடிந்தது.

"எப்போ போகப் போறே?"

"ராத்திரி போகச் சொல்றாங்க."

"ராத்திரியா?" என்றேன் விசனமாய்.

"இன்னமே இருக்கச் சொன்னாலும் நான் இருக்க மாட்டேன். ஏண்டா, வீட்டுக்கு வர்ரதே இல்லே? வர்ரியா? எங்க வீட்டுக்கு வர்ரதைக் கேவலமாக நினைக்கிறியோ?"

"அதெல்லாம் ஒண்ணுமில்லே. வர்ரேன்."

'எப்ப வர்ரே? இந்த ஞாயிற்றுக்கிழமை வாயேன்; இங்கே தெருவிலே, வெயில்லே அலையறதுக்குப் பதிலா எங்க வீட்டுக்கு வாயேன். சாப்பிட்டு கீப்பிட்டு விட்டு சாயங்காலம் திரும்பலாம்."

"வர்ரேன்."

"கட்டாயம் வரணும்."

"கட்டாயம் வர்ரேன்."

அன்று இரவு சாப்பிட்டபின், என் பெற்றோர் ஒரு கிழவரின் துணையோடு பெட்கியை அனுப்பி வைத்தார்கள்; இரண்டு தெருக்களுக்கு அப்பால்தான் அவள் வீடு.

கணையாழி, டிசம்பர் 1971

குற்றமும் தண்டனையும்

முதல் பாகம்

ஹரிணிக்குத் தூக்கம் வரவில்லை. இரவு மணி பதினொன்றுக்கு மேல் ஆகிவிட்டது. நோயாளிகளுக்குத் தூக்கம் வராது; அவளுக்கு ஆரோக்கியமான உடல் இருக்கிறது. ஏழைகளுக்குத் தூக்கம் வராது; அவள் செல்வத்தில் புரளுகிறவள். கவலை உடையவர்களுக்குத் தூக்கம் வராது. அவளுக்கு ஏது கவலை? காதலால் துன்புறுகிறவர்களுக்குத் தூக்கம் வராது என்பார்கள்; விரும்பியவனை விரும்பியவுடன் மணக்கும் பேறு பெற்றவள் அவள்.

தூக்கம் வரவேண்டும் என்பதற்காகவே அவள் கனமான புத்தகம் ஒன்றைப் படிக்கத் தொடங்கினாள்; ஜெர்மன் அறிஞர் ஃப்ராய்டின் உளவியல் நூல் அது; அந்தப் புத்தகம் கட்டாயம் தன்னைத் தூங்க வைத்து விடும் என்று எதிர்பார்த்தாள்; மாறாக, எதை மறந்து அவள் நிம்மதியாகத் தூங்க முயன்றாளோ அதை அவளுக்கு அழுத்தமாய் நினைப்பூட்டியது அப்புத்தகம், கணவனையும், இரவையும், படுக்கையையும் மறக்க விரும்பினாள் அவள்; ஆனால் அவற்றைப் பற்றிய ஞாபகம் மிகுந்து, தூக்கம் அறவே அழிந்துவிட்டது.

"வக்கிரமாகவும் விபரீதமாகவும் ஏதாவது சொல்வது தான் அறிவாளியின் லட்சணம் போலும்" என்று நினைத்து அவள் சிரித்துக்கொண்டபோதிலும், "ஃபிராய்டின் கொள்கைகளைத் தவறு என்று கூறிவிட முடியுமா?" என்று கேட்காமல் அவளால் இருக்க முடியவில்லை.

அந்த அறிஞர் என்ன கூறுகிறார்? வாயில் விரல் இட்டுக் கொள்வது முதல் குழந்தை செய்யும் பல செயல் களுக்குப் பால் உணர்ச்சிதான் காரணம் என்கிறார். தாயார் குழந்தையைத் தட்டிக் கொடுக்கும் போது தன்னை அறியாமல் அதனுடைய பாலுணர்ச்சியைப் பெருக்குகிறாள் என்கிறார் அவர்! இப்படிச் சொல்வது கொடுமையானது என்று அவருக்கே தோன்றுகிறது; ஆனால் கொடுமையானது என்பதற்காக உண்மையை உரைக்காமல் இருக்க முடியுமா?

"நல்ல வேளை, "குழந்தைகளின் பாலுணர்ச்சி தானாகவே நிறைவு பெறுகிறது" என்றாரே மகானுபாவர்! வாயில் விரல் இட்டுக் கொள்வதால் குழந்தை மகிழ்ச்சி அடைகிறது என்பது உண்மை. ஆனால் அதை பாலுணர்ச்சியைச் சமாதானம் செய்து கொள்வதற்காக (*Auto Erotic*) குழந்தை செய்யும் காரியம் என்கிறாரே, எப்படி நம்புவது? அறிஞரை மறுப்பதற்கு மற்றொர் அறிஞரால்தான் முடியும். ஃபிராய்ட் சொல்வது உண்மையானால்... ஒன்பது வயது வரையில் நானும் வாயில் விரலை வைத்துக்கொண்டு மகிழ்ந்தவள் தானே?" என்று எண்ணிய ஹரிணிக்குச் சிரிப்பு வந்தது; விரல்களில் வேப் பெண்ணெய் தடவி, அவள் வாய்க்குள் விரலிட்டுக் கொள் ளாமல் தடுத்த வேடிக்கைகள் அவளுக்கு ஞாபகம் வந்தன. "அதனால்தான் என் பற்கள்கூடக் கோணலாக வளர்ந்து விட்டன" என்று சற்று வருத்தமாகவும் இருந்தது.

"ஃபிராய்டு சாஸ்திரிகளே! உங்களுக்கும் உங்கள் புத்தகத்துக்கும் கோடி நமஸ்காரம்!" என்று சொல்லிக் கொண்டே புத்தகத்தைக் கீழே போட்டாள் அவள். அந்தப் புத்தகம் படித்தால் கணவனின் ஞாபகம்தான் அதிகமாயிற்று – பகல்பொழுது எப்படியோ போய்விடுகிறது. இரவு ஏன், இத்தனை கொடுமை செய்கிறது?

இன்பத்தை வேண்டித்தான் அவள் இரவை எதிர்பார்க் கிறாள். மனோகரன் அவளைப் போல் ஏன் இல்லை? இரவு அவனுக்கு இன்பகரமாக இல்லையா? அவன் அவளைப் பொருட்படுத்தவில்லை என்று கூறமுடியமா?

அவளைப் பார்த்ததும் அவனும் உல்லாசி ஆகிறவன் தான். அவளுக்கு ஒரே லட்சியம் – மனோகரன். ஆனால் அவனுக்கோ பணம் என்றொரு லட்சியமும் இருந்தது. சில சமயம் அவளுக்கே சந்தேகம் வந்துவிடும்; மனோகரன் அவளைவிட மிகுதியாகப் பணத்தைக் காதலிக்கிறானோ என்று. வேட்கையால் ஏங்குகிற அவளைத் தனிமையில் ஏங்கவிட்டு – அவன் வெளியில் சுற்றுவதன் பெயர் என்ன?

பணத்தாசைக்கு உச்சவரம்பு இல்லை போலும்! மனோகரன் இப்படிப் பறக்க வேண்டிய தேவையே இல்லை. அவன் இரு நெசவாலைகளின் உரிமையாளன்; சர்க்கரை ஆலை ஒன்றைத் தொடங்க ஏற்பாடு செய்கிறான்; ஒரு பெரிய பாங்கின் மானேஜிங் டைரக்டர்; ஒரு பிரபல மோட்டார் கம்பெனியின் விற்பனை ஏஜெண்ட். அவனது குடும்பத்தாரின் செல்வநிலை சென்னை ராஜ்யம் முழுவதும் பிரபலமானது. ஹரிணிக்குப் பணம் என்றாலே திகட்டுகிறது; ஆனால், மனோகரனோ அதற்காகப் பறக்கிறான்!

செல்வம் மிகுதியாக இருப்பதால், அவன் அவளால் மட்டும் திருப்தி அடையாமல், வெளியிலும் நாட்டம் கொண்டிருப்பானோ; அதனால்தான் அவன் இரவு நேரத்தில் வெளியில் தங்கிவிடுகிறானோ என்று நினைத்தபோது அவளுக்கு ஆற்றாமை மிகுந்தது.

"வெளியில் இன்பம் தேடுகிறவரானால் எனக்கு இவ்வளவு நிறைவு அளிக்க முடியுமா அவரால்? என்னைக் கண்டதும் அவரும் பூரிக்கிறாரே!" என்று உணர்ச்சிபூர்வமாக எண்ணிய வளுக்குப் புத்திபூர்வமான ஒரு எண்ணம் தோன்றியது: "கணவனை இன்னொருத்தியுடன் பங்கிட்டுக் கொள்ள மனைவி விரும்புவதில்லை; மனைவியை இன்னொருவருடன் பகிர்ந்துகொள்ளும் எண்ணத்தைக் கூடக் கணவனால் பொறுக்க முடியாது; இந்த உடைமை உணர்ச்சியை அடிப்படையாகக் கொண்டுதான் நம் தர்ம சாஸ்திரங்கள் மனை இயலை வகுக்கின்றன."

இயற்கையை வெல்வதில்தான் மனிதனுடைய வெற்றி அடங்குவதாய்க் கூறுகிறார்கள்; அந்த ஜெர்மன் அறிஞர் உரைப்பதுபோல் பாலுணர்ச்சி பிறவி முதல் தொடரும் இயற்கை என்றால், அதை நேர்மையான முறையில் அடக்கும் முறையாக இல்லறம் அமைகிறது என்று கூறலாம் அல்லவா? குறிப்பாக, ஹிந்துக்கள் கொண்டாடும் பதிவிரதா தர்மமும், ஏகபத்தினி விரதமும் பாலுணர்ச்சியை ஒழுங்குபடுத்தும் உன்னதமான வழிகள் என்று ஏன் கொள்ளக் கூடாது.

"அதுதான் தர்மம் – ஒருவனுக்கு ஒருத்தி; ஒருத்திக்கு ஒருவன் என்பதுதான் நேர்வழி. உணர்ச்சிகள் நேர்வழியில் பிரயாணம் செய்வதாய்க் கூற முடியுமா? என்னைப் பொறுத்த மட்டில் கணவரிடம் எல்லாவித நிறைவுகளும் காண்கிறேன். அந்த நிறைவைக் காணாதவர்களும், காண இயலாதவர்களும் குறுக்கு வழிகளில் பாய்கிறார்கள்; அப்போது சமூகத்தில் குழப்பம் உண்டாகிறது."

இந்தத் தர்ம விசாரம் சுற்றிச் சுற்றிப் பாலுணர்ச்சியிலிருந்து எழுவதைக் கவனித்த ஹரிணி சிரித்துக்கொண்டாள்; "ஜெர்மன் அறிஞர் சொன்னது உண்மையாக இருக்குமோ என்னவோ! வேறு எதையோ யோசிப்பதாய் எண்ணிக் கொண்டு நான் உடலின்பத்தைப் பற்றியே யோசிக்கிறேன்! உணர்ச்சிகள் எப்போதும் புத்திக்குக் கட்டுப்பட்டு நடப்பதில்லை என்று கூறுவதைவிட உணர்ச்சிகள் புத்தியைக் கட்டுப்படுத்தி விடுகின்றன என்பதுதான் உண்மையாக இருக்கும்!"

இவ்வாறு எண்ணிய ஹரிணி உண்மையாகவே உணர்ச்சிகளுக்குக் கட்டுப்படலானாள் – புத்தி வகுக்கும் கட்டுப்பாடுகள் மன அமைதியைக் கலைக்கின்றன; உணர்ச்சிகளுக்குக் கட்டுப்பட்டுக் கணவனை நினைத்தாலோ களிப்பு உண்டாகிறது . . .

அவன் ஏன் வரவில்லை? இன்றும் வராமல் இருந்து விடுகிறானோ, என்னவோ? அவன் வெளியூருக்கும் போகவில்லை; உள்ளூரில் இருக்கிறவன் இரவு நேரத்தை எங்கே கழிக்கிறான்? அவன் அவளைத் தனிமையில் சந்தித்த பிறகு பதினைந்து இரவுகள் கழிந்துவிட்டன. ஒவ்வொரு நாளும் அவனை எதிர்பார்த்து ஏமாறுகிறாள். இரண்டு வாரங்களுக்கு முன்னர் அந்த இரவு அவள் அடைந்த இன்பத்தைத்தான் அவள் எதிர்பார்க்கிறாள்.

அந்த இன்பத்தை எண்ணும்போதே அவள் உடலில் கிளுகிளுப்பு உண்டாயிற்று. இப்போதே மீண்டும் அந்தச் சுகம் பசுமையாகத் துளிர்ப்பதுபோல் அவள் கிளர்ச்சி அடைந்தாள். உடம்பை இரண்டாகவும் நாலாகவும் எட்டாகவும் ஒடித்துப் போட்டுக்கொண்டு அந்த இன்ப நினைவுகளால் பரவசப்பட்டவள், அப்படியே தூக்கத்தில் ஆழ்ந்து விட விரும்பினாள். அந்த இன்பத்தைத் தூக்கத்தால் மறந்து விடுவோமா என்று அஞ்சியவள்போல் எழுந்து உட்கார்ந்தாள். மீண்டும் படிக்கலாமா என்று யோசித்தாள். படிப்பதால் என்ன பயன் என்று தோன்றியது. ரேடியோவை விருப்பம் போனபடி திருப்பினாள்; ஏதோ அயல்நாட்டு வாத்தியக் கோஷ்டியின் இசை கேட்டது; அதற்கேற்பத் தன் உடல் ஆடுவதாய் அவளுக்குப் பிரமை உண்டாயிற்று. ரேடியோவை நிறுத்திவிட்டு மீண்டும் படுக்கையில் சாய்ந்தாள். தலையணைகளைத் தன்மேல் அள்ளிப் போட்டுத் தன்னை மறைத்துக் கொண்டாள்.

தலையணைகளுக்கு அடியில் கிடந்த கோபம் அவற்றைத் தூக்கி எறிந்தது. – மனோகரன் ஏன் வரவில்லை? மனைவியை

விட பணம் உயர்ந்ததா? இவ்வளவு நேரம் கழித்து அவன் வரப்போவதில்லை; இந்த இரவும் பாழ்தான் என்று எண்ணிய ஹரிணி கண்களை இறுக மூடிக்கொண்டாள்.

2

அறைக் கதவு திறக்கப்பட்டதையும் விளக்கு எரிந்ததையும் பிரமை என்று எண்ணிவிட்ட ஹரிணி கண்களைத் திறக்க வில்லை.

உள்ளே வந்த மனோகரன் கதவைத் தாழிட்டான். படுத்திருந்தவளை நெருங்கிப் புன்னகையுடன் உற்றுப் பாாத்தான். தான் வந்ததைப் புரிந்துகொண்டு தூங்குவதுபோல் அவள் பாசாங்கு புரிவதை, அவளுடைய மூடிய இமைகள் படபடப்பதிலிருந்து ஊகித்துக் கொண்டான். மிகவும் சரசமாக அவள் இடுப்பில் கைவளைத்து அவளைத் தூக்கி உட்கார வைத்தான்.

அஞ்சியவள்போல் துள்ளி எழுந்தாள் ஹரிணி. “என்ன இது? தூங்குகிறவளை...”

“எழுப்பக்கூடாதா?” என்றவாறு அவளருகில் அமர்ந்தான் அவன்.

“போகிறது! மாசத்துக்கு ஒரு முறையாவது நடுராத்திரியில் உங்களுக்கு என் ஞாபகம் வருகிறதே!”

“மற்ற நேரங்களில் நான் உன்னை மறந்து விடுவதாய் ஏன் நினைக்கிறாய்?”

அவன் நிதானம் தவறாமல் பேசினாலும் குடித்திருப்பதை ஹரிணி கண்டுகொண்டாள். ஒல்லியாகவும் உறுதியாகவும் இருந்த மனோகரனுக்கு “டெரிலின்” உடுப்பு மிகப் பாந்தமாக இருந்தது. தலைமயிர் கலைந்திருந்தாலும் – அதுவே அவன் முகத்துக்கு ஒரு கவர்ச்சி கொடுத்தது. பரந்த நெற்றி மேடும், சிறிய கண்களும், மெலிந்த உதடுகளும் அவன் புத்திசாலி மட்டும் அல்ல, காரியவாதி என்பதை வெளியிட்டன. அடிக்கடி கீழுதட்டை மடக்கிக் கடித்துக் கொள்ளும்போது – அவன் தந்திரக்காரன் என்பது வெளிப்பட்டது. அவனது பார்வையையும் நடையையும் கொண்டே அவன் காமுகன், கவருவதில் வல்லவன் என்று கூறிவிடலாம். ஹரிணிக்கு அவனுடைய இந்தக் குண தோஷங்கள் ஓரளவு தெரியும்.

உடல் அமைப்பைப் பார்க்கிறவர்கள் அவளும் அவனும் பொருத்தமான இணை என்றே எண்ணுவார்கள். பெண் வடிவத்துக்குத் தேவையான உயரமும் ஆழமும் லட்சண

மாகவும் அளவோடும் அவளிடம் இசைந்திருந்தன. அவனை விட அவள் அதிகமாய்ப் படித்தவள்; அவனைப் போலவே அவளும் பணக்காரக் குடும்பத்தைச் சேர்ந்தவள், அவனைவிட ஒரு விதத்தில் அவள் மிகுதியான அழகுடையவள்; புத்திசாலி என்றும் கூறலாம். ஆனால் அவளுடைய அழகு மட்டும் அல்ல; புத்திகூட அவனிடம் நிறைவு கண்டதுதான் ஆச்சரியம். அவனை விட அவளுடைய புத்தி தெளிவாகவும் நேர்மை யாகவும் இருந்தது உண்மை; ஆனால் இந்தத் தெளிவும் நேர்மையும் அவனுடைய தந்திரப்புத்திக்கு முன்னிலையில் மண்டியிட்டு விட்டன – இதற்கு என்ன காரணம் என்பதை அறிய நீண்ட ஆராய்ச்சி தேவை இல்லை. மனைவி ஆகையால் அவனுக்குப் பணிகிறாள் என்பது வெளியில் புலப்படும் உண்மை; அவனாலும் அவனிடமும்தான் அவள் உடலும் மனமும் நிறைவு பெறுகின்றன; இதனால்தான் அவள் அடங்குகிறாள் என்பது அந்தரங்க உண்மை. இந்தக் காரணத்துக்காகவே அவன் செய்யும் தவறுகளை அவள் பார்க்காமல் இருக்க விரும்பினாள்; அவன் செய்யும் தவறு களை நியாயமானவை என்று நம்புவதற்கும் விரும்பினாள். கணவனைத் தவிர யாரையும் மனதார நினைத்ததில்லை – இந்த மன நலன் உடைய பெண்மணியைத்தான் பதிவிரதை என்கிறோம் இல்லையா? ஆனால் இந்தப் பெருமைக்கு அடிப் படை உடலின்பம் என்பது கொடுமையாகத் தோன்றலாம். அதற்காக, வேறு காரணங்களைக் கற்பனை செய்து கொள்ளலாம். ஆனால் அவளுடைய உடலோடு புத்தியும் மனமும் கணவனிடம் அடைக்கலம் ஆவதற்கு இதுதான் அதி காரணம்...

"நீ இன்னும் தூங்கவில்லையா ஹரிணி?"

"நீங்கள் வரும்போது தூங்கிக் கொண்டுதான் இருந்தேன்."

"பொய்சொல்கிறாயே! படித்துக்கொண்டிருந்தாயா? என்ன புத்தகம்?" என்று கேட்டுக்கொண்டே கட்டிலடியில் பிரிந்து கிடந்த புத்தகத்தைக் கையில் எடுத்தான் மனோகரன்." என்ன என்னவோ படிக்கிறாயே! நாள் முழுவதும் படித்துக் கொண்டிருக்க உன்னால் எப்படித்தான் முடிகிறதோ? இந்தப் புத்தகத்தின் கனத்தைப் பார்த்தாலே எனக்குப் பயமாக இருக்கிறது."

"புத்தகத்தில் உள்ள விஷயமும் கனம்தான். ஸெக்ஸ் (பாலுணர்ச்சி) பற்றி இந்த ஆசிரியர் வெளியிட்ட கருத்துக்கள் புரட்சிகரமானவை."

"படித்துத்தான் ஸெக்ஸ் பற்றித் தெரிந்துகொள்ள வேண்டுமா? மன்மதக்கலை சொல்லித் தெரிவதில்லை..."

"இந்த ஆசிரியரும் அதைத்தான் சொல்கிறார். குழந்தைப் பருவம் முதலே பாலுணர்ச்சி இருக்கிறது என்கிறார்."

"பேஷ்! அதைச் சொல்ல இவ்வளவு பெரிய புத்தகமா?..."

"அது மட்டும் இல்லை இதில்."

"பசிக்கிறது, சாப்பிடுகிறோம். உடலின்பம் தேவைப்படுகிறது. உடலுறவு கொள்கிறோம் – இது என்ன பெரிய சங்கதி?"

"உலகத்திலேயே, தெரிந்தவர்களுக்கும் தெரியாதவர்களுக்கும் அதுதான் பெரிய சங்கதியாக இருக்கிறது! தேவைப்படும்போது உடலாசையை நிறைவேற்றிக் கொள்ள முடியுமா? அதற்கும் வழி நெறிகள் இல்லையா?"

"வழியும் நெறியும் பார்ப்பவர்களுக்கு உலகத்தில் எந்தச் சுகமும் கிடைக்காது."

"என்னைப் பார்த்து, இன்னொரு முறை அதைச் சொல்வீர்களா?"

"நான் சொன்னதில் என்ன தவறு?"

"நீங்கள் வழியும் நெறியும் பார்ப்பதில்லை; வேண்டும் போது வேண்டிய சுகத்தைத் தேடிக் கொள்கிறீர்கள். எல்லாருக்கும் இந்த நியாயம் பொருந்தும் என்கிறீர்கள்; அப்படித்தானே?"

"அது தவறா?"

"நான் வழியும் நெறியும் பார்க்கிறவள்" என்று அவள் புன்னகை செய்தபோதுதான் மனோகரனுக்குத் தன் சொற்களின் விபரீதப் பொருள் புரிந்தது. அவளுடைய சாதுரியத்தின் முன்னால் தான் தோற்றதை அவன் உணர்ந்தான். ஆனால் அதற்காக அவன் வெட்கமுற்று விடவில்லை. மகிழ்ச்சியுற்றான் – அவள் புத்திசாலி. தன்னைவிட விஷயம் தெரிந்தவள் என்பதை அவன் அறிவான்.

"நான் சொன்னதைக் கொண்டே என்னைக் கட்டுகிறாயே?" என்று அவனும் சிரித்தான்.

"நீங்கள் சிரிக்க வேண்டிய விஷயம்தான் இது. எந்த இன்பத்தையும் உங்களால் விலைக்கு வாங்க முடியும். நமக்குக் கலியாணமாகி இரண்டு ஆண்டுகள் ஆகிவிட்டன. ஐம்பது இரவுகளாவது இந்த அறையில் தங்கியிருப்பீர்களா?"

"இது சம்பாதிக்க வேண்டிய வயது, ஹரிணி. இப்போது அல்லாமல் எப்போது முடியும்."

பனிமுடி மீது ஒரு கண்ணகி

“நியாயமான வார்த்தை. அடுத்த வேளைச் சோற்றுக்கு என்ன வழி என்று தவிக்கிறோம். ஆகையால் இரவு பகல் பாராமல் உழைத்துச் சம்பாதிக்க வேண்டியதுதான். சம்பாதித்து முடித்துக் கொண்டு, அறுபது வயசுக்கு மேல் மனைவியைப் பற்றி நினைக்கலாம்; இல்லையா?”

“ஏராளமாய்ப் படித்துவிட்டு எக்கச்சக்கமாய்ப் பேச ஆரம்பித்து விட்டாய்!” என்று சொல்லிக்கொண்டே எழுந்த மனோகரன், அலமாரியைத் திறந்து ஒரு பாட்டிலும் கிளாசும் எடுத்து வந்தான்.

“மறுபடியுமா? பேசாமல் அதை வையுங்கள்!”

“ஒயின்தானே? ஒன்றும் செய்யாது.”

“அளவோடு இருந்தால் எதுவும் ஒன்றும் செய்யாது” என்றவாறு அவன் கையிலிருந்த பாட்டிலை எடுத்துக்கொள்ள முயன்றாள் ஹரிணி.

“நீ அளவோடு படிக்கிறாயா? பரீட்சைக்காகப் படிக்கிறவள் போல் எந்நேரமும் படிக்கிறாயே – உனக்கு அலுக்கிறதா? வரையறுக்கப்பட்ட எந்தச் சுகமும் சுகமாய்த் தோன்றுவ தில்லை.”

அந்தச் சிவந்த திரவத்தைக் கிளாசில் ஊற்றி அவன் சாப்பிடுவதைப் பெருமுச்சுடன் கவனித்துக் கொண்டிருந்தாள் ஹரிணி. “பணப் பைத்தியமும் குடிப் பைத்தியமும் உங்களுக்குத் தெளிந்தால்தான் எனக்கு நிம்மதி; உங்களுக்கும் நன்மை.”

“எனக்கு இரண்டு பைத்தியங்கள்தானா? உன்னை நினைக்கும் போதே போதை உண்டாகிறதே, அதைப் பற்றி ஏன் சொல்லவில்லை?”

“வெளியிலிருந்து வரும்போதே குடித்துவிட்டு வருகிறீர்கள். என்னருகில் வந்தபிறகும் குடிக்கிறீர்கள்; ஒரு மாசத்துக்கு ஒருமுறை என்னைத் தேடுகிறீர்கள்; அப்போதும் பணத்தைப் பற்றியே பேசுகிறீர்கள். உங்களுக்கு நான் போதை ஊட்டுகிறேன் என்று சொல்வதை நான் நம்ப வேண்டும் என்று எதிர்பார்க்கிறீர்களா?”

இன்னொரு கிளாசையும் காலி செய்தான் மனோகரன். குளிர்பதனப் பெட்டியிலிருந்த ஆப்பிள், வாழைப்பழங்களை எடுத்து அவளிடம் நீட்டிவிட்டுத் தானும் அவற்றைக் கடித்துக் கொண்டே கூறினான். “ஹரிணி! என்னைத் திட்டுகிறாயா? திட்டு! நீ திட்டினாலும் சுகமாயிருக்கிறது!”

“எனக்குப் பிடிக்காத காரியங்களைச் செய்வதென்று வைத்துக் கொண்டிருக்கிறீர்கள்...”

"உன்னை மகிழ்விக்க வேண்டும் என்பதற்காகத்தான் நான் எல்லாம் செய்கிறேன்."

"நீங்கள் செய்வதெல்லாம் என் மகிழ்ச்சிக்காகவா? ராத்திரி வெளியில் சுற்றுவது, மிதமிஞ்சிக் குடிப்பது..."

"நீ என்னைவிடப் படித்தவளாயிருக்கலாம், என்னை விட விஷயம் தெரிந்தவளாகவும் இருக்கலாம். ஆனால் உன்னைவிட நன்றாக எனக்கு உலக நடப்பு தெரியும்."

"அது என்ன உலக நடப்பு?"

"குடித்துவிட்டு ஒன்றுக்கொன்று சம்பந்தம் இல்லாமல் நான் உளறுவதாக நினைக்கிறாய் இல்லையா? நான் நிதானம் தவறிப் பேசவில்லை. உலக நடப்பை ஒட்டித்தான் எதுவும் செய்கிறேன். பணம் இல்லாமல் உலகத்தில் என்ன செய்ய முடியும் என்கிறாய்?"

"நம்மிடம் இருப்பதே பத்துத் தலைமுறைக்கு வரும் போல் இருக்கிறதே!"

"உன் கணக்கு தவறு. என் பங்குச்சொத்து பூராவையும் நான் ஒருவனே தொலைக்க முடியும்."

"ஏன் முடியாது? ஒரே வருஷத்தில் கூடச் செய்யலாம். ஆனால் நான் நெறியான வாழ்க்கையை நினைத்துப்பேசினேன்; அதற்கு நம் செல்வம் போதும்."

"எனக்குப் போதும் என்று தோன்றவில்லையே! அமெரிக்கக் கோடீசுவரர்களைப் பற்றி உனக்குத் தெரியுமே – தொழில் செய்கிறவர்களுக்கு அமெரிக்கப் பண்புதான் நல்லது. போதும் என்று திருப்தி கொள்கிறவன் தொழில் செய்யத் தகுதி இல்லாதவன்."

"எதுவும் உங்களுக்கு ஏராளமாக வேண்டும்!"

"கரெக்டாகச் சொல்லி விட்டாயே!" என்ற மனோகரன் இன்னொரு கிளாசைக் காலி செய்துவிட்டு வாயைத் துடைத்துக் கொண்டான். ஓயாது பேச வேண்டும் என்று போதை அவனைப் பிடித்தது. எண்ணியதை எல்லாம் பேசிக் கொட்டி விட அவன் முனைந்தான்.

3

"ஹரிணி, இன்றுதான் ஆனந்தமாய் இருக்கிறேன்; அதைக் கொண்டாடுவதற்காகத்தான் உன்னிடம் வந்தேன். எதற்காக ஆனந்தம் என்பதை நான் உன்னிடம் சொலலப்போவதில்லை.

நான் மகிழ்ந்தால் நீ மகிழ வேண்டும் என்று நினைக்கிறேன். உன்னிடம் எனக்கு ஈடுபாடு இல்லை என்றா இதற்கு அர்த்தம்? பணம் ஒரு போதை. குடி ஒரு போதை என்று வெறுப்போடு பேசுவதைக்கேட்டால் எனக்கு ஆச்சரியமாக இருக்கிறது. போதை இல்லாத இன்பம் இருக்கிறதா? தன்னை மறக்கும் போதுதான் ஒருவனால் இன்பத்தை முழுமையாக நுகர முடிகிறது. இன்பத்துக்காக வாழ்கிறோம்; இன்பத்துக்காகப் பணம் தேடுகிறேன்; மதுவைத் தேடுகிறேன்; உன்னிடம் சரண் அடைகிறேன்.

"எதுவும் எனக்கு ஏராளமாக வேண்டும் என்று நீ தானே சொன்னாய்? இருப்பதும் கிடைப்பதும் போதும் என்று நினைக்கிறவன் முட்டாள்; கையாலாகாதவன், அல்லது உடம்பிலும் மனத்திலும் பலம் இல்லாதவன். பெருக வேண்டும், பெருக்க வேண்டும் என்று நினைக்கிறவன்தான் வாழ முடியும்; அவனைத்தான் உலகம் மதிக்கிறது; அவனைப் பார்த்து உலகம் அஞ்சுகிறது; பணத்தை நான் ஆயுதமாக உபயோகிக்கத் தான் விரும்புகிறேன்; அரசியல் அதிகாரம், பெண்கள் விஷயத்தில் ஆட்சி முதலிய எல்லா விஷயங்களிலும் கோழை யாகவோ, இல்லாதவனாகவோ, இயலாதவனாகவோ இருக்க நான் விரும்பவில்லை.

"இது பேராசை என்கிறாயா? – பேராசைதான்; பேராசை கொடிய பாவமா? பாவம் என்பது என்ன? ஒரு வெறும் கருத்துத்தானே? கருத்துக்கள்தான் உலகத்தை அழிக்கின்றன. பாவத்துக்கும் கருத்துக்கும் அஞ்சுகிறவன் புழுவாகத்தான் நெளியமுடியும். பாவம் என்பவன் அஞ்சுகிறவன்; அஞ்சுகிறவன் கோழை; உலகத்தில் கோழை வாழ முடியாது. எல்லோரும் அஞ்சும்படி வாழ வேண்டும் என்பதுதான் என் ஆசை.

"இந்தப் பேராசை எங்கள் பரம்பரைச் சொத்து. நாங்கள் பணக்காரர்கள் என்பது மட்டும் உனக்குத் தெரியும்; எப்படிப் பணக்காரர்கள் ஆனோம் என்ற வரலாறு உனக்குத் தெரியாது. என் தாத்தா காலத்தில் இது ஓர் எளிய குடும்பமாகத்தான் இருந்தது. அவர்தான் இந்தப் பரம்பரையை நிமிர வைத்தார். அவருடைய ஒரே சொத்து, உடல் பலம்தான். அவருடைய படத்தைப் பார்த்திருக்கிறாயா? படத்தில் கூட அவருடைய உருவம் சரியாக வரவில்லை. நான் சின்னப் பையனாக இருந்தபோது அவரைப் பார்த்திருக்கிறேன். கருங்கல்லால் கட்டப்பட்டவர் போல் ஆறரை அடி உயரம் இருப்பார்; அறுபது வயது ஆனபிறகும் அவரை நாற்பத்தைந்துக்கு மேல் மதிப்பிட முடியாது. அவருக்கு எதிரில் உட்கார்ந்து பேசியவர்கள் அபூர்வம்...

எம்.வி. வெங்கட்ராம்

"அவர் ரொம்ப ஏழை என்று சொன்னேனா? திண்ணைப் பள்ளிக்கூடத்தோடு படிப்பு சரி. பதின்மூன்றாவது வயதில் ஒரு மளிகைக் கடையில் எடுபிடி ஆளாகச் சேர்ந்தார். பதினெட்டாவது வயதில் அவருக்கு அதிர்ஷ்டம் ஆரம்ப மாயிற்று. கடை முதலாளியின் மனைவி மூன்று குழந்தை களுக்குத் தாய்; அவள் தாத்தாவுக்கு அடிமை ஆகிவிட்டாள். அந்தக் கதைகளை ஊரில் இன்றுகூட வேடிக்கையாகச் சொல்வார்கள். அவரைப் பார்த்தாலே அவள் பயப்படுவாளாம்; அவர் சொன்னபடியெல்லாம் கேட்பாளாம். அவள் யோசனைப் படி தாத்தா சொந்தத்தில் ஒரு சிறிய மளிகைக் கடை ஆரம்பித்தார். கடையில் சரக்கு ஏதாவது இல்லாவிட்டால், அவர் அவளை உதைப்பாராம்; அவள் இரவோடு இரவாகத் தன் கணவனின் கிடங்கிலிருந்து மூட்டை மூட்டையாகச் சரக்குகளை எடுத்து தாத்தாவின் கடையில் கொணர்ந்து இறக்குவாளாம். இவ்வாறுதான் சிறிய அளவில் அவர் தொழிலைத் தொடங்கினார். வியாபாரத்தால் அவர் சம்பாதித்தது அதிகமா, வேறு துறைகளில் சம்பாதித்தது அதிகமா என்பது யாருக்கும் தெரியாது. சாகும்போது தாத்தா பல லட்சங்கள் சேர்த்துவிட்டார். அப்பா அவருக்கு ஒரே ஆண் வாரிசு. கடைசிக் காலத்தில் தாத்தா அப்பாவுக்கு அருமையான புத்திமதி சொன்னாராம்; அப்பா அதை என்னிடம் அடிக்கடி சொல்வார். தாத்தா என்ன சொன்னார் தெரியுமா? "ராமநாதா, நீ என்னைவிட பண விஷயத்தில் கெட்டியாக இருப்பாய். ஆனால் ஒரு விஷயம் ஞாபகம் வைத்துக் கொள்; தெய்வத்திடம் கடன் வைத்துக் கொள்ளாதே. கும்பாபிஷேகம், கோடி அர்ச்சனை என்றால் நீ முன்னின்று செய்யவேண்டும். தெய்வத்தின் மனம் குளிர்ந்தால்தான் நாம் சௌகரியமாக வாழ முடியும்" – இந்தப் புத்திமதியை அப்பா மறக்கவில்லை. உனக்கும் தெரியுமே, எந்தக் கோயில் திருப்பணி என்றாலும் அப்பாவின் பங்கு கணிசமாக இருக்கும்.

"இதான் ரகசியம், ஹரிணி. பணம் சம்பாதிக்காதே என்று தெய்வம் சொல்லவில்லை; அதைப் பாவம் என்றும் கண்டித்து விடவில்லை. பணம் பாவம், பட்டினிகிட என்று எந்த சாமியாவது சொல்லுமா? அவர் பங்கை ஒழுங்காகச் செலுத்திவிடவேண்டும்... நான் என்ன சொல்லிக்கொண் டிருந்தேன்?... ஆமாம், தாத்தாவைவிட அப்பா கெட்டிக்காரர். அப்பாவுக்குப் பெரியவரைப்போல் உடல் பலம் இல்லை; ஆனால் மனத் தெம்பும் துணிச்சலும் பெரியவரைவிட அப்பாவுக்கு அதிகம். அப்பாவுக்குச் சபலம் இல்லை என்று நான் சொல்லவில்லை; நாலு கலியாணம் செய்து கொண்

பனிமுடி மீது ஒரு கண்ணகி

டவரைப் பற்றி அப்படிக் கூறமுடியுமா? ஆனால் அந்த வழியில் அவர் சம்பாதிக்க முயலவில்லை. அப்பாவுக்குப் பணம் சேர்ப்பதில் அவசரம் ஜாஸ்தி, கோடீசுவரன் ஆகி விடுவது அவர் திட்டம்.

“மளிகை, ஜவுளிக்கடை, எண்ணெய் ஆலை என்று பல தினுசுத் தொழில்கள் நடந்தன. ஒவ்வொரு வருடமும் கணக்குப் பார்த்து நஷ்டத்துக்கும் சேதத்துக்கும் ஈடு கொடுத்து, லாபம் கட்டிக் கோடீசுவரன் ஆக முடியாது என்பது அப்பாவுக்குத் தெரியும். பத்து ஆண்டுகளில் கோடீசுவரன் ஆக வேண்டும் என்று ஒரு திட்டம் வகுத்தார்; திட்டத்தை நிறைவேற்ற வழியும் கண்டுபிடித்தார்... கள்ள நோட்டு.

எதையும் சிறிய அளவில் செய்யும் குறுகலான புத்தி எங்கள் வம்சத்துக்கே கிடையாது. அவர் தலைமையில் ஒரு கோஷ்டி தயாராயிற்று. சர்க்கார் நோட்டுகளைவிட அழகாக நூறு, பத்து, ஐந்து ரூபாய் நோட்டுக்களை அச்சிட்டு விநியோகம் செய்யத் தொடங்கினார். அந்தக் காலத்துப் பிரமுகர்கள் பலர் அப்பாவுக்குத் துணை இருந்ததாகச் சொல்வார்கள். சொல்வார்கள் என்ன! அப்பா இப்போதும் சொல்லிச் சிரிப்பார். அவரிடம் அற்பத்தனம் கிடையாது; எல்லாவற்றையும் அவரே அடைந்துவிட வேண்டும் என்று ஆசைப்படுவதில்லை; குறிப்பாக, கள்ளநோட்டு போன்ற தொழில்களில்தான் நாணயம் மிகவும் அவசியம் என்று அப்பா கூறுவார். தனக்கு உதவி புர்ந்தவர்கள் எல்லோருக்கும் அவரவர்களுக்கு உரியதை, அவர்கள் கேட்பதற்கு முன்பே அனுப்பிவிடுவாராம்.

“அப்பாவின் திட்டம் பலிக்கவில்லை – பத்துக்குப் பதிலாக, எட்டு ஆண்டுகளிலேயே அப்பா கோடீசுவரர் ஆகிவிட்டார். அப்போதுதான் அவர் புத்திசாலித்தனமான ஒரு காரியம் செய்தார். கள்ளநோட்டுத் தொழிலை அடியோடு நிறுத்திவிட்டார். அஞ்சிச் செய்ய வேண்டியிருந்தது என்பது ஒரு காரணம்; ஓரளவுக்கு மேல் பணம் சேர்ந்து விட்டால் அது தானாகவே தன்னைப் பெருக்கிக் கொள்கிறது என்பது மற்றொரு காரணம்.

“ஏன் முகம் சுளிக்கிறாய்? இந்தக் கதைகளைக் கேட்க வெறுப்பாயிருக்கிறதா? புத்தகம் படிப்பதால் வந்த வினை இது. தாத்தா வழி தவறினார் என்பாயா? அதை எப்படிச் சொல்லமுடியும்? பெண்கள் அவர் காலடியில் கிடந்தார்கள் என்று கதை கதையாய்ச் சொல்வார்கள். அப்பா, நோட்டு அச்சிட்டதைப் பழிக்கிறாயா? – தொழில் என்றால் “ரிஸ்க்”

இருக்க வேண்டும். நோட்டுத்தொழில் எவ்வளவு அபாயமானது! போலீஸ்காரர்கள் அல்லது நண்பர்கள் எந்த நேரத்தில் காட்டிக் கொடுத்து விடுவார்களோ என்று திகில்தானே? சப்இன்ஸ்பெக்டர் ஒருவன்மீது ஒருசமயம் அவருக்குச் சந்தேகம் உண்டாயிற்றாம். சந்தேகம் வந்த உடனே அவனை எமலோகத்துக்கு அனுப்பிவிட்டுத்தான் மூச்சுவிட்டாராம். பணத்தின் கதை ரத்தக்கறை படிந்ததாகத்தான் இருக்கும். ஆட்டுக்கு வலிக்கும் என்று சிங்கம் பட்டினி கிடக்குமா? கெட்டிக்காரன்தான் பணம் சேர்க்க முடியும். பணக்காரன் வழியில் குறுக்கிடுகிறவர்கள் பலியாக வேண்டியதுதான். பலசாலி பிழைக்கட்டும் என்பதுதான் தெய்வநீதி.

"எதற்காக இவ்வளவும் சொல்ல வந்தேன்? – எது வானாலும் எனக்கு ஏராளமாக வேண்டும் என்று என்னைப் பரிகாசம் செய்தாய்; அதற்குப் பதில் சொல்ல வந்தேன். தாத்தாவைப் போல் உடல் பலமும், அப்பாவைப் போல் புத்திபலமும் எனக்கு இருக்கிறது; அவர்கள் இருவரைவிட நான் அதிகம் சம்பாதிக்க வேண்டாமா?

"நம் குடும்ப நிலை எனக்கு நிம்மதியாக இல்லை. தான் உயிரோடு இருக்கும்போதே அப்பா பாகப்பிரிவினை செய்ய விரும்புகிறார். இரண்டு பிள்ளைகள்; இருப்பதை இரண்டாகக் கூறுபோட வேண்டியதுதானே என்கிறாயா? நீ நினைப்பதுபோல் அது அவ்வளவு சுலபமில்லை. கணக்கில் சேராத "பிளாக்" சொத்து ஏராளமாக இருக்கிறது. அப்பாவுக்குத்தான் இந்த அனாமத்து விவகாரங்கள் எல்லாம் தெரியும்.

"அப்பாவுக்கு இப்போது வஞ்சபுத்தி உண்டாகியிருக்கிறது. சோமு அண்ணன் தாத்தாவைப் போல் பலசாலியானாலும், புத்திசாலியல்ல; டம்பாச்சாரியாக ஊர் சுற்றுகிறான். அதற்காகவே அப்பா அவனிடம் அனுதாபம் காட்டி அவனுக்குக் கறுப்பு பணத்தில் அதிகம் தர விரும்புகிறார். நியாயமாகப் பார்த்தால் எனக்குத்தான் அதிகம் தரவேண்டும். நான் தானே அப்பாவுடன் துணையாகத் தொழிலைக் கவனிக்கிறேன்?

"இன்னொரு குறையும் இருக்கிறது. நம் சொத்து இருபது கோடிக்குத் தேறும், அதை இரண்டாகப் பிளந்தால் பத்தாகி விடும். இருபதில் பழகியவனுக்குப் பத்தில் பழகுவதென்றால் எவ்வளவு கஷ்டம் என்பது உனக்குப் புரியாது. இருப்பதை ஏன் துண்டுபோட வேண்டும்? – அதற்கு இன்று ஒரு வெற்றி கரமான வழி கண்டுபிடித்தேன். அந்த மகிழ்ச்சியைக் கொண்டாடத்தான் இங்கு வந்தேன்.

"அது என்ன வழி என்று சொல்ல மாட்டேன்; அது ரகசியம், சோமு அண்ணனுக்கு இன்றைய மோகம் நளினி யிடம். கேவலம் ஒரு சினிமா எக்ஸ்டிரா; அவளைச் சுற்றிக் கொண்டிருக்கிறான். அவளை விலைக்கு வாங்க என்னால் முடியாதா? நாளைக்குச் சென்னைக்கு கிளம்புகிறேன்; பம்பாய், சூரத், கல்கத்தா என்று ஒரு மாதம் சுற்றுப் பிரயாணத்துக்குப் புரோகிராம் போட்டிருக்கிறேன். நான் திரும்பும் போது என்ன நடக்கிறது என்று பாரேன்!

"நீ சொல்வது உண்மை, ஹரிணி. எதுவானாலும் எனக்கு ஏராளமாய் வேண்டும். ஏராளம் ஏராளம்!" என்று முடிக்கும்போதே ஹரிணியின் மீது சாய்ந்தான் மனோகரன்; சில நிமிடங்களில் தன்னை மறந்து பேசியதைப் போலவே தூங்கலானான்.

4

காலையில் மனோகரன் தெளிவாக எழுந்தான். ஹரிணி அவனுக்கு முன்னால் எழுந்து காலையாகாரத்துடன் தயாராக இருந்தாள். இருவரும் சாப்பிட்டு முடித்தனர். முகம் சாம்பி யிருந்த அவளை இழுத்துப் பக்கத்தில் உட்கார வைத்துக் கொண்டு மனோகரன் கேட்டான்: "நீ தூங்கவே இல்லையா, ஹரிணி? நான் மெய்மறந்து தூங்கிவிட்டேன்."

"ரொம்ப நேரம் பேசி விட்டுத்தான் தூங்கினீர்கள். நீங்கள் பேசியதைக் கேட்ட பின்னர் எனக்குத் தூங்கத் தோன்ற வில்லை. உங்கள் தாத்தாவும் அப்பாவும் பணம் சேர்த்த கதையைச் சுவாரசியமாய்ச் சொன்னீர்கள்; ஞாபகம் இருக்கிறதா?"

"லேசாக ஞாபகம் வருகிறது. அவர்கள் கதை பூராவும் எனக்கே தெரியாது..."

"சொன்னது போதும். அவர்கள் பெரியவர்கள். அவர் களைப் பற்றி நாம் ஆராய்ச்சி செய்யக்கூடாது. நல்லவழியோ, இல்லையோ, அவர்கள் நமக்காகச் சொத்துச் சேர்த்து வைத்தார்கள். அமைதியாக இருக்கத்தான் பணம் தேடு கிறோம். பணத்துக்காக மனிதப் பண்பை இழக்க வேண்டுமா? பெரியவர்களிடம் உள்ள குறைபாடுகளை நாமும் பின்பற்ற வேண்டுமா? போதும் என்ற மனப்பான்மை வியாபாரிக்கு ஆகாது என்கிறீர்கள் – சரி; தொழில் செய்து பணம் தேடுங்கள். ஆனால் குறுக்கு வழியில் செய்வதெல்லாம் நியாயம் ஆகி விடாது. மனிதத் தன்மையுடன் தொழில் செய்ய முடியாதா? –

உங்கள் அண்ணாவைப் பற்றியும் நளினியைப் பற்றியும் என்னவோ சொன்னீர்களே, என்ன அது?"

அவள் குரல் குமுறுவதைக் கேட்ட மனோகரன் பலமாய்ச் சிரித்தான்: "என்ன சொன்னேன்?"

"நளினியை விலைக்கு வாங்கிவிட்டதாய்ச் சொன்னீர்கள். நீங்கள் சொல்வதை நினைத்தாலே பயமாக இருக்கிறது. பணத்துக்காக அண்ணாவைக் கொலை செய்துவிட ஏற்பாடு செய்தீர்களா?"

நேரான இக்கேள்வியைக் கேட்டு மனோகரன் மீண்டும் நகைத்தான்: "நான் அப்படிக் கூறினேனா? நான் சொல்லாமல் நீ இப்படிச் சொல்லக் காரணம் இல்லை. மலைமலையாகப் புத்தகங்கள் படித்து என்ன பயன்? குடி மயக்கத்தில் உளறுவதை நம்புகிறாயே, நீ ஒரு பைத்தியம்! அண்ணாவைக் கொலை செய்வதா!... ஆனால் பணம், ஒரு வெறி; பணத்துக்காக எதையும் செய்யலாம் என்று எண்ணங்கள் தோன்றுவது இயற்கை. எனக்கும் அத்தகைய யோசனைகள் உண்டாவதை நான் உன்னிடம் மறைக்க விரும்பவில்லை. போதையில் அந்த எண்ணங்களைக் கொட்டி விட்டேன் போல் இருக்கிறது. அதையெல்லாம் உண்மை என்று நம்பித் துன்பப்படுகிறாய்..."

ஹரிணிக்கு நம்பிக்கை உண்டாகவில்லை. ஆயினும் அவன் பேசிய விதம் சற்று ஆறுதலாகவும் இருந்தது. "அப்படியானால் நளினியை விலைக்கு வாங்கியதாய்ச் சொன்னீர்களே, என்ன அர்த்தம்?"

"பிதற்றலுக்கு எல்லாம் எனக்கு அர்த்தம் தெரியாது. நளினி என்ற சினிமா எக்ஸ்டிராவோடு சோமு சுற்றுகிறான் என்று கேள்விபட்டிருக்கிறேன். அவள் முகம்கூட எனக்குத் தெரியாது."

"எதுவும் ஏராளமாக வேண்டும் என்கிறீர்களே!"

"ஹரிணி, எனக்கு எண்ணங்கள் உக்கிரமாகத்தான் வருகின்றன. இந்த நாட்டிலேயே என்னைவிடப் பெரிய தனவந்தன் இல்லை என்னும்படி பணம் குவிக்கவேண்டும் என்று கனவு காண்கிறேன். ஆனால் ஒரு விஷயம் ஞாபகம் வைத்துக்கொள். எண்ணம் வேறு, செயல் வேறு. எண்ணம் தான் செயலுக்குத் தூண்டுகிறது என்று சொல்லப்போகிறாய்? இல்லையா? எண்ணுவதையெல்லாம் செயல்படுத்தமுடியுமா? எந்த எண்ணங்களைச் செயலாக்க முடியும் என்பதைக் கவனிக்கும் விவேகம் எனக்கு இருக்கிறது. உன்னைத் தொட்ட என்னால் இன்னொருத்தியோடு பழக முடியுமா? உனக்கு ஏன் சந்தேகம்?"

ஹரிணியை வசப்படுத்தும் வித்தையை அவன் அறிவான். மேலும் வாய்ச் சொற்களுக்கு இடம் தராமல், அவளைச் சிறு குழந்தைபோல் தலைக்கு மேல் தூக்கி, கரகரவென்று சுற்றிப் படுக்கைமீது போட்டான். அவள் தலைமயிரைப் பற்றி உலுக்கி, கன்னங்களைப் பிராண்டிக் கால்களில் விழுந்தான் – ஹரிணிக்குத் தன் கணவன் யோக்கியன்தான் என்ற நம்பிக்கை உண்டாகிவிட்டது!

5

கணவனை நம்ப வேண்டியது மனைவியின் கடமையல்லவா? ஆகையால் ஹரிணி மனோகரனை நம்பினாள். அவன் அன்று முற்பகலே, தன் பிரயாணத் திட்டப்படி சென்னைக்குக் கிளம்பினான். சென்னை, பம்பாய், கல்கத்தா ஆகிய நகரங்களில் அவர்களுடைய ஆலைகளும் அலுவலகங்களும் இருந்தன. அஹமதாபாத், சூரத் முதலிய இடங்களுடன் அவர்களுக்குத் தொழிலுறவு இருந்தது. அந்த இடங்களுக்கு அவன் அடிக்கடி போய் வருகிறவன்தான்; ஆனால் முதல் நாள் இரவு கூறிய திட்டப்படி அவன் கிளம்புகிறான் என்பதால் அவளுக்குச் சிறிது சந்தேகம் எழுந்தது. கணவனின் வாக்குறுதியோடு உடலுறுதியை எண்ணியதும் சந்தேகம் அடங்கிவிட்டது.

ஒரு வாரம் கழிந்தது; கணவன் குடி மயக்கத்தில் உளறியவற்றை அவள் மறந்தே போனாள். சென்னையிலிருந்தும் பிறகு பம்பாயிலிருந்தும் அவன் அவளுக்குக் கடிதம் எழுதினான்.

மனோகரன் வெளியூர் சென்று பதினைந்து நாட்கள் ஆகிவிட்டன. அன்று இரவு வழக்கம்போல் வெகு நேரம் படித்துவிட்டு அவள் அயர்ந்து தூங்கிக் கொண்டிருந்தாள். நள்ளிரவில் “காலிங்பெல்” அடிக்கும் சத்தம்கேட்டுத் திடுக்கிட்டுக் கண் விழித்தவள் கதவைத் திறந்தாள். வேலைக்காரன் ஒருவன் அங்கு பரபரப்புடன் காத்திருந்ததைக் கண்டாள்.

“முதலாளி உங்களை அழைத்துவரச் சொன்னார்கள் –சின்னமுதலாளி . . .”

“எந்தச் சின்ன முதலாளி? என்ன சங்கதி?”

“சோமு ஐயா; ரொம்பக் குடித்திருப்பார் போல் இருக்கிறது. காரை அவர்தான் ஓட்டி வந்தார். காரிலே வாந்தி பண்ணியிருந்தார். எப்படியோ பங்களா வாசலுக்குக் காரை ஓட்டி வந்துவிட்டார். கூர்க்கா கதவைத் திறந்து வழி விட்டிருக்கிறான். சோமு ஐயா காரை ஓட்டாமல், கதவைத் திறந்துகொண்டு டிரைவர் சீட்டிலிருந்து கீழே

சாய்ந்து விட்டார். கூர்க்கா போட்ட கூச்சலைக் கேட்டு நாங்கள் நாலைந்து பேர் ஓடினோம். எல்லாரும் ஐயாவை உள்ளே தூக்கி வந்தோம் . . .”

“டாக்டருக்கு போன் செய்தீர்களா?”

“செய்திருக்கிறது; டாக்டர் வந்து பிரயோசனம் இல்லை. உள்ளே வந்ததும் சோமு ஐயா ஒரு தடவை வெறும் ரத்தமாக வாந்தி செய்தார். அப்படியே தலையைப் போட்டுவிட்டார்” என்று தனக்கே நேர்ந்துவிட்ட துக்கம்போல் தேம்பிக் காட்டினான் வேலைக்காரன்.

ஹரிணி நிமிஷ நேரம் விக்கித்து நின்றாள். எல்லாம் புரிவதுபோல் இருந்தது. மனோகரன் போதையில் பிதற்றியபடி நடந்துவிட்டது. ஒருவேளை – கணவனைச் சந்தேகிக்க அவளுக்கு இன்னும் மனம் வரவில்லை! – மிதமிஞ்சிக் குடித்ததன் விளைவாக நேர்ந்த மரணமாகவும் இருக்கலாம் என்று தேற்றிக் கொண்டாள். அமைதி ஏற்படவில்லை. நடக்கப் போவதை எப்படி மனோகரனால் கூறமுடியும்? அவன் கொலைகாரன்தானா?

தூக்கத்தில் நடப்பவளைப் போல் பணியாளைத் தொடர்ந்து சென்றாள் ஹரிணி. சோமுவைக் கிடத்தியிருந்த இடத்தை அவள் அடையும்போது அங்கு பெரும் கூட்டம் கூடியிருந்தது. ஹரிணி சோமுவின் மனைவியான ராஜாம்பாளைத் தான் முதலில் கண்டாள். ராஜம் அவளைக் கட்டிக்கொண்டு “ஹோ”வென்று கதறத் தொடங்கினாள். ஹரிணியும் கதறினாள்.

அந்தக் கூட்டத்தில் எல்லோரும் அழுது அரற்றிக்கொண் டிருந்தார்கள். தன்னுடைய கலக்கத்தை வெளியில் காட்டிக் கொள்ளாமல் உறுதியாக இருந்தவர் ஹரிணியின் மாமனார் ராமநாதன் மட்டும்தான். அவர் ஹரிணியிடம் அன்போடு மரியாதையும் உடையவர். கொஞ்சநேரம் அவள் அழுது ஓய்ந்ததும் அவர் அவளை ஜாடைகாட்டி அழைத்தார்.

ராமநாதன், ஹரிணி, டாக்டர் ஆகிய மூவரும் தனி ஓர் அறையில் சென்று அமர்ந்துகொண்டனர்.

“ஹரிணி, நீயும் அழுவதற்கு உட்கார்ந்து விட்டால் மேற்கொண்டு ஆகவேண்டியதை யார் கவனிப்பது? டாக்டர் சந்தேகப்படுகிறார். அளவில்லாமல் குடிக்கிறவனுக்கு இந்தக் கதிதான் என்று நான் சொல்கிறேன். சோதனை செய்த டாக்டர் வேறு விதமாய்ச் சொல்கிறார். அதுபற்றி உன்னைக் கலக்கத்தான் கூப்பிட்டேன்.”

"டாக்டருக்கு என்ன சந்தேகம்?"

"எனக்குச் சந்தேகம் இல்லை. சோமுவின் சாவு இயற்கையானது அல்ல; யாரோ விஷமிட்டிருக்கிறார்கள்" என்றார் டாக்டர்.

ராமநாதன் மெதுவாகச் சிரித்துக்கொண்டே கூறினார்: "டாக்டர், நீங்கள் இன்னும் சரியான முறையில் சோதனை செய்யவில்லை; சோமு எதைக் குடித்தானோ! சிலவகை பிராந்தி கெட்டு வயிற்றில் போனதும் விஷமாகும் என்று! கொலை என்றே ஏன் முடிவு கட்டுகிறீர்கள்? சோமு வெறும் முரடன்; எதையாவது எண்ணிக்கொண்டு அவனே விஷம் சாப்பிட்டிருக்கக்கூடாதா?"

"இருக்கலாம்; சாவு இயற்கையாக ஏற்படவில்லை என்பதைத்தான் சொல்லுகிறேன்" என்றார் டாக்டர்.

ஹரிணி சற்றுத் தயங்கினாள்: "இயற்கையான சாவு இல்லை என்றால், இது தற்கொலையும் இல்லை. அண்ணா தற்கொலை செய்துகொள்ளவேண்டிய தேவையே இல்லை. மாமா, விஷத்தால் மரணம் என்றால் குற்றம் செய்தவர்களைக் கண்டுபிடித்துத் தண்டிக்க வேண்டும்"என்றாள் அவள் – இதைக் கூறும்போதே அவள் உடம்பு நடுங்கியது. மாமனார் என்னிடம் இதைப்பற்றி ஏன் கலக்க வேண்டும்? அவருக்கும் மனோகரன்மீது சந்தேகம் ஏற்பட்டிருக்குமா? – கணவன் குடிமயக்கத்தில் கூறியவற்றையெல்லாம் மாமனாரிடம் உரைத்து அழவேண்டும் போல் இருந்தது அவளுக்கு.

"குற்றம் செய்தவர்களைத் தண்டிப்பது என்று ஆரம்பித்தால், உலகத்தில் யாரும் தப்ப முடியாது. சோமுவுக்கு யாரோ விஷமிட்டிருக்கலாம். விஷமிட்டவர்கள் யார்; அதனால் அவர்களுக்கு என்ன லாபம். அவர்களே செய்தார்களா அல்லது யாராவது தூண்டிவிட்டுச் செய்தார்களா என்பதைக் கண்டுபிடிக்க ரொம்ப நேரம் ஆகாது. ஆனால் கண்டுபிடித்து என்ன செய்யப் போகிறோம்? சோமு பிழைக்கப் போவதில்லை. கொலைகாரனைப் பழி வாங்குவதால் என்ன பயன்? டாக்டர், சொன்னபடி செய்யுங்கள் – இயற்கையான சாவு என்று "சர்ட்டிபை" செய்து விடுங்கள். இன்ஷ்யூரன்சுத் தொகை வாங்குவதற்கு இடையூறு இருக்கக் கூடாது."

டாக்டர் வியப்புடன் ராமநாதனைப் பார்த்தார். "மூத்த மகனைப் பறிகொடுத்த தகப்பனாரா இவ்வாறு புன்னகை மாறாமல் பேசுகிறார்!" முடிவில் கோடீசுவரரின் உத்திரவுக்கு டாக்டர் இணங்கினான்.

எம்.வி. வெங்கட்ராம்

மாமனார் உண்மையை ஊகித்துவிட்டார்; மனோகரன் அல்லலில் சிக்கிவிடக்கூடாது என்பதற்காகவே அவர் மேற் கொண்டு எதுவும் செய்ய விரும்பவில்லை என்பதை ஹரிணியும் புரிந்துகொண்டாள். மாமனாரை நன்றியுடன் பார்த்தாலும், கணவன் கொலைகாரன் என்பதை அவளால் மறக்க முடிய வில்லை. அவள் கண்களில் நீர் பெருகியது.

"மனோகரனிடமிருந்து கடிதம் வந்து மூன்று நாளாகிறது. பம்பாயிலிருந்து எழுதினான். இப்போது எங்கிருக்கிறான் என்று தெரியவில்லை. எல்லா இடங்களுக்கும் போன் மூலம் தகவல் அனுப்பியிருக்கிறேன். சென்னையில் இருந்தால்தான் நாளைக்கு வரமுடியும். அவன் வரும்வரை காத்திருக்க முடியாது. பிணத்தை அதிக நேரம் வைத்துக்கொள்ளக் கூடாது. நாளை மத்தியானத்துக்கு மேல் கிரியைகளை முடித்துவிடலாம் என்று நினைக்கிறேன். சரிதானே, ஹரிணி?" என்றார் ராமநாதன்.

அவர் எதிர்பார்த்தபடியே நடந்தது. மறுநாள் பிற்பகல் சோமுவின் தகனக் கிரியைகள் முடிந்தன. அன்று மாலைதான் சூரத்தில் இருப்பதாயும் தகவல் தெரிந்ததும் பம்பாய்க்கு கிளம்பிவிட்டதாயும் பதில் கிடைத்தது. மூன்றாம் நாள் இரவு மனோகரனே சென்னையிலிருந்து தந்தையுடன் போனில் பேசினான்: தமையனின் மரணச் செய்தி முழுவதையும் தெரிந்துகொண்டு, காரில் உடனே ஊருக்குப் புறப்படுவதாய்க் கூறினான்.

மறுநாள் அவன் வருவான் என்று எதிர்பார்த்தவர்கள், வரவில்லை. ராமநாதன் மாலையில் சென்னை அலுவலகத்தை போனில் விசாரித்தார்; மனோகரன் முதல்நாள் இரவே காரில் கிளம்பி விட்டதாகப் பதில்வந்தது.

அன்று இரவு சென்னை அலுவலகத்திலிருந்து ராமநாதனுக்கு ஒரு செய்தி வந்தது. மனோகரன் ஓட்டிச் சென்ற கார் மவுண்ட்ரோட் போஸ்ட் ஆபீசுக்குச் சிறிது தூரத்தில் அனாதையாய்க் கிடந்தது என்றும், போலீசார் அதைக் கைப்பற்றித் தங்களுக்குத் தெரிவித்தார்கள் என்றும் அந்தச் செய்தி கூறியது. காரில் இருந்த மனோகரன் என்ன ஆனான் என்பது தெரியவில்லை. சென்னை ஆபீசுக்கும் அவன் திரும்பவில்லை.

மூத்தவனைத் தகனம் செய்த தந்தை இளையவனைத் தேடுவதற்காகச் சென்னைக்குச் சென்றார். அறிவு, ஆற்றல், பொருள் எல்லாவற்றையும் ஈடுபடுத்தி மகனைக் கண்டுபிடிக்க முயற்சிகள் செய்தார்.

கோடீசுவரனுக்காகக் காலம் காத்திருக்கிறதா? முதலில் நாள், நாளாய்க் கழிந்தது; பிறகு மாதம், மாதமாய்ச் சென்றது. ஓராண்டு முடிந்தது, இரண்டு ஆண்டு முடிந்து, மூன்றாவது ஆண்டு முடியவிருந்தது – மனோகரனின் மறைவு துலக்கப் படாத ஒரு மர்மமாகவே இருந்து விட்டது.

ராமநாதன் இரும்பு மனிதர்தாம்; ஆனால் அவர் கூட அதிர்ந்துவிட்டார். "கோடி கோடியாய்க் குவித்துப் பயன் என்ன?" என்று சிறிது சிறிதாகத் தர்ம விசாரம் செய்யலானார்.

அவருடைய பாதுகாப்பு ஹரிணிக்கு இருந்தது; அவ ளுடைய பெற்றோரும் உடன்பிறந்தாரும் அவளோடு இருந்து எவ்வளவோ தைரியம் கூறினார்கள். கணவன் திரும்பவே மாட்டானோ என்பதற்காக மட்டும் அல்ல, தப்பித் தவறித் திரும்பி வந்தால் அந்தக் கொலைகாரக் கணவன் எப்படி இருப்பானோ என்று எண்ணி வற்றிக் கொண்டிருந்தாள் அவள்.

இரண்டாம் பாகம்

சென்னை, சைதாப்பேட்டையில் ஒரு சிறு பங்களா, அதன் உரிமையாளர் முருகேசன் ஒரு கட்டிடக் காண்டிராக்டர். ஒருநாள் இரவு பத்து மணி இருக்கலாம். முருகேசன் தன் உதவியாளன் மனோகரனுடன் உரையாடிக் கொண்டிருந்தார்.

"என்ன செய்கிறாய், மனோகர்?"

"இருப்பு சரியாக வரவில்லை. அதை..."

"காலையில் பார்த்துக் கொள்கிறது, மணி பத்தாகிறது; நீ இன்னும் சாப்பிடவில்லையாமே! காலத்தில் சாப்பிடா விட்டால் உடம்பு என்னத்துக்கு ஆகும்?"

"அதென்னவோ, இருப்பு ஒரு காசு முன் – பின் ஆனாலும் எனக்குத் தூக்கம் வருவதில்லை. அதில்லாமல் சாயங்காலம் டிபன் பலமாகி விட்டது. நம் குழந்தை நீலா வலுவாய்க் கவனித்து விட்டாள், பசியே இல்லை; சாப்பிட வேண்டாம் என்று நினைக்கிறேன்."

முருகேசன் கோடிக்கணக்கிலும் லட்சக்கணக்கிலும் முதலீடு செய்து தொழில் செய்யும் காண்டிராக்டர் அல்ல. தெய்வத்துக்கும் அரசாங்கத்துக்கும் அஞ்சுகிறவர்கள் சம்பாதிக்க முடியாத இக்காலத்தில் அந்த இரண்டு அச்சங்களும் படைத்தவர் அவர். பெரிய அளவில் லஞ்சம் கொடுத்துப் பொருள் சேர்க்க அவர் விரும்பவில்லை, தேவையுமில்லை.

சிறிய இனங்களாய்க் காண்டிராக்ட் எடுப்பார், கிடைத்ததோடு திருப்தி அடைவார்.

அவருக்கு சின்னக்குடும்பம்; அவர், மனைவி காமாட்சி, மகள் நீலா, மூவர்தான். ஆண் வாரிசு கிடையாது; இனி பிறக்கும் என்ற நம்பிக்கையும் இல்லை. இந்த அடக்கமான குடும்பத்தில் அவருக்கு ஓர் அதிருப்தி மனைவி பற்றித்தான். காமாட்சி பகட்டுக்கு ஆசைப்பட்டவள். நாற்பது வயதுக்கு மேலாகியும் இல்லாத இளமையைச் செயற்கையாக வர வழைத்துக்கொண்டு ஆனந்தப்படுகிறவள்.

அவர்களுடைய ஒரே பெண் நீலா; செல்லமாக வளர்ந்ததில் ஆச்சரியம் இல்லை. அவளுக்கு வயது பத்தொன்பது ஆகிறது: குணாதிசயத்தில் தந்தைக்கு வாரிசாக அமையாமல் தாய்க்கு வாரிசாக அமைந்தாள். எஸ்.எஸ்.எல்.ஸி.யோடு படிப்பை நிறுத்திவிட்டுத் தாயுடன் நாகரிகமாய்ப் பொழுது போக்கினாள்.

முருகேசனும் மனோகரனும் பேசிக் கொண்டிருந்தபோது நீலா அங்கு வந்து சேர்ந்தாள். இரவு மணி பத்து ஆகியும் அவளுடைய அலங்காரம் கலையவில்லை. அவள் இயற்கை யாகவே அழகி; நெட்டை அல்லது கட்டை என்று கூற முடியாமல் உயரமும், சதைக்கொழுமையும் அவளிடம் இசைந்திருந்தன. நைலான் ஆடையும், கூடைக் கொண்டையும் வருணிப்பானேன்? இன்றைய சென்னை நகரத்தில் அமோக மாய்க் காட்சி அளிக்கும் யுவதிகளைப் போன்று இருந்தாள் நீலாவும். ஒரே ஒரு வித்தியாசம்; மற்ற யுவதிகளைச் சற்று கெட்டியாகத் தொட்டாலும் சுருண்டு விழுகின்ற சோனிகள்: ஆனால், நீலா உடலைக் காத்துக் கொண்டவள்.

நீலா மனோகரன் மீது ஒரு புன்னகையை ஏவிவிட்டுத் தகப்பனாரைக் கேட்டாள்; “அப்பா, மனோகரசாமி என்ன சொல்கிறது? ராத்திரி விரதம் இருக்கப் போவதாய்ப் பய முறுத்துமே?”

“நீ வலுவாக டிபன் கொடுத்து கெடுத்துவிட்டதாய்ப் புகார் செய்கிறானே?”

“பசிக்கிறவனுக்குச் சோறு போட்டால், புண்ணியம்; வயிறு புடைக்கத் தின்றவனுக்கு மேலும் தீனி போட்டால் பாவம். நீலா பரிமாறிச் சாப்பிட்டவன் உட்கார்ந்த இடத்தை விட்டு எழுந்திருக்க முடியாது; அங்கேயே சாய வேண்டியது தான்” என்று சிரித்தான் மனோகரன்.

“சாமியார் சொல்வதைக் கேட்டாயா, அப்பா? நான் இவரை ஹிம்சை செய்கிறேனாமே! இவர் இங்கு வந்த பிறகு இளைத்துவிடவில்லை?”

"இளைத்திருக்கிறேனா? தொந்தியில் ஒண்ணரை அங்குலமும் எடையில் இருபது பவுண்டும் ஏறியிருக்கிறது."

முருகேசன் வேறு கவனமாய்க் கேட்டார்: "மனோகர்; நீ இங்கே வந்து ஒரு வருஷம் ஆகவில்லை?"

"பத்துமாசம் இருபத்து நாலு நாள் ஆகிறது!" என்று கணக்காய்க் கூறினாள் நீலா – "வரும்போது இவர் எப்படி இருந்தார்?"

மனோகரன் பதில் உரைத்தான்; "அப்பாவுக்கு அது மறந்திருக்கும். செய்த உபகாரத்தை மறந்து விடுவது அவர் பழக்கம். ஆனால், அந்த நாளை மறக்கவே முடியாது. ஐந்து நாள் பட்டினி; இந்த வீட்டு வாசலில் விழுந்தேன். வாசலுக்கு வந்த நீலா என்னைப் பார்த்ததும் வேலைக் காரர்களைக் கூப்பிட்டு உள்ளே தூக்கி வரச் சொன்னாள். எனக்கு நல்ல காலம், அப்பாவும் வந்து சேர்ந்தார். அப்புறம் என்ன? இன்று நான் மனிதனாக இருப்பது உங்களால்தான். முன்பின் தெரியாதவனை நம்பி என்னிடம் இவ்வளவு பொறுப்புகளையும் விட்டிருப்பதை நினைத்தால் எனக்கு ஆச்சரியமாக இருக்கிறது. வீட்டுப் பிள்ளைபோல் வளர்க்கிறீர் களே! பெற்றவர்களின் அன்பையே நான் காணாதவன். அதை இங்கு வந்துதான் காண்கிறேன்."

"அதற்கு ஈடு செய்யத்தான் இரவு பகலாய் உழைக்கிறீர் களா? நாலு முழம் வேட்டி, மல் ஜிப்பா, மூன்று முழம் துண்டோடு "ஸிம்பிளாக" இருக்கிறீர்கள். ஏன் அப்பா, நம் ஃபேர்முக்கே இது அவமானம் இல்லையா? நாம்தான் நம் ஸ்டாஃபை இப்படி வைத்திருக்கிறோம் என்று கேவலமாய் எண்ணமாட்டார்களா? மனோகரன் "டிரிம்" மாக டிரஸ் செய்து கொண்டால் எவ்வளவு அழகாயிருக்கும்! நமக்கும் கௌரவம்; தொழிலும் விருத்தி ஆகும். இல்லையா, அப்பா?"

"நீலா சொல்வது நியாயம்தானே, மனோகரா? எழுபத் தைந்து ரூபாய்க்கு மேல் சம்பளம் வேண்டாம் என்கிறாய். அதிலும் பதினைந்து ரூபாய் மட்டும் எடுத்துக் கொண்டு பாக்கியை என்னிடம் டிபாஸிட் செய்து விடுகிறாய். இதோ பார். இந்தச் சிக்கனம் எதற்கு? உன்னை நான் அன்னியமாக நினைக்கவில்லை. நீலா சொல்வது போல நீ அழகாய் டிரஸ் செய்துகொண்டு வெளியே போனால் எனக்கும் கௌரவம்."

மனோகரன் திக்குகிறவன்போல் தயங்கிக்கொண்டே கூறினான். "எனக்கு இந்த ஆடம்பரம் பிடிக்கவில்லை. நான் இந்த உடையோடு போவதால் உங்கள் வேலை ஏதாவது

கெட்டிருக்கிறதா? தேவைக்கு மேல் இங்கு சாப்பிடுகிறேன்; இங்கேயே தங்கியிருக்கிறேன். அப்புறம் எனக்குப் பணம் எதற்கு? கைச் செலவுக்காக வைத்துக் கொள்ளும் பதினைந்திலும்...”

“மிச்சம் பிடித்துப் பாங்கில் போடுகிறீர்களோ?” என்று கேட்டாள் நீலா.

“ரிசர்வ் பாங்கில் போடுகிறேன்! வடபழனிக்கும், மயிலைக்கும், டவுனுக்கும் போகும்போது தவறாமல் கோயிலுக்குப் போகிறேன். வாசலில் இருக்கிற பிச்சைக் காரர்களுக்கு முடிந்ததைத் தருகிறேன்.”

முருகேசனின் கண்கள் மகிழ்ச்சியால் பனித்தன. நீலா குழந்தைபோல் சிரித்தாள். “சொச்சத்தையும் சொல்லி விடுங்கள்... அம்மனுக்காக ஞாயிறு விரதம், முருகனுக்காக செவ்வாய் விரதம் அப்புறம் அமாவாசை, கிருத்திகை விரதங்கள் வேறே. விரதம் என்றால் ஒரு கப் பால்கூடச் சாப்பிடக்கூடாதா, என்ன? அப்பா, இந்த மாதிரி நாலு சாமியார்களை நாம் வேலைக்கு வைத்துக் கொண்டால் நமக்கும் காவி புத்தி வந்துவிடும்!”

“இந்த வயசில் இவ்வளவு தெளிவு வந்திருக்கிறது என்றால், அது புண்ணிய பலன்தான். மனோகரனைப் போல உத்தமமான பிள்ளை நம்மிடம் வந்து சேர்ந்தானே. அது நமக்கே பெருமை – கரை ஏறவேண்டிய வயசிலும் எனக்கு ஆசை விடவில்லையே!”

“போச்சு! அப்பா, நீயும் இவரோடு சேர்ந்து கொண்டாயா? நாளையிலிருந்து இவர் பழனியாண்டவர் கோலத்தில் பவனி வர ஆரம்பித்து விடுவார்!... அப்பா, நான் கண்டிஷனாகச் சொல்லுகிறேன், கேட்டுக்கொள் – வீட்டில் இருக்கும்போது மனோகரன் எந்தக் கோலத்தில் வேண்டுமானாலும் இருக்கட்டும். ஆனால், தொழில் சம்பந்தமாய் வெளியே போகும்போது நீட்டாக டிரஸ் பண்ணிக்கொள்ள வேண்டும். இல்லையானால், இரண்டு பேரும் வடபழனி கோயில் வாசலில் போய் உட்காருங்கள்!”

“எனக்கு அதெல்லாம்...”

“தேவை இல்லை; எங்களுக்கும் எங்கள் தொழிலுக்கும் தேவை; என்ன சொல்கிறீர்கள்?”

“மனோகர், குழந்தை சொல்வதிலும் ஒரு நியாயம் இருக்கிறது.”

“நாளைக்கு என்னோடு ஜவுளிக் கடைக்கு வரவேண்டும், துணிகளை நான்தான் ஸெலக்ட் செய்வேன்.”

மனோகரன் தயக்கத்துடன் தலையைச் சொறிந்தான். நீலா எகத்தாளமாய் அதட்டிக் கூறினாள்: “என்ன கெஞ்சுகிறீர்கள்? காலையில் என்னோடு வரவேண்டியது தான் – டிரஸ் மட்டும் இல்லை; மற்ற எல்லா அலங்காரங் களும்தான். மூன்றே நாளில் உங்களை அடியோடு மாற்றிக் காட்டுகிறேன், பாருங்கள். உங்களைச் சொல்லிப் பயனில்லை இந்த அப்பாவுக்கு எதிலும் “சீப்” புத்திதான். சைதாப் பேட்டையில் இருப்பதால் வருகிற வினை இது. மாம்பலம், மைலாப்பூர், அடையாறு பக்கம் இருந்தால் இந்த அநாகரிக புத்திவருமா? அப்பா, அப்பாவி ஒருத்தர் அகப்பட்டார் என்றுதானே கைப்பணத்துக்குச் சேதம் இல்லாமல் அவரிடம் வேலை வாங்குகிறாய்?”

“கடைசியில், என்மீது பழி போடுகிறாயே! நானா வேண்டாம் என்றேன்?”

வேறு வழி இல்லாமல் மனோகரன் முதலாளியின் துணைக்குப் போனான். “நீலா, அப்பாவை ஏன் வம்புக்கு இழுக்கிறாய்? காலையில் உன்னோடு வருகிறேன்; சரிதானே?”

“சரி, சாப்பிட வருகிறீர்களா, இல்லையா? உங்களுக்காக சமையல் இலாகா பூராவுமே காத்திருக்கிறது . . .”

2

ஓர் இரவு. நீலா தூங்க முயன்று கொண்டிருந்தாள். எண்ணங் களில் ஒரு அழிப்பு ஏற்பட்டுத் தூக்கம் விலகி நின்றது. அவள் தகப்பனார் ஊரில் இல்லை; தாயார் தூங்கிக் கொண்டிருந்தாள். மனோகரனும் தூங்குவானோ?

படுப்பதற்கென்று அவள் மெல்லிய துகில் உடுத்தி யிருந்தாள். உடைகளின் இறுக்கம் குறைந்ததால், அவளுடைய அங்கங்கள் சுவாதீனமாய் மூச்சு விட்டன. கண்ணாடியில் தன்னைப் பார்த்துக் கொண்டவளுக்கு வியப்பாகவும் பெருமிதமாகவும் இருந்தது – இந்த வியப்பும் பெருமிதமும் இன்பம் அளிக்கின்றன. ஆனால், அது குறையுண்டதாகத் தானே அவள் உணருகிறாள்? இந்தக் குறை நிவர்த்தியானால் தான் இன்பம் முழுமை ஆகும் என்பது அவளுக்குத் தெரியும்.

தூக்கம் வருவதற்காக ஃபிராய்ட் போன்ற அறிஞர்கள் எழுதிய நூல்களை அவள் படிப்பதில்லை. பாலுணர்ச்சியின் இயற்கை பற்றி அவள் ஆராய்ந்ததில்லை. ஆனால், தாயுடனும்

தோழிகளுடனும் சினிமா, டிராமா, கிளப் என்று சுற்றியதன் வாயிலாக அவள் பல விஷயங்களை அறிந்து கொண் டிருந்தாள்.

உடல் என்னும் இந்த இயந்திரம் இன்பங்களுக்கு எல்லாம் ஆதாரமானது என்பதை அவள் கற்று அறியவில்லை; இயல் பாகவே அவளுக்கு அது தெரிந்திருந்தது. மற்ற யுவதிகளைப் போலவே அவள் தன்னை அலங்கரித்துக் கொண்டாள்; ஆனால், இன்றைக்கு மட்டும் வெளிப் பூச்சான கவாச்சியோடு அவள் திருப்தி கொள்ளவில்லை – இந்தக் கவர்ச்சி நிரந்தர மாகவும் இருக்க வேண்டும் என்றும் விரும்பிய அவள், உடலைக் கடவுளாய் வழிபடத் தொடங்கினாள். கூந்தல் முதல் கால் நகம் வரை உறுப்புகள் அழகாக இருப்பதுடன் ஆரேக்கியமாகவும் இருக்க வேண்டும் என்று அவள் விரும்பினாள். கடைகளில் விற்கும் வாசனைத் தைலங்களால் கேசத்தின் வசீகரம் குன்றும் என்பதற்காக மருதோன்றி முதலிய பச்சிலைகளால் வீட்டிலேயே தயாரித்த எண்ணெயையே அவள் உபயோகிப்பாள்; அவள் இப்படிப் பராமரிப்பாள் என்று ஆசைப்பட்டுத்தானோ என்னவோ அவளுடைய அளகபாரம் இடுப்புக்குக் கீழே தவழ்ந்தது. கண்களுக்கும், புருவத்துக்கும், இமை ரோமங்களுக்கும் மையூட்ட அவள் எவ்வளவோ சிரத்தை எடுத்துக் கொண்டாள். நாகரிகத்தின் நாசூக்கு என்று ஆடவரைப் போன்று மார்பகத்தை ஒடுக்கிக் கொள்ளாமல், சிலைகளில் காணப்படும் கொழுமையை அவள் விரும்பினாள்; இயற்கையும் அவளுக்கு இசைவாகவே இருந்தது; இடுப்பு சிறுப்பதற்காகவும், உடலில் ஆரோக்கியம் கூடுவதற்கும் தேவையான அளவு தேகப்பயிற்சி செய்தாள்.

நீலாவுக்கு நேரமும் வசதியும் அக்கறையும் இருந்தன. ஆகையால் உடல் பராமரிப்பை அவள் வழிபாடாகவே ஆக்கிக்கொண்டு விட்டாள். பெண்களின் கூட்டத்தில் அவள் ஒருபெண்ணாக விளங்கியதில் வியப்பில்லை.

பொலிவு பெற்றுப் பூரிப்பதுடன் அவளுடைய இளமை அமைந்து விடவில்லை. அவளுடைய இத்தனை அகக் கவனத்தையும் பொருட்படுத்தாமல், புறக் கவனிப்பு வேண்டும் என்று அது முணுமுணுக்கலாயிற்று. தன் தேவை என்ன என்பது அவளுக்குத் தெரியாமல் இல்லை; அதைத் தீர்த்துக் கொள்ளத் திருமணம் என்கிற ராஜபாட்டை இருப்பதும் அவளுக்குத் தெரியும். கட்டுப்பட்டுக் கவனத்தைப் பெற அவள் மனம் விரும்பாமல் முரட்டுச் சிந்தனையில் இறக்கியது.

இந்தச் சமயத்தில்தான், கைக்கு எட்டும் தூரத்தில் மனோகரன் எதிர்ப்பட்டான். அனாதையாக அவர்களிடம்

ஒதுங்கிய அவனிடம் அவளுக்கு முதலில்அனுதாபம்தான் உண்டாயிற்று. ஆனால், ஆண்மையின் மிடுக்குடன் திகழ்ந் தவனை நெருங்கிப் பார்த்ததன் பயனாக அவளுடைய பார்வையில் மாறுதல் ஏற்பட்டது. அவன் தன் கருத்தைப் பிரதிபலிக்கவில்லை என்பதைக் கண்டாள்; அதனாலேயே அவனிடம் கவர்ச்சி மிகுந்தது. அவளுக்குக் காதல் பிறந்து விட்டது – அதைத் திருமணத்தால் பூர்த்தி செய்து கொள்ள அவள் முற்பட்டாள் என்று இதற்குப் பொருள்அல்ல. அவனை மணக்க வேண்டும் என்ற எண்ணமே அவளுக்குத் தோன்றவில்லை; இன்னும் தெளிவாகப் பார்த்தால், அவன் நன்றி செலுத்தக் கடமைப்பட்டவன்; ஆகையால் ரகசியமாக உடலின்பம் காண்பதுதான் அவள் நாட்டம்; அவ்வாறு செய்வதால் அவன் தன்னிடம் மேலும் நன்றிகொள்ள வேண்டும் என அவள் எதிர்பார்த்தாள்.

இத்தகைய எண்ணங்களால் பீடிக்கப்பட்ட ஒரு பெண்ணுக்கு எப்படித் தூக்கம் வரும்? சந்தர்ப்பம் துணை செய்தது. அப்பா ஊரில் இல்லை. அம்மா உறங்குகிறாள். மனோகரன் மாடி அறையில் தனியாக இருக்கிறான். கண்ணாடியில் தன்னைப் பார்த்துக்கொண்டவள், "மனோ கரனைச் சந்திக்க இதுதான் சரியான கோலம்" என்று கூறிக்கொண்டு எழுந்து, அறைக் கதவைத் தாழிட்டாள்.

மனோகரனின் அறைவாயிலை அடைந்தபோதும் நீலா பரபரப்பு ஏதும் அடையவில்லை. நிதானமாய்க் கதவைத் தட்டினாள். சில நிமிஷங்களுக்குப் பிறகுதான் மனோகரன் வெளியில் வந்தான். எதிரில், படுக்கை வேண்டுகிற கோலத்தில் நின்றவளைப் பார்த்து அவன்தான் திகைப்பு அடைந்தான்.

"என்ன நீலா?"

"தூக்கம் வரவில்லை; உங்களோடு கொஞ்ச நேரம் பேசலாமென வந்தேன்."

"இந்த நேரத்தில், என்னோடு பேசவா" என்றவாறு விளக்கைப் போட்டான் அவன்.

"இந்த நேரத்தில் உங்களோடு பேசக்கூடாதா? அதில் ஏதாவது தவறு இருக்கிறதா?"

வெளிச்சத்தில் அவளைப் பார்த்தபோது மனோகரனின் கண்கள் கூசின. – நோக்கத்தைப் புரிந்து கொள்கிற தெளிவு இல்லாத ஜடம் அல்ல அவன். கண் வழியாகப் புகுந்த ஓர் உணர்ச்சி அவன் உள்ளத்தில் நெருப்பு ஈட்டியாக இறங்கியது. பூரிப்பாக இருந்தது; வெறியாக வந்தது. உதடுகள் துடிக்க அவன் ஏதோ சொல்வதற்குத் தள்ளாடினான்.

சில விநாடிகள்தான்; முருகேசனும் காமாட்சியும் பெற்றோரைப் போல் தன்னைப் பேணுவது பற்றி ஞாபகம் வந்தது. சாக்கடையில் கிடக்க வேண்டியவனைக் கோபுரத்தில் ஏற்றுகிற அவர்களுக்கு அவன் செய்யும் கைமாறு இது தானா? நீலா சிறு பெண்; அவள் அசட்டுத்தனத்துக்கு அவன் உடந்தை யாக இருக்கலாமா?

நீலாவுக்கு ஏமாற்றமாயிருந்தது; ஆரம்பமே ரசப்பட வில்லை என்று தோன்றியது — "நான் கேட்டதற்குப் பதில் சொல்லவில்லையே?"

"நீ இங்கே வந்ததே தவறுதான்."

"ஏன் என்ன தவறு, அதில்?"

"ஆயிரம் ஆசைகள் வருகின்றன; எல்லாம் நிறைவேறு கின்றனவா? ஆசைக்கும் ஒரு நியாயம் இருக்க வேண்டும். நீலா, திரும்பிப் போய் தூங்கு."

"என் மனத்தில் ஆசை இருப்பதை எப்படிக் கண்டு பிடித்தீர்கள்? உங்கள் மனத்தில் கள்ளம் இருப்பதால்தானே அது புரிந்தது?" என்றவாறு மனோகரனின் படுக்கைமீது சாய்ந்தாள் நீலா.

"கள்ளம் என்று சரியான வார்த்தை சொன்னாய். கள்ளமாய்ச் செய்வதை நியாயம் என்று சொல்ல முடியுமா?"

"சந்தர்ப்பத்தைப் பொறுத்ததுதான் நியாயமும் அநியாயமும். ஒவ்வொன்றையும் சாஸ்திரம் பார்த்துச் செய்ய முடியுமா?"

"அப்படிச் செய்வதுதான் நல்லது."

பிறகு அவன் பேசவில்லை. அவள் ஒருக்களித்தும், மல்லாந்தும், குப்புற விழுந்தும் புரண்டாள். படுக்கை மேடு பள்ளமுற்று உருக்குலைந்து அவள் எண்ணத்தை வெளி யிட்டது.

"நான் இங்கேயே தூங்கப் போகிறேன்!"

"நீலா..."

"நீங்கள் என்னை நினைப்பதே இல்லையா?"

"நினைக்காமல் என்ன? சீக்கிரம் மணமாக வேண்டும் என்று நினைப்பேன்."

"என்னை மணக்க வேண்டும் என்று எண்ணுகிறீர்களா?"

"நான் மணக்க விரும்புவதாகச் சொல்லவில்லை."

"என்னை நீங்கள் விரும்பவில்லையா; இல்லியா?"

"நான் பேராசைக்கு இடம் தருவதில்லை; நான் எளியவன்; ஏழை; என் எல்லை எனக்குத் தெரியும்."

"என்னையும் எல்லைக்குள் இருக்கச் சொல்கிறீர்கள். என் காதலை, நானாகத் தருவதை..."

"கணவனும் மனைவியும் நேசிப்பதைக் காதல் என்பது நம் வழக்கம். நீ சொல்லும் காதல் நமக்குப் புதிய சரக்கு. நீலா! எழுந்திரு. நீ புத்திசாலி. அசட்டுத்தனமாக ஏதாவது செய்துவிட்டால் வாழ்க்கை முழுவதும் கஷ்டப்படவேண்டி யிருக்கும்."

நீலாவுக்கு ஆத்திரம் பற்றிக்கொண்டு வந்தது; உயிர் போல் காத்த பொக்கிஷத்தைக் கொடையாக அவள் வழங்க முன்வந்தாள்; நன்றி இல்லாதவன் மறுக்கிறான் என்று எரிச்சல் மூண்டது; "போகச் சொல்கிறீர்களா? நீங்கள் ஆண்மையை மதிப்பீர்கள் என்று வந்தேன்..."

"எனக்கு வெட்கமாக இருக்கிறது. செய்ய முடிந்தது என்றாலும் செய்யத் தகாததைச் செய்யாமல் இருப்பதற்காக நான் வருத்தப்படவில்லை. நீலா, நீ எவ்வளவோ உயர்வாக வாழப் பிறந்தவள். உன்னைச் சுமக்கிற கௌரவம் என் படுக்கைக்குக் கிடையாது."

"நானே கௌரவித்தால் கூடவா? – நன்றியில்லாதவர்கள் பேச்சு இது."

"வெறும் கண்ணால் சூரியனைப் பார்க்கிற முட்டாள் தனத்தை நான் செய்ய மாட்டேன்."

நீலா படுக்கையிலிருந்து இறங்கினாள். தீராத தவிப்பால் அவளுக்குப் படபடப்பாக இருந்தது; அவனை வாயில் வந்தபடி திட்டத் தோன்றியது; வார்த்தை வரவில்லை; "கோழை! கோழை!" என்றாள்.

மனோகரன் தன் பலவீனத்தை வென்று நின்றான். அமைதியாய்க் கூறினான்: "கோழைத்தனம் சில சமயம் மனிதத்தன்மைக்கு லட்சணம் ஆகிறது. உனக்கு விரைவில் மணம் செய்யும்படி அப்பா வந்ததும் சொல்கிறேன். இந்தக் குடும்பத்துக்கு ஒரே பெண்; உன்னால்தான் உங்கள் குலம் வாழவேண்டும். கௌரவப்பட வேண்டும் என்பதை மறந்துவிடாதே. ஏதோ பலவீனத்தால் இங்கு வந்துவிட்டாய்; இந்தத் தப்பைத் திரும்பவும் செய்யாதே."

அவமதிக்கப்பட்ட உணர்ச்சியுடன் நீலா கூறினாள்: "கையாலாகாதவர்கள் உபதேசம் செய்வார்கள், உங்களைப் பற்றி நானும் அப்பாவிடம் சொல்லத்தான் போகிறேன்."

“தெரியாமலோ அவசரத்திலோ இங்கு வருகிற தப்பைச் செய்துவிட்டாய். பொய்சொல்லி அப்பாவுக்கு என்மீது வெறுப்பு ஏற்படச் செய்யும் மற்றொரு தவறு செய்யமாட்டாய் என்று எனக்கு நம்பிக்கை இருக்கிறது. ஆனால் நான் உன்னைக் காட்டிக்கொடுக்க மாட்டேன்; உன்னால் நான் இங்கிருந்து வெளியேறத் தேவை ஏற்பட்டாலும் சரி – அனாதையாக ஊர்சுற்றி எனக்குப் பழக்கம் ஆகிவிட்டது.”

ஏளனமாகவும் வெறுப்பாகவும் அவனைப் பார்த்து சிரித்துவிட்டு நீலா வெளி நடந்தாள்.

3

மனோகரனுக்கு அச்சமாகவே இருந்தது – நீலா சொன்னது போல் தகப்பனாரிடம் தன்னைப் பற்றிப் புகார் செய்து வெளியேற்றி விடுவாளோ என்று. தான் நடந்துகொண்டது நேர்மை என்பதைப் பற்றி அவனுக்கு ஐயமில்லை. நீலாவின் இளமைப் போதையை எண்ணி மனத்தினுள் ஏதோ ஒன்று நெடுமூச்சு விட்டது உண்மை; ஆனாலும் வென்று விட்டோம் என்ற மகிழ்ச்சி அவனுக்கு ஏற்பட்டது. “இந்த மகிழ்ச்சிக்குக் கூலியாக, முருகேசன் – காமாட்சியின் ஆதரவை இழக்க நேருமோ என்னவோ? இழந்தால் என்ன? வயிறு வளர்க்க ஆயிரம் வழிகள் உள்ளன; மனிதத்தன்மையை வளர்க்க ஒரே வழிதான் உள்ளது.”

ஆனால் அவன் எதிர்பார்த்தபடி எதுவும் நடக்கவில்லை. மறுநாள் முதல் நீலா அவனுடன் வழக்கம்போல் பழகினாள். தன்னைப் பார்க்கவே வெட்கப்படுவாள் என்று அவன் எதிர்பார்த்தான்; ஆனால் அவனுக்குத்தான் நாணமாக இருந்தது. ஒருகால் வேட்கையால் உந்தப்பெற்றுத் தன்னை அறியாமல் தூக்கக் கலக்கத்தில் அறைக்கு வந்திருப்பாளோ என்று எண்ணினான். “இன்னும் குழந்தையாகவே இருக்கிறாள்.” என்று தனக்குள் உரைத்துக் கொண்டான்.

வெளியூரிலிருந்து திரும்பிய முருகேசன் சில புதுக் காண்டிராக்டுகளை ஒப்புக்கொண்டு வந்தார். மனோ கரனுக்குப் பொறுப்புகள் மிகுதியாயின. நீலாவின் குழந்தைக் குறும்பு பற்றி அவன் பெரும்பாலும் மறந்துவிட்டான். அவளும் அதை நினைவுறுத்துவது போல் எதுவும் செய்ய வில்லை. ஒருநாள் முருகேசனும் காமாட்சியும் உட்கார்ந்து பேசிக்கொண்டிருக்கையில் மனோகரன் அங்கு வர நேர்ந்தது. ஏதேதோ பேச்சுக்களுக்கு இடையில் அவன் முருகேசனிடம் கூறினான்: “எல்லாம் சரி, அப்பா. நம் குழந்தைக்கு வயது வந்துவிட்டது. செய்வதைக் காலத்தில் செய்வதுதானே

நல்லது? நீங்கள் அதைப்பற்றி ஒரு முயற்சியும் செய்ய வில்லையே?"

"ஏன். ஏதாவது தகவல் இருக்கிறதா? திடீரென்று கேட்கிறாயே?"

"அதெல்லாம் ஒன்றும் இல்லை. நமக்கு இருப்பது ஒரே பெண்; சிறு வயதில் மணம் முடித்தால் நல்லது இல்லையா? ஏதோ தோன்றியது, சொன்னேன்."

"அதைக் கவனிக்க இவருக்கு எங்கே பொழுது இருக்கிறது? பொழுது விடிந்தால், சிமெண்ட், காரை, டிம்பர், கர்டர், செங்கல், சூளை என்று பறக்கிறாரே; பெண்ணைப் பற்றி எங்கே கவனிக்கப் போகிறார்?" என்று பர்த்தாவுக்காகப் பரிந்து பேசினாள் காமாட்சி.

மனோகரன் காரணம் இல்லாமல் இந்த விஷயம் பற்றிப் பேசமாட்டான் என்பது முருகேசனுக்குப் புரிந்தது. ஆகையால், நீலாவின் கல்யாணம் பற்றித் தீவிரமாக யோசிக்கலானார் – அவர் அதைப் பற்றி அசட்டையாக இருந்தார் என்று கூறியது தவறு. அவளை நல்ல இடத்தில் அமர்த்த வேண்டும் என்று சில முயற்சிகளும் செய்தார். மனோகரன் அவர்களிடம் வந்து சேர்ந்ததும் அவன்மீது அவருக்கும் பாசம் ஏற்பட்டது; அப்பாசத்தை வளர்க்கும் முறையில் அவனுடைய குணாதிசயங்களும் அமையவே மனோகரனுக்கே நீலாவை மணம் முடித்து விடலாம் என்று அவருக்குத் தோன்றியது. அப்படிச் செய்தால், நல்லவனான மருமகன் கிடைக்கிறான் என்பது ஒரு லாபம். தங்களுடைய ஒரே மகளைப் பிரிய வேண்டிய தேவை இல்லை என்பது பெரும்லாபம் – அவன் தக்க பாத்திரம் என்பதைப் பல விதத்திலும் அவர் சோதித்து ஊர்ஜிதம் செய்து கொண்டார்.

மனோகரன் வெளியில் போன பின் மனைவியிடம் தன் கருத்தை வெளியிட்டார் அவர். காமாட்சிக்கும் அவனிடம் அன்பு இருந்தது; தாய் – தந்தை, ஊர் – உறவு இல்லாத அனாதை ஆயிற்றே என்ற குறை அவனுக்கு இருந்தது; ஆனால் மகள் தங்களோடு எப்போதும் இருப்பாள் என்ற காரணத்தால் அவளும் கணவரின் விருப்பத்துக்கு இசைந்தாள்.

மறுப்பு முதலில் நீலாவிடமிருந்து வந்தது. கலியாணப் பேச்சு வந்ததும் அவளுக்கு மனோகரன் மீது சந்தேகம் உண்டாயிற்று; பெற்றோர் பேசியதிலிருந்து அவன் தன்னைக் காட்டிக் கொடுக்கவில்லை என்பது புரிந்தது. மனோகரனைக் கணவனாய் எண்ணிப் பார்க்க அவள் மனம் எளிதில் இசையவில்லை. அவன் தன்னை இழிவு செய்துவிட்டான்

என்று அவளுக்கு ஆத்திரமாகவும் இருந்தது. தன்னையும் தன் உடலையும் நிர்வகிக்கும் பெரிய கௌரவத்தை அவனுக்கு வழங்க அவள் மனம் இணங்கவில்லை.

பெற்றவர்கள். தங்கள் கட்சியைச் சொன்னார்கள், விவாகம் தவிர்க்க முடியாதது என்பதை உணர்ந்தாள். எங்காவது கட்டுப்பட்டாக வேண்டும்; மனோகரனுக்கு வாழ்க்கைப்படுவதால் அவளுக்குக் கட்டுப்படும் கணவன் கிடைக்கிறான். அவள் பிறந்து வளர்ந்த இடத்தை நீங்க வேண்டியதில்லை – இவையனைத்தும் அவளுக்கு வசீகரமான உண்மைகளாய் இருந்தன. "கணவன்" என்று அவனை வெளியில் காட்டுவதற்கு அவள் வெட்கப்பட வேண்டியதும் இல்லை. எல்லாவற்றுக்கும் மேலாக, தன்னுடைய அருமையை அவனுக்கு உணர்த்தலாம் என்ற விஷப் புத்தியும் அவளுக்கு இருந்தது. ஆகவே, பெற்றோரின் விருப்பத்துக்குப் பணிவது போல் அவள் மணத்துக்கு இசைந்தாள்.

நீலாவைவிடக் கடுமையாக மறுத்தவன் மனோகரன் தான். இந்த மாதிரி ஒரு யோசனை வரும் என்று அவன் உண்மையாகவே எதிர்பார்க்கவில்லை. முருகேசனின் தகுதிக்கு ஒவ்வாத ஒரு யோசனையாகவும், தன் தகுதியால் தாங்க முடியாத ஒரு விஷயமாகவும் இது இவனுக்குத் தோன்றியது. நள்ளிரவில் அவள் தன்னைத் தேடி வந்ததையும் அவன் மறக்கவில்லை. ஆனால் முருகேசன் வற்புறுத்திக் கூறியதும், நீலா உடன்பட்டதும், இந்த எண்ணம் மனத்தில் இருந்ததால் தான் அவள் அன்று இரவு வந்தாளோ என்று அவன் அவள் பக்கம் சரியத் துவங்கினான்.

திருமணம் வெகு விமரிசையாக நடந்தது.

4

மனோகரன் மணவாழ்க்கை குதூகலமாய்த் தொடங்கியது. முருகேசன் தம்பதி பங்களாவின் கீழ்ப் பகுதியை இளம் தம்பதிக்கென ஒதுக்கிவிட்டு மாடியில் ஒதுங்கிக் கொண்டனர்.

மனோகரன் தன்னைப் பாக்கியசாலியாகக் கருதினான். நீலா தனக்குக் கிடைத்த பெரும் பேறு என்று மகிழ்ந்தான். அவள் தன்னைவிட உயர்ந்தவள் என்று எண்ணி அவளிடம் மிகுதியாக மரியாதையுடன் பழகலானான். அவள் செய்த தவறு இதுதான்; மனைவியை சுயமரியாதையை இழக்கத் துணிய வேண்டும் என்பது கசப்பான உண்மையானாலும், உண்மைதானே?

கணவனின் தாழ்வு மனப்பான்மைக்கு நேர் எதிரான உயர்வு மனப்பான்மை நீலாவினிடம் மறைந்திருந்தது.

அவனை மணந்து கௌரவித்து விட்டோம் என்று மட்டும் அவள் நினைக்கவில்லை; தன் உடலை அவனிடம் ஒப்படைப் பதற்காக அவன் தன்பால் நன்றி செலுத்தவேண்டும் என்றும் எதிர்பார்த்தாள்! அவனால் தனக்குக் கிடைக்கும் இன்பம்கூட அவன் தனக்குச் செலுத்தும் நன்றிக்கடன் என்று அவள் நம்பினாள்! அவளுடைய போக்குக்கு ஏற்ப அவனுடைய தாழ்வு மனப்பாங்கும் அமையவே அவள் அவனை மதிக்க வேண்டும் என்பதைக் கற்கவில்லை. இந்த வேற்றுமையான மனப்பான்மை, அவர்களுடைய வாழ்க்கையே இசை கேடாக முடிவதற்குக் காரணமாயிற்று எனலாம்.

ஆரம்பத்தில் எல்லாமே அழகாயிருந்தன. ஹிந்துக்களின் மணவாழ்க்கை உடலுறவில்தான் தொடங்குகிறது; உடலுறவு மனவுறவுக்கு அடிகோலுகிறது; ஆனால் இந்த உடலுறவையும் மனவுறவையும் ஆத்மீக அடிப்படையில் வைப்பதால் ஹிந்துக் களின் மணவினை பல்லாயிரம் ஆண்டுகளாய் ஒழுங்காக இயங்குகிறது. மனோகரன் – நீலாவின் குடும்ப வாழ்க்கைக்கு உடலுறவு மட்டுமே அடிப்படையாக அமைந்தது. நீலா உடலை வழிபடுகிறவள்; உடலின் ரகசிய இன்பங்களை அறிமுகப்படுத்திய மனோகரனிடம் அவள் மிகவும் ஒட்டிப் பழகினாள். உடலுறவுக்காக அவள் சிரித்தாள்; அதற்காகவே அவள் அழுதாள்.

சோபன இரவன்றே நீலாவின் வக்கிரமான மனப் போக்கை மனோகரன் புரிந்து கொண்டிருக்க வேண்டும்; ஆனால் அவன்தான் கிறங்கியிருந்தானே!

வெகு அழுத்தலாய்க் கட்டில்மீது உட்கார்ந்துகொண்ட நீலா, “இந்தப் படுக்கை என்னைச் சுமக்கமாட்டேன் என்று இன்றும் சொல்லுமா?” என்று கேட்டாள்.

“கட்டாயம் சொல்லாது; நம் இருவரையும் சுமக்கும் பலம் இதற்கு இருக்கிறது!” என்று அவன் சிரித்தான்.

“அன்று மட்டும் என்னை அவமதித்தீர்களே?”

“புரியாமல் பேசுகிறாய்... நீ எனக்கு மனைவி ஆகப் போகிறாய் என்று நான் எதிர்பார்க்க முடியுமா? வேறு யாரையாவது நீ மணக்க நேர்ந்திருந்தால், அந்த இரவு உன் பெரிய தவறாக முடிந்திருக்கும் என்று அஞ்சினேன். ஆனால் என்னையே மணக்க உறுதி கொண்டுதான் அன்று நீ என்னிடம் வந்தாய் என்பதை நான் புரிந்து கொள்ள வில்லை.”

“இது உங்கள் தவறான யூகம்; அன்றைக்கு நான் அப்படி நினைக்கவில்லை. அப்பாவும் அம்மாவும் வற்புறுத்தினதால் தான் மனசை மாற்றிக் கொண்டேன்.”

"நானும் அப்படித்தானே? ஆசைகளை எல்லாம் வெளியிட முடியுமா?" என்றான் அந்த... முட்டாள் – 'தன் மனப்போக்கு போலவே அவள் மனப்போக்கும் இருந்தது என்று அவன் நினைத்தது மடமை இல்லையா?

இப்படித்தான் ஆரம்பமாயிற்று அவர்கள் மணவாழ்க்கை. ஆனால் மூர்க்கத்தனமான காமத்தின் அட்டகாசத்துக்கு முன்னால், அவர்களுக்கு இடையில் இருந்த மற்ற பேதங்கள் மறைந்து ஒளிந்து கொண்டன. வீட்டில் விளையாடுவது போதாது என்று காரில் சுற்றுப் பிரயாணம் கிளம்பி கடற்கரையிலும், மலை உச்சியிலும், புல்வெளியிலும் விளையாடி மகிழ்ந்தார்கள் – ஒத்த உடல் நலன் வாய்ந்த அவர்களுக்கு ஒத்த மனநலனும் அமைந்திருந்தால்...?

கதை வேறாக இருந்திருக்கும். ஓராண்டுக்காலம் இளமையை அலசிப்பிழிந்து சுகித்தார்கள். இந்தக் கிறக்கம் தெளிந்தபோது – மனோகரன் நீலாவின் நடத்தையில் பிசகு காணத் தொடங்கினான்; நீலா மனோகரனிடம் பழமை காணத் தொடங்கினாள்!

அவனுக்குப் பகலில் தொழில் சம்பந்தமான வேலைகள் இருந்தன. அவளுக்கு எப்படிப் பொழுது போகும்? உடலை உரப்படுத்திக் கொள்வதற்காக அவள் செய்த தேகப்பயிற்சிக் காகவும் சில மணிநேரம் கழிந்தது. எஞ்சும் நேரத்தைத் தாயாருடன் "பொதுப் பணிகளில்" செலவிடத் தொடங்கினாள். சிறிது காலத்தில் தாயாரையும் மீறி அவற்றில் ஈடுபட்டாள். சென்னை நகரத்திலும் பத்திரிகைகளில் அவள் பெயரும் படமும் புகழ் பெற்றன.

மனோகரனே அவளை ஊக்கினான். மனைவியின் பெயர் பிரபலமாவதைக் காண அவனுக்குப் பெருமையாக இருந்தது. ஆனால், நாள் போகப் போக, அவள் இரவில் நேரம் கழித்து வருவதைக் கவனித்தான்; அவள் சோர்ந்து துவண்டு வருவதையும் கவனித்தான். காரில் அவளோடு ஆண்களும் பெண்களுமாய்க் கூட்டம் வருவதைப் பார்த்தான். சில சமயம், இளைஞர்களுக்கிடையில் அவள் தனி ஒருத்தி யாக வருவதையும் பார்த்தான். முதலில் அவன் பார்த்தான்; பிறகு அவளே அவர்களை எல்லாம் அழைத்து வந்து அவனுக்கு அறிமுகப்படுத்தி வைக்கலானாள். இளைஞர்களோடும் சினேகிதிகளோடும் அவள் சிரித்துக் கும்மாளம் அடிப்பதையும், தன்னைத் தனிமையில் காணும்போது சிடுசிடுப்பதையும் கண்டபோது அவனுக்கு உறுத்தலாக இருந்தது. அவளைக் கண்டிக்க வேண்டும் என்று சில சமயம் எண்ணினான்; எதற்காகக் கண்டிப்பது என்றோ, எப்படிக் கண்டிப்பது

பனிமுடி மீது ஒரு கண்ணகி

என்றோ அவனுக்குப் புரியவில்லை. பொறாமைக்கும் சந்தேகத்துக்குமே இடம் தந்தால் குடும்ப வாழ்க்கை குலைந்து விடும் என்று தன்னைச் சமாதானப்படுத்திக் கொள்ள முயன்றான்.

இந்தப் போலிச் சமாதானத்தையும் மூர்த்தி என்பவன் தகர்த்து விட்டான். அவன் யாரோ ஒருவன்; யாராக இருந்தால் என்ன? நல்ல பாம்புபோல் அழகாயிருந்தான்; வயது இருபதுதான் இருக்கும். எந்நேரமும் நீலாவையே பிரதட்சிணமாகவும் அப்பிரதட்சணமாகவும் சுற்றிக் கொண் டிருந்தான் அவன். மனோகரன் தொழிலுக்காக வெளியில் சுற்ற வேண்டியவன்; மூர்த்தி இவர்கள் பங்களாவிலேயே அடிக்கடி தங்க ஆரம்பித்தான். நீலா அவனோடு காரில் கிளம்புவதைப் புதிதாக யாராவது பார்த்தால் அவர்களைத் தம்பதி என்றே நினைக்கத் தோன்றும்; அவ்வளவு நெருக்கம்!

இவற்றையெல்லாம் சமூக சேவை என்று நினைக்கிற பரந்த மனப்பான்மை மனோகரனுக்கு இல்லை. பொறாமை அவனைக் குதறியது. மனைவியை எச்சரிக்க வேண்டும் என்று சில சமயம் அவன் வாய் திறக்கும்போது வார்த்தை கிடைக்காது. அந்த நேரம் பார்த்து, “நெருங்கிப் பழகுவதைத் தவறாக நினைக்கக் கூடாது” என்ற எண்ணம் உண்டாகும்; எச்சரிக்கையை நிறுத்திவிடுவான். குற்றம் செய்யாதவர்களைச் சந்தேகமே குற்றம் செய்யத் தூண்டும் என்று தோன்றும். சந்தேகப்படாமல் இருப்பதும் எப்படி? மணமாகுமுன்பே அவனைத் தேடி வந்தவள் ஒழுக்கத்தை மதிப்பாளா? அதை அவள் தவறு என்று கூட எண்ணவில்லையே! தவற்றைத் தவறு என்று எண்ணாதவள் துணிவாக மேலும் தவறு செய்வாள் என்று அவனுக்குத் தோன்றியது.

அவள் தன்னுடன் பழகும் முறை மாறி விட்டதையும் அவன் கவனித்தான். அவள் முகம் கொடுத்துப் பேசவில்லை என்ற குறைக்கு இடமில்லை; ஏனென்றால், இரவில் அயர்ந்து அலுத்துத் தூங்கிவிடுவாள்; பகலில் சிநேகிதர்களுடன் ஓட்டம்; அவனுடன் பேசுவதற்குச் சந்தர்ப்பமே இல்லை. முன்போல் அவள் உடலின்பத்துக்காகவும் அவனை நாடாமல் இருந்ததால் அவன் சந்தேகம் வலுத்தது.

மனோகரன் தனக்கு உபகாரிகளாக விளங்கிய முருகேசன் தம்பதிக்காகப் பொறுமையாக இருக்க வேண்டும் என்று எண்ணினான். ஆனால் நாளாக ஆக, அவர்கள் மீதே சந்தேகம் எழத் தொடங்கியது, மகள் நடத்தை கெட்டவள் என்று தெரிந்துதான் அனாதையான தன்கழுத்தில் அவளைக் கட்டி விட்டார்களோ என்று எண்ணலானான்.

"நான் அனாதைதான்; அனாதை என்றால் மானம் கெட்டவன், சுரணை இல்லாதவன் என்று அர்த்தமா? செல்வத்தோடு வந்தாள் என்பதற்காக நான் அவளுக்குக் கூஜா தூக்கவேண்டுமா? எனக்குத் தெரிகிற உண்மை பெற்றவர்களுக்குத் தெரியாதா? அவர்கள் ஏன் கண்டிக்க வில்லை? – கண்டித்துப் பயனில்லை என்று கைகழுவி விட்டார்கள். கலியாணமானால் திருந்தி விடுவாள் என்று அவர்கள் ஒருகால் எதிர்பார்த்திருக்கலாம். நான் திருத்தி விடுவேன் என்று எண்ணியிருப்பார்கள். ஒழுக்கம் என்றால் என்ன என்பதையே அறியாதவர்களை யாரால் திருத்த முடியும்? இதை இப்படியே வளரவிடுவதா? இதற்கு என்ன வழி என்னதான் முடிவு? . . ."

– இம்மாதிரி எண்ணங்களால் உதையுண்டு ஹாலில் உலாவிக் கொண்டிருந்தான் மனோகரன். "இன்று அவளை எச்சரித்துவிடுகிறேன். அவள் இனிமே வெளியே போகக் கூடாது. அவள் நண்பர்கள் யாரும் இந்த வீட்டு வாசலை மிதிக்கக் கூடாது. யாராவது வந்தால் நானே அவர்களை அவமதித்து வெளியேற்றுவேன் என்பதைக் கச்சிதமாய்ச் சொல்லி விடுகிறேன்" என்று உறுதியான தீர்மானத்துக்கு வந்தான். நீலா வரவேண்டும் என்று ஆத்திரமாய்க் காத்திருந் தான்; வழக்கம் போல், நடுநிசிக்கு மேலும் அவள் வரவில்லை. அவள் வரும்வரை தூங்குவதில்லை என முடிவு செய்து கொண்டு நாற்காலியில் அமர்ந்து மேஜைமீது தலை கவிழ்ந் தவனை, எண்ணக்கூட்டம் தாலாட்டித் தூங்க வைத்து விட்டது. தூக்கத்தில் கனவு; கனவிலும் நீலாதான் வருகிறாள், அவனிடம் மிக எளியவளாய்க் கொஞ்சுகிறாள்; "நெருங்கிப் பழகினால் ஆண்கள் தவறாக எண்ணிக்கொள்கிறார்கள்; மூர்த்தியைத் தம்பியாக எண்ணிப் பழகினேன். அவனுக்கும் துர்புத்தி வந்துவிட்டது. சே! இனிமேல் நான் வெளியே போகப் போவதில்லை" என்று அவள் சொல்வதைக் கேட்க அவனுக்கு எவ்வளவு ஆனந்தமாக இருக்கிறது! படுக்கையை இதுவரை வெறுத்தவள் இன்று அவனை மகிழ்விக்கிறாள் கனவில்தான்! பிறகு அவள் சர்பத் கரைத்துக்கொண்டு வந்து, மார்புடன் அணைத்துக்கொண்டு அவன் வாயில் ஊற்றுகிறாள். அவன் சாப்பிட்டு முடிந்ததும், அவள் பேய் போல் சிரித்தாள்: "என்மீது சந்தேகப்பட்டீர்கள் அல்லவா? சந்தேகம் வேண்டாம்; இப்போது நீங்கள் சாப்பிட்டது சர்பத் அல்ல. விஷம்!" –கனவினால் அஞ்சி நடுங்கியவன் பதறிய வேகத்தில் மேஜை மீதிருந்த வெள்ளித் தம்ளர் உருண்டது; அது கீழே விழுந்த சத்தத்தால் அதிர்ச்சியுற்று எழுந்தான். எல்லாம் கனவுதான்; கனவிலுமா அவள் அவனை ஏமாற்ற வேண்டும்?

இரவு ஒரு மணிக்குமேல் ஆகிவிட்டது. நீலா இன்னும் வரக் காணோம். நடையால் கால்கள் கடுத்துவிட்டன; எண்ணங்களால் மூளை மரத்தது. திறந்த கண்களில் வெறுமை குவித்துக்கொண்டு மீண்டும் நாற்காலியில் அமர்ந்தான். வெகு நேரத்துக்கு அப்பால் – என்ன மணியோ? – வீதியில் கார் நிற்கும் சத்தம், கூர்க்கா காம்பவுண்டுக் கதவைத் திறக்கும் சத்தம், வாசலில் கார் நிற்கும் சத்தம் எல்லாம் கேட்டன. எழுந்து பார்க்க வேண்டும் என்றுகூட அவனுக்குத் தோன்றவில்லை.

நீலா தனியாக வரவில்லை; அவளுடைய "பாய் ஃப்ரண்ட்" மூர்த்தியும் வந்தான். இருவரும் மிக உக்கிரமாக எதைப் பற்றியோ வாதித்துக்கொண்டு வந்தார்கள். ஹாலில் மனோகரனைக் கண்டதும் நீலா சிரித்தாள்; "நீங்கள் இன்னும் தூங்கவில்லையா? எனக்காகக் காத்திருக்க வேண்டாம்; தூங்குங்கள் என்று எத்தனை தரம் சொல்லியிருக்கிறேன்?" என்று பரிவாகச் சொன்னாள் அவள்.

"முன் காலத்தில் கணவனின் வருகையை எதிர் பார்த்து மனைவி காத்திருப்பாளாம்; காலம் மாறிவிட்டது!" என்று கார்ட்டூன்போலக் கோணல் காட்டினான் மூர்த்தி.

மனோகரன் அவர்கள் பக்கம் திரும்பவில்லை; அவர்கள் பேச்சைக் கேட்டவனாகவும் தோன்றவில்லை.

"கண்களைத் திறந்தபடி தூங்கிவிட்டார் போல் இருக்கிறது! மூர்த்தி, சர்பத் சாப்பிடுகிறீர்களா?"

"காப்பி சாப்பிட்டுத்தானே வந்தோம்?"

"சர்பத் என்ன செய்துவிடும்?"

அவள் இரண்டு கிளாஸ்களில் சர்பத் கொண்டு வந்தாள். அதை உறிஞ்சிக்கொண்டே அவர்கள் சளசளவென்று பேசினார்கள்.

"சரி, நான் புறப்படுகிறேன்; உங்கள் காரை எடுத்துப் போகிறேன்" என்றான் மூர்த்தி.

"காலையில் எனக்குக் கார் வேண்டுமே?"

"ஒன்பதாவது மணிக்குக் காருடன் ஆஜராகிறேன்; சரி தானே?... மிஸ்டர் மனோகரன்! நான் வரட்டுமா?" என்று ஓடுகிற நடையில் அவன் விடை பெற்றான். அவனுக்குப் பின்னால் விரைந்த நீலா, அவன் புறப்பட்டதும் "டாடா" சொல்லிவிட்டுத்தான் உள்ளே வந்தாள்.

"நீங்கள் ஏன் காத்திருக்கிறீர்கள்? எனக்குத் தூக்கம் வருகிறது; தூங்கட்டுமா!" என்று மனோகரனின் தோள்களைப் பற்றி உலுக்கினாள் அவள்.

எம்.வி. வெங்கட்ராம்

தூக்கம் கலைந்தவன் போல் அவன் எழுந்து நின்றான்; "இதெல்லாம் என்ன?" என்று கேட்டான்.

"எதெல்லாம் என்ன?"

"இவ்வளவு நேரம் எங்கே சுற்றினாய்? மூர்த்தி உன்னோடு ஏன் சுற்றுகிறான்?"

நீலாவுக்குச் சிரிப்பு வந்துவிட்டது: "இதைத்தான் கேட்டீர்களா? என்றைக்கும் இல்லாத புதிய கேள்வியாக இருக்கிறதே! எனக்குத் தூக்கம் வருகிறது. காலையில் பதில் சொல்லுகிறேன்." என்று கொட்டாவி விட்டுக்கொண்டே அவள் திரும்பினாள்.

"பதில் சொல்லிவிட்டுப் போ!" என்று அவள் வழியை மறித்தான் அவன்.

"இன்றைக்கு உங்களுக்கு என்ன வந்துவிட்டது? வழி விடுங்கள்!"

"கேள்விக்குப் பதில் சொல்லு!"

"நான் போவதற்கும் வருவதற்கும் உங்களிடம் அனுமதி கேட்டுக்கொள்ள வேண்டும் என்கிறீர்களா?"

"மூர்த்தி உன்னோடு ஏன் சுற்றுகிறான்?"

நீலாவுக்கும் கோபம் வந்துவிட்டது. சோபாவில் அழுத்தமாய்க் கால்மேல் காலிட்டு அமர்ந்தாள்: "இப்போது கேளுங்கள்; பதில் சொல்லிவிட்டுப் படுக்கிறேன்."

அவளுக்கு எதிரே கிடந்த நாற்காலியில் அவன் உட்கார்ந்தான்; "கேட்டதற்குப் பதில் சொல்லவில்லையே?"

"நான் போவதும் வருவதும் என் இஷ்டம். யாரோடு போகிறேன், ஏன் போகிறேன் என்பதை உங்களிடம் சொல்ல முடியாது – அப்புறம்?"

"நீ இனிமேல் எனக்குத் தெரியாமல் வெளியே போகக் கூடாது. உன் நண்பர்கள் இங்கே வரக்கூடாது."

"பரவாயில்லையே! ஒண்டவந்தபிடாரி ஊர்ப்பிடாரியை விரட்டிய கதையாகப் பேசுகிறீர்களே! இது எங்கள் வீடு. இங்கு வருகிறவர்களைப் பற்றிக் கேட்க உங்களுக்கு அதிகாரம் இல்லை – அப்புறம்?"

"அப்படியானால், நான் இந்த வீட்டில் இருக்க விரும்ப வில்லை; எழுந்திரு போகலாம்! என்று அவள் கையைப் பற்றி இழுத்தான் அவன்.

நீலாவுக்குத் தூக்கக் கலக்கம்தான்; இருந்தாலும், கணவனின் புதிய போக்கைக் கண்டு சற்று நிதானித்துக் கொண்டாள்: "உட்காருங்கள்! என்றைக்கும் இல்லாமல்

இன்றைக்கு என்ன புதிதாய் இப்படி? மூர்த்தியோடு நான் பழகுவதைப் பார்த்து உங்களுக்குச் சந்தேகம் உண்டாகி விட்டது. பொறாமையால்தான் இவ்வளவு ஆத்திரப் படுகிறீர்கள்...”

தொடர்ந்து அவள், “மூர்த்திக்கும் எனக்கும் யாதொரு தொடர்பும் இல்லை; தம்பியாகப் பாவித்துப் பழகுகிறேன்” என்று கூறிவிடப் போவதாய் அவன் எதிர்பார்த்தான். அது பொய் என்று தோன்றினாலும் அவன் குளிர்ந் திருப்பான்; அவள் சர்பத் என்று சொல்லி விஷம் கொடுத் திருந்தாலும் சாப்பிட்டுக் குளிரத் தயாராயிருந்தான்.

“இது ஆத்திரப்படாமல் பேசித் தெளிய வேண்டிய விஷயம். பொறுமையாய்க் கேட்பீர்களா?”

மனோகரன் மௌனமாயிருந்தான்.

“சந்தேகப்படுவதற்காக நான் உங்களைக் குறைகூற முடியாது. நான் மூர்த்தியோடு பழகுவதைப் பார்க்கிற யாருக்கும் சந்தேகம் உண்டாகத்தான் செய்யும். கலியாணத்துக்கு முன்னால் நான் உங்களைத் தேடி வந்ததால் என்னைப் பற்றி உங்களுக்குக் கேவலமான எண்ணம் உண்டாகிவிட்டது; அப்படியிருந்தும், நீங்கள் என்னை ஏன் மணக்க வந்தீர்கள்? என் பணத்துக்காகத்தான் என்னை மனைவியாக ஏற்றீர்கள் என்று எனக்குத் தோன்றுகிறது.”

தன்னை எத்தகைய குணஹீனனாக அவள் கருதுகிறாள் என்பதை அவளுடைய வாய்மொழியாகவே கேட்டதும் மனோகரன் திகைத்தான்: “பணத்துக்காக நான் உன்னை மணந்தேன் என்ற எண்ணம் எப்போது உனக்கு உண்டாயிற்று?”

“அவசரப்படாதீர்கள். நான் நினைப்பது தவறாகவே இருக்கலாம்; ஆனால் எனக்கு அப்படி ஓர் எண்ணம் வந்துவிட்டது. அதைப்பற்றி உங்களுடன் விளக்கமாகப் பேசவேண்டும் என்று மூன்று மாதமாய் யோசிக்கிறேன். எப்படிப் பேசுவது என்று தோன்றாமல் இருந்தது. இன்று நீங்களே ஆரம்பித்து விட்டீர்கள். என் மனத்தில் இருப்பதை மறைக்காமல் சொல்லிவிட விரும்புகிறேன்.”

“இப்போது சொன்னதைத் தவிர இன்னும் மனத்தில் வைத்திருக்கிறாயா?”

“நீங்கள் இப்படி வேகப்பட்டால் நான் பேசவில்லை, ஒருவரை ஒருவர் புரிந்துகொள்ளப் பொறுமை வேண்டும்.”

“பொறுமையாய்க் கேட்கிறேன் – அதுதான் என்னிடம் ஏராளமாக இருக்கிறதே!” என்றான் மனோகரன்.

“நீங்கள் என்மேல் சந்தேகப்பட்டு விசாரித்தீர்கள். அதற்கு என்ன அர்த்தம்? உங்களுக்கு என்மேல் நம்பிக்கை இல்லை

என்பதுதானே? உண்மையான அன்பு உள்ள இடத்தில் சந்தேகத்துக்கு இடமே கிடையாது. நான் எதையும் மறைத்துப் பேச விரும்பவில்லை. அனாதையாக ஒண்ட வந்தவர் என்றாலும் உங்களிடம் எனக்கு மயக்கம் உண்டானது உண்மை. இன்று அந்த மயக்கம் தெளிந்துவிட்டது; உங்களை மணந்தது தவறு என்று தோன்றுகிறது. உங்களிடம் எதிர்பார்த்த திருப்தி எனக்குக் கிடைக்கவில்லை."

"தாங்க முடியாத வலியைப் பொறுத்துக் கொள்வதுபோல் மனோகரன் முகத்தைச் சுளித்துக் கொண்டான்: "என்னது?– பொறுமையாகத்தான் கேட்கிறேன். பணவிஷயத்தில் நீ என்னிடம் திருப்தி எதிர்பார்த்திருக்க முடியாது. மணமான பிறகு என் அழகு குறைந்துவிடவில்லை. வேறு எந்த விஷயத்தில் என்னிடம் திருப்தி கிடைக்கவில்லை என்கிறாய்?"

"அதை நீங்களே புரிந்துகொள்ள வேண்டும். நீங்கள் திருப்தி தராத சமயத்தில் மூர்த்தியைச் சந்தித்தேன். காதல் எப்படி நேருகிறது என்பதை யாராலும் கூறமுடியாது. உங்களிடம் காணாத திருப்தி அவரிடம் எனக்குக் கிடைக் கிறது."

"கணவனை வெறுத்து அன்னியனுடன் உறவுகொள்வதற்குக் காதல் என்று பெயரா?"

"என்ன பெயரானால் என்ன? உங்களுக்கு என்மேல் நம்பிக்கை இல்லை. எனக்கும் உங்களிடம் ஒட்டுறவு இல்லை. இருவருக்கும் துன்பமான இந்த வாழ்க்கையை ஏன் நீடிக்க வேண்டும்? நான் ஓர் ஏற்பாடு சொல்லுகிறேன். நாம் கண்ணியமாக விவாகரத்து செய்து கொள்வோம். நீங்கள் எவ்வளவு மூடி மறைத்தாலும் என்னை மணந்ததற்குப் பணம்தான் நோக்கம் என்பது எனக்குத் தெரியும். உங்களுக்குத் திருப்தியான பண ஏற்பாடு செய்கிறேன். உங்களுக்குப் பிடித்தவளை மணந்து சுகமாக இருங்கள். நான் மூர்த்தியை மணக்கிறேன் – இது எல்லாருக்கும் நிம்மதியான ஏற்பாடு; விவாகரத்து ஆன பிறகும் நாம் நண்பர்களாக இருக்கலாம். என்னை மணந்ததால் நீங்கள் அடையும் லாபத்தை எண்ணிப் பாருங்கள். சுமார் ஒண்ணரை வருஷம் என்னோடு வாழ்ந்தீர்கள்; அனாதையான நீங்கள் இந்த அதிர்ஷ்டத்தை எண்ணிப் பார்த்திருப்பீர்களா? இப்போது தேவையான பணம் கிடைக்கப் போகிறது. ஆயுள் முழுவதும் உழைத்தாலும் சம்பாதிக்க முடியாத பணம் தருகிறேன். திருப்தி தானே?"

"மூர்த்தியிடம்தான் உனக்குத் திருப்தி உண்டாகிறது; அதனால், முதல் கணவன் இருக்கும்போதே இரண்டாம் கணவனாக அவனைத் தேர்ந்தெடுக்கிறாய்."

"உண்மையை ஒளிக்காமல் பேசுகிறேன். பதட்டம் அடைகிறீர்கள்."

“பதட்டமா? எதற்காக? பதறும்படி என்ன நடந்துவிட்டது? ஒருவரை ஒருவர் புரிந்து கொள்வதற்காகப் பேசுகிறோம். நீ சொல்வது நல்ல ஏற்பாடுதான். நீ மனம்விட்டுப் பேசுகிறாய். பணத்துக்காக உன்னை மணந்தேன் என்பதை நானும் மறைக்க விரும்பவில்லை . . . எவ்வளவு தருவாய்?”

“எவ்வளவு வேண்டும்?”

“இரு, யோசித்துச் சொல்கிறேன்.”

பிறகு ஒரு சூறாவளி வீசியது; உணர்ச்சிகளில் ஜன்னி வேகம் பிறந்தது. கட்டுண்ட துஷ்ட மிருகம் வழி தேடி அலைவதுபோல் அவன் ஹால் முழுவதும் சுற்றிச் சுற்றி அலைந்தான். உடம்புக்குள் ஓடும் ரத்தம் வாய்க்குள் வந்து, வாயில் ரத்தச்சுவை ஊறியது; நாக்கைச் சப்பிட்டுக் கொண்டான். கண்கள் தேடின. “கப்போர்டில் இருக்கிறது” என்று யாரோ காதில் சொன்னாற்போலிருந்தது. அதைத் திறக்கும் போது கைகள் நடுங்கின. திறந்துகிடந்த பேனாக்கத்தி ஒன்று கையில் வந்தது. ஹிருதயத்தில் “மூன்று முறை” என்று யாரோ முணுமுணுத்தார்கள். கத்தியுடன் அவளை நோக்கி அவன் பாய்ந்தான். அதைக் கண்டு துள்ளி ஓட முயன்றவளைத் தலைமயிர் பற்றியிழுத்து கீழே தள்ளினான் “கொலை! கொல்லுகிறான்!” என்று கூக்குரலிட்ட அவள் வாயை இடது கையால் உறுதியாக அழுத்தி மூடினான். அவளுடைய மார்புக்குக் கீழே அமர்ந்து ஹிருதய ஸ்தானம் பார்த்து, “ஒன் . . . டூ . . . த்ரீ!” என்று வாய்விட்டு மூச்சோடு எண்ணிக்கொண்டே மூன்றுமுறை கத்தியைச் செருகினான். கைகளால் அவனை அடித்துக் கொண்டும், கால்களால் உதைத்துக்கொண்டும், மார்பால் எகிறியும் படபடவென்று துள்ளிய அவள்மீது தான் எருமை போன்ற கனத்துடன் உட்கார்ந்திருப்பதை உணர்வின் வெகு தொலைவில் கண்டான். ரத்தம் குபுகுபுவென்று பெருகி அவன் கையும் பிசுபிசுவென்றாயிற்று. கத்தி நழுவாதிருக்க கைப்பிடியை இறுக்கிக் கொண்டு, அவளுக்கு இடதுபுறமாகத் தாவி, அடிவயிற்றில் ஃபோர்!” என்று கத்திக்கொண்டு கத்தியைப் பாய்ச்சினான். மறுபடியும் அவள் உடல்மீது தாவி உட்கார்ந்து, கத்தியைத் தன் மார்புக்கு நேராகத் திருப்பிக் கொண்டதும் அவன் முகத்தில் ஒரு புன்சிரிப்பு எழுந்தது. கையை இறுக்கி உறுதியாகக் கத்தியை ஓங்கி அழுத்தமாய்ச் செலுத்தும்போது இடி இடிப்பதுபோல் பெரும் சப்தம் கேட்டது. மார்பில் பாய்ந்த கத்தியுடன் அப்படியே அவள் உடல்மீது சாய்ந்தான் அவன் . . . மூன்று நிமிஷம் இருபது விநாடிகளில் இந்தக் காட்சி முடிந்துவிட்டது.

மூன்றாம் பாகம்

மனோகரனுக்கு உணர்வுவந்து ஒழுங்காகப் பேசுவதற்கு ஒரு வாரம் ஆயிற்று. மார்பில் பட்ட காயம் ஆழமானது; ரத்தச் சேதமும் அதிகம்; பலசாலியாதலால் உயிருக்கு அபாயமின்றிப் பிழைத்தான்.

அவனுடைய உடல்நிலை திருந்தியதை அறிந்து அவனைக் கைது செய்த சர்க்கிள் இன்ஸ்பெக்டர் ஆஸ்பத்திரிக்கு வந்த போது அவருடன் முருகேசனும் வந்தார். மகளை இழந்த அவர் இந்த ஒரு வாரத்தில் மிகவும் நலிந்து விட்டார். அவர் மனைவி காமாட்சி சின்னாபின்னமான மகளின் சடலத்தைப் பார்த்து மயங்கி விழுந்தாள்; மறுநாள் அவளுக்குப் பிரக்ஞை வந்தாலும், கடுமையான காய்ச்சல் கண்டது. "நீலா, நீலா!" என்று அரற்றியவளாய்ப் படுத்த படுக்கை ஆகி விட்டாள். இதனால் அவளுடைய சோகத்துக்குத் தாராள மான வடிகால் கிடைத்துவிட்டது. ஆனால் முருகேசன் அதிர்ச்சியைத் தாங்குவதுடன், மேல் நடக்க வேண்டிய காரியங்களை எல்லாம் கவனித்தாக வேண்டியிருந்தது. சோகத்தின் வெறிக்கடி அவரைக் கொத்தியது; தனக்குப் பைத்தியம் பிடிக்கும், இல்லாவிட்டால் மனைவிபோல் படுக்க நேரும் என்று எண்ணியவாறே செய்ய வேண்டியதைச் செய்து வந்தார். மகளைக் கொன்றவனும் மாயவேண்டும் என்று அவருக்கு ஆத்திரம் வரவே செய்தது, ஆனால் அவனும் தற்கொலைக்கு முயன்று அபாய நிலையில் இருந்ததைக் கண்டதும் அவர் மனம் சிறிது சிறிதாக நெகிழ்ந்தது.

கொலை நடந்த இரவு வரை மனோகரன் தன்னிடம் பணிவுடனும் உண்மையாகவும் நடந்ததை அவர் மறக்க வில்லை. ஆகையால் அவன் திட்டமிட்டுக் கொன்றதாக அவருக்குத் தோன்றவில்லை. மனோகரனும் நீலாவும் மிகவும் அன்பாகவும் நெருக்கமாகவும் பழகியதை அவர் அறிவார். திடீரென்று அவன் கொலைவெறி கொள்ளும்படி என்ன நடந்தது என்ற சந்தேகம் அவருக்கு எழுந்தது.

மனோகரனைக் கைது செய்த சர்க்கிள் அவருக்கு மிகவும் வேண்டியவர். அவரோடு முருகேசனும் விசாரணை செய்ததில், கொலையன்று இரவு வெகுநேரம் கழித்து நீலா மூர்த்தியுடன் வீட்டுக்கு வந்ததும், மூர்த்தி சற்று நேரத்திற்குப் பிறகு அவள் காரில் திரும்பியதும் தெரிய வந்தன. நீலாவுடன் பழகிய நண்பர்களை அந்தரங்கமாய் விசாரித்ததில் அவள் மூர்த்தியுடன் கொண்ட தொடர்பு விரசமானது என்பதும்

சந்தேகம் இல்லாமல் தெரிந்தது. எல்லாவற்றையும் கூட்டிப் பார்த்த சர்க்கிளும் முருகேசனும் நடந்ததை எளிதில் ஊகித்துக் கொண்டார்கள். மூர்த்தி சம்பந்தமாய் மனோகரனுக்கும் நீலாவுக்கும் தகராறு எழுந்திருக்க வேண்டும்; நீலா முரட்டுத் தனமாய் ஏதாவது சொல்லி அவனுக்கு வெறி உண்டாக்கி இருக்கலாம் என்று முருகேசனுக்கே தோன்றியது. நடந்தது என்ன என்பது மனோகரனுக்கு உணர்வு வந்ததும் தெரிந்து விடும் என்று அவர் எண்ணினார்.

மகளிடம் அவருக்குப் பாசம் இருந்தது. ஆனால் அவள் குற்றவாளி அல்ல என்று கருத அவரால் முடியவில்லை. மனோகரனை அவர் வெறுக்கவும் இல்லை. போலீசில் அவர் கொடுத்த ஸ்டேட்மெண்டில் உண்மைகளைச் சற்றும் திரிக்காமல் சொன்னார். அதோடு அமையாமல் மனோ கரனை அன்புடன் நடத்தும்படி வேண்டிக் கொண்டபோது சர்க்கிளுக்குக் கோபம் வந்துவிட்டது. “நீலா ஆயிரம் தவறுகள் செய்திருக்கலாம்; அதற்காகக் கொலை நியாயம் ஆகிவிடுமா? இது ஒரு பிளேய்ன் கேஸ். கொலையை அவன் மறுக்க முடியாது . . .”

“அவன் மறுக்கவும் மாட்டான். அவனை உங்களுக்குத் தெரியாது. ஏதோ வேகத்தில் செய்து விட்டான்; மயக்கம் தெளிந்ததும் அவன் அதற்காகக் கதறுவான். பாருங்கள்.”

“ஏது, ஏது! அவனை மன்னித்து விடுதலை செய்யும் படிகூடக் கோருவீர்கள் போல் இருக்கிறதே! நல்லவ னானாலும் கொலை செய்தவன் கொலைகாரன்தான். தூக்குத் தண்டனை இல்லாவிட்டாலும் ஆயுள் தண்டனை நிச்சயம்” என்றார் சர்க்கிள்.

இருவரும் ஆஸ்பத்திரியில் மனோகரனின் அறையை அடைந்தபோது டாக்டரும் அங்கே இருந்தார்.

“டாக்டர்! ஆள் எப்படி இருக்கிறான்? பேசலாமா?”

“தாராளமாய். அசதி தவிர வேறொன்றும் இல்லை.”

மூவரும் மனோகரனின் படுக்கையருகில் வரிசையாக அமர்ந்தார்கள். அவன் அவர்களை மௌனமாகப் பார்த்துக் கொண்டிருந்தான்.

“என்ன மனோகரன். மாமனார் வந்தருக்கிறார்; வாய் திறந்து பேசக் கூடாதா? அவர் மனசு குளிரும்படியான காரியம் செய்திருக்கிறாய்; ஏதாவது சொல்லு!” என்று இடக்காகவே ஆரம்பித்து வைத்தார் சர்க்கிள்.

“நீங்கள் என்னிடம் எதற்காக வந்திருக்கிறீர்கள் என்று எனக்குப் புரியவில்லை. எதற்கு வந்தாலும் நீங்கள் போலீஸ்

அதிகாரி என்பதால் மரியாதைக் குறைவாய்ப் பேசக்கூடாது. என்னிடம் உங்களுக்கு என்ன வேலை?"

சர்க்கிள் விஷமமான புன்னகையுடன் முருகேசனைப் பார்த்தார். முருகேசன் பேசு முன் டாக்டர் குறுக்கிட்டார்: "நீங்கள் வருவதற்கு முன்னால் இவர், "நான் எப்படி ஆஸ்பத்திரிக்கு வந்தேன்?" என்று கேட்டார். நீங்கள் இல்லாமல் நான் பேச விரும்பவில்லை." போலீஸ்காரரோடு உங்கள் மாமனார் வருகிறார்; அவர்களிடம் பேசிக் கொள்ளுங்கள்" என்று பதில் சொல்லிவிட்டேன்."

"என் மாமனாரை அழைத்துவர வேண்டுமானால் போலீஸ்காரர் கைலாசத்துக்குத்தான் போகவேண்டும்" என்று யாரையும் பாராமல் பேசினான் மனோகரன்; அவனுக்கு சர்க்கிள் மீது கோபம் வந்துவிட்டது.

"உங்களைக் கண்டாலே கதறுவான் என்றீர்களே! நல்லவன், உத்தமன், உருகிவிடுவான் என்று வருணித்தீர்களே, முருகேசன்! என்ன சொல்கிறீர்கள்? உங்களையே கைலாசத் துக்கு அனுப்புகிறானே!" என்றார் சர்க்கிள் அமைதியாக.

"மனோகர், பெரிய தப்பும் செய்துவிட்டு இப்படி முரட்டுத்தனமாய்ப் பேசுகிறாயே, நியாயமா? நீலா என்ன செய்தாள்? என்னிடம் நீ ஒரு வார்த்தை கூடச் சொல்ல வில்லையே!" என்னும்போது முருகேசன் கண்ணீர் விடலானார்.

"கொஞ்சம் பொறுங்கள். நீங்கள் அழுவதைப் பார்த்தால் எனக்குப் பரிதாபமாக இருக்கிறது. நீங்கள் யார்? நீலா யார்? ஆள் மாறாட்டமாக நீங்கள் இங்கே வந்திருக்கிறீர்கள் என்று நினைக்கிறேன். டாக்டர்! இவர்கள் என்னைத் தேடி வந்தவர்கள் அல்ல." என்றான் மனோகரன், அவர்கள் வெளியே போகலாம் என்னும் குரலில்.

"மனோகரன்! இவர் உங்கள் மாமனார் முருகேசன்; தெரியாதுபோல் பேசுகிறீர்களே . . ." என்றார் டாக்டர்.

"பைத்தியக்காரனாக நடித்தால் கொலைக் குற்றத்தி லிருந்து தப்பி விடலாம் என்று நினைக்கிறான் போல் இருக்கிறது" என்றார் சர்க்கிள்.

கொலைக் குற்றம் என்றதும் மனோகரனின் முகம் வெளிறியது. அவன்மீது கொலைக்குற்றம் சாட்டப்பட் டிருக்கிறதா? – அது எப்படி முடியும்? நளினிக்கு அவன் ஒரு லட்ச ரூபாய் கொடுத்து அண்ணனை விஷமிட்டுக் கொலை செய்ய ஏற்பாடு புரிந்தது உண்மை; அவ்வாறே நளினியும் வெற்றிகரமாய் வேலையை முடித்து விட்டாள்.

சென்னை ஆபீசிலிருந்து அவன் போனில் பேசும்போது கூட அப்பா, அமிதக்குடியால்தான் அண்ணா இறந்தான், தகனக்கிரியைகளும் முடிந்துவிட்டன என்று மிகத் தெளிவாகச் சொன்னாரே; அப்படி இருக்க அவன்மீது கொலைக் குற்றம் இருப்பதாய் சர்க்கிள் கூறுவதன் பொருள் என்ன? அண்ணா கொலையுண்டான் என்ற உண்மை நளினி வாயிலாக வெளிப்பட்டிருக்குமோ? அவ்வாறானால் அவன் எச்சரிக்கை யாகப் பேச வேண்டும்; போலீஸ்காரர் ஏதாவது நாடகமாடி அவனிடமிருந்து உண்மையை அறிய முயலலாம் என்று எண்ணியவனாய் மௌனமாயிருந்தான்.

சர்க்கிளையும் டாக்டரையும் பேசாதிருக்கும்படி ஜாடைகாட்டிவிட்டு முருகேசன் சொன்னார்: "அனாதையாக என்னிடம் வந்து உண்மையாக உழைத்ததோடு என்னைத் தகப்பன் ஸ்தானத்தில் வைத்து 'அப்பா' என்று அழைத்தாய். உன்மீது எனக்குப் பாசம் உண்டாகி, ஒரே மகளை உனக்குக் கட்டிக்கொடுத்தேன். நீலா என்ன செய்தாள்? அவளை நீ ஏன் கொலை செய்தாய்? நீலா போய்விட்டாள்; அவள் திரும்பப் போவதில்லை..."

மனோகரனக்குப் பெரிய நிம்மதியாக இருந்தது; அவர்கள் அண்ணாவின் கொலை சம்பந்தமாய் வந்தவர்கள் அல்ல என்று தெரிந்ததும் பெருமூச்சு விட்டான். "நீங்கள் சொல்கிறபடி எல்லாம் நடந்திருந்தால் அது மிகவும் வருந்தத் தக்க விஷயம்தான். ஒரே மகள் என்கிறீர்கள்; அவளும் கொலை செய்யப்பட்டாள் என்றால்... தாங்குவது கஷ்டம் தான். சர்க்கிள் சார்! சோகக் கலக்கத்தில் பெரியவர் ஆளையும் மாற்றிக் காண்பிக்கிறார்..."

சர்க்கிள் மீண்டும் உறுமினார்: "பயல் பாசாங்கு செய்கிறான். கொலைகாரனை இப்படி விசாரித்தால் – இவன் தசாவதார வேஷமும் போடுவான். ஆஸ்பத்திரியிலிருந்து டிஸ்சார்ஜ் செய்ததும் உண்மையைக் கக்க வைக்கிறேன். முருகேசன், இனிமேல் நீங்கள் இந்த விஷயத்தில் தலையிடக்கூடாது..."

"மிஸ்டர் மனோகரன், மனைவியைக் கொலை செய்து விட்டு அதே கத்தியால் மார்பில் குத்திக்கொண்டு தற்கொலை செய்துகொள்ள முயற்சி செய்தீர்கள். அவள் உடம்பு மீதே மயங்கி விழுந்திருந்த உங்களை இங்கே ஆம்புலன்சில் கொண்டுவந்தோம். உங்கள் மாமனார் தலையிட்டதால்தான் போலீசும் ஆஸ்பத்திரியும் உங்களிடம் பரிவு காட்டுகின்றன. இப்போதும் சரி, பைத்தியம்போல் பாசாங்கு செய்து, ஒன்றும் தெரியாது என்பதால் தப்பிவிட முடியாது. செய்த குற்றத்தை மரியாதையாக ஒப்புக்கொண்டால் கோர்ட்டில் தண்டனை

எம்.வி. வெங்கட்ராம்

குறையலாம். மாமனாரின் சாட்சியத்தைப் பொறுத்துத்தான் தண்டனையும் இருக்கும். அவர் மனத்தைப் புண்படுத்தியது போதும்; மேலும் அவரை அவமதிக்க வேண்டாம்." என்று டாக்டர் படபடவென்று பேசினார்.

சர்க்கிள் சொன்னார்: "இவனுடன் என்ன பேச்சு? இவன் பழைய கேடியாக இருக்க வேண்டும்; முருகேசனை ஏமாற்றி மகளைக் கட்டிக்கொண்டு . . ."

"ஏன் கொலை செய்ய வேண்டும்? கேடியானால் ஏமாற்றிப் பணம் திருடலாம். மகளை மணந்து என் சொத்துக்கும் வாரிசாகப் போகிறவன் திருட வேண்டிய தேவையும் இல்லை. கொலை செய்திருக்கவும் மாட்டான். இவனுக்கு உண்மையாகவே பைத்தியம் பிடித்துவிட்டது என்று நினைக்கிறேன்." என்றார் முருகேசன்.

எல்லாவற்றையும் மௌனமாய்க் கேட்டுக்கொண்டிருந்த மனோகரன் இக்குழப்பத்திற்கு ஏதோ காரணம் இருக்கிறது என்று எண்ணிக் கூறினான்: "எனக்குப் பைத்தியமா, அல்லது நான் பைத்தியக்கார ஆஸ்பத்திரியில் இருக்கிறேனா என்று எனக்கே சந்தேகமாயிருக்கிறது. டாக்டர்! நான் சொல்வதை அமைதியாய்க் கேட்டுக் கொள்ளுங்கள். என்னைத் தெரியா விட்டாலும், என் தகப்பனார் பெயரைச் சொன்னால் உங்களுக்குப் புரியும். ராமநாதன் வீவிங் மில்ஸ் சொந்தக்காரர். ராமநாதன் என் தகப்பனார். எனக்குக் கலியாணம் ஆகி மனைவி இருக்கிறாள். ஹரிணி என்று பெயர். அவர்கள் திருச்சியில் இருக்கிறார்கள். என் மாமனார் காலமாகிப் பல வருஷம் ஆகிறது. இந்தப் பெரியவர் . . . பெயர் என்ன சொன்னீர்கள்? . . . முருகேசன் என் மாமனார். இவர் பெண்ணை நான் மணந்து கொலை செய்தேன்; கையும் மெய்யுமாகப் பிடித்தோம் என்கிறீர்கள்; குற்றத்தை ஒப்புக்கொள்ளச் சொல்கிறீர்கள் . . . இதெல்லாம் என்ன?"

டாக்டர் அவநம்பிக்கையுடன் தலை ஆட்டினார்; அவனுக்குப் புத்தி பேதலித்து விட்டதாய் அவருக்கும் தோன்றியது. சர்க்கிள் ஏமாறத் தயாராக இல்லை. "உன் மார்பில் நாங்கள் குத்திக் காயப்படுத்தினோம் என்பாயா? அந்தக்காயம் எப்படி வந்தது? ஆஸ்பத்திரிக்கு எப்படி வந்தாய்?"

"நடந்ததைச் சொல்கிறேன். நான் திருச்சியிலிருந்து ஒரு மாத "டூர்" புரோகிராம் போட்டுக்கொண்டு ஆமதாபாத், பம்பாய், கல்கத்தா என்று பறந்து கொண்டிருந்தேன். ஊரில் திடீரென்று அண்ணா செத்துவிட்டான், எனக்குப் போன் செய்தி லேட்டாய் சூரத்தில் கிடைத்தது. அங்கிருந்து பம்பாய்

வந்து சென்னைக்கு வந்தேன். இங்கு எங்கள் ஆபீசிலிருந்து அப்பாவுக்குப் போன் செய்தேன். அண்ணாவின் தகனம் முடிந்துவிட்டது என்றும், உடனே புறப்பட்டு வரும்படியும் அப்பா சொன்னார். நான் ராத்திரியே எங்கள் காரில் புறப்பட்டேன். மவுண்ட்ரோட் போஸ்ட் ஆபீசுக்கு அருகில் கார் எஞ்சினில் ஏதோ சத்தம் கேட்டது: ரிப்பேர் செய்வதற்காகக் கீழே இறங்கினேன். இறங்கி என்ன செய்தேன்?... ரிப்பேரும் செய்துவிட்டேன். பிறகு என்ன செய்தேன்?... எனக்கு ஞாபகம் இல்லை. மார்பில் எப்படிக் காயம் உண்டாயிற்று. நான் எப்படி இங்கே வந்தேன் என்று எனக்குத் தெரியவில்லை. டாக்டர், இந்தப் பெரியவர் முருகேசனின் கதை மிகவும் உருக்கமாக இருக்கிறது; ஏதோ பிசகு நேர்ந்து தவறாக என்னிடம் வந்திருக்கிறார் என்று நினைக்கிறேன்; இவர் மகளைக் கொலை செய்த குற்றவாளியைக் கண்டு பிடிக்க வேண்டிய பொறுப்பு போலீசைச் சேர்ந்தது. டாக்டர், எனக்கு ஓர் உதவி செய்யுங்கள். நான் ஊருக்குத் திரும்பாததால் அப்பாவும் ஹரிணியும் கவலைப்பட்டுக் கொண்டிருப்பார்கள். ஐந்து நாளாய் ஆஸ்பத்திரியில் இருக்கிறேன் என்கிறீர்களே; அண்ணா காலமாகிய துக்கத்தோடு, நான் காணோம் என்ற செய்தி அவர்களை ரொம்பவும் வேதனை செய்துவிடும். அப்பாவுக்கு நான் இங்கே இருப்பதாய்ப் போன் செய்யமுடியுமா? தந்தியும் தரலாம். செலவுக்காகக் கவலைப்படவேண்டாம்."

மனோகரன் பேசி முடிக்கும்வரை யாரும் குறுக்கிட வில்லை. அவன் பித்துக்குளி மாதிரிப் பேசவில்லை என்பதை மற்றவர்கள் கவனித்தார்கள்; ஆனால் அவன் பைத்தியம்தான் என்று சர்க்கிள் உள்பட மூவரும் நினைத்தார்கள்.

"ராமநாதன் கோடீசுவரர். அவருக்குப் பிள்ளை என்று சொல்லிக்கொள்கிறான்; நானே ராமநாதன் என்று சொல்லாமல் இருந்தானே! இவனிடம் நான் என்ன ஸ்டேட்மெண்ட் வாங்கமுடியும்? ஆஸ்பத்திரியிலிருந்து டிஸ்சார்ஜ் செய்ததும் ரிமாண்டில் வைக்க ஏற்பாடு செய்கிறேன்..."

"சர்க்கிள் சார்! என்னைப் பைத்தியம் என்றே தீர்மானிக்கிறீர்களா? நீங்கள் என் தகப்பனாருக்குப் போன் செய்து பார்க்கக்கூடாதா?"

"அவரும் கைலாசத்தில்தான் இருக்கிறாரா?" என்று கேட்டுக்கொண்டே சர்க்கிள் எழுந்தார்.

அவர்கள் தன்னைப் பித்தன் என்று நினைத்து அதற்கு ஏற்பக் காரியங்களை நிர்ணயிப்பதைக் கேட்ட மனோ

கரனுக்குப் பயமாகிவிட்டது. "மிஸ்டர் முருகேசன், நீங்கள் பெரியவர் துக்கத்தால் உங்களுக்கு மனக் குழப்பம் ஏற்பட்டிருக்கிறது. தயவு செய்து நம்புங்கள். திருச்சியில் எங்கள் போன் ... வேண்டாம். முதலில் எங்கள் மெட்ராஸ் ஆபீசுக்குப் போன் செய்யுங்கள். இங்கு இருக்கும் எங்கள் மானேஜர் கே. எஸ். வடிவேலு. எங்கள் நம்பர் 230.....5. அவருக்குப் போன் செய்தால் உடனே இங்கே ஓடி வருவார். உங்களுக்கு உண்மை விளங்கிவிடும். நான் முட்டாள்; மெட்ராஸ் ஆபீசுக்குப் போன் செய்யலாம் என்று முதலிலேயே தோன்றவில்லையே!" என்றான் அவன்.

அவன் குரலில் தொனித்த உண்மை டாக்டரைத்தான் முதலில் உறுத்தியது: "சர்க்கிள் சார், உட்காருங்கள். மனோகரன், நீங்கள் சொல்கிற நம்பருக்குப் போன் செய்கிறோம்; பொய்யா இருந்தால் ..."

"எதற்கும் கட்டுப்படுகிறேன்."

"இன்ஸ்பெக்டர் சார், போன் செய்து பார்ப்போமே, அதனால் நமக்கு என்ன நஷ்டம்?"

டாக்டரும் சர்க்கிளும் டெலிபோன் அறைக்குப் போனார்கள். போலீஸ்காரருக்குப் பல சந்தேகங்கள் எழுந்து விட்டன. அவரே போனில் பேசினார்; மனோகர் என்பவர் காயமுண்டு ஆஸ்பத்திரியில் கிடப்பதாகவும், அவர் வடிவேலுவைப் பார்க்க விரும்புவதாகவும் தொரிவித்தார். நல்ல வேளையாக ஆபீசிலேயே அப்போது இருந்த வடிவேலு, ஒரு மணி நேரத்துக்குள் ஆஸ்பத்திரிக்கு வந்து சேர்ந்து விட்டான்.

அவனை வாசலிலேயே சந்தித்தார் சர்க்கிள்; மனோகரனுடன் பேசுமுன் அவனுடன் பேச விரும்பினார். அவன் மனோகரன் கூறியவற்றை அப்படியே ஊர்ஜிதம் செய்தான். சந்தேகப்படுவதற்காகச் சம்பளம் வாங்கும் சர்க்கிளின் குழப்பம் அதிகமாயிற்று.

"அதெல்லாம் சரி, மனோகரன் காணாமல் போய் எத்தனை நாள் ஆகிறது?"

"மூன்று வருஷம் இரண்டு மாசம்" என்றான் வடிவேலு. "காரை மவுண்ட்ரோட்டில் விடுத்து மறைந்தவர்தான்."

சர்க்கிள் வடிவேலுவை அழைத்துக்கொண்டு மனோகரனின் அறைக்குப் போனார். காணாமற் போன முதலாளியைக் கண்டதும் அவன் ஏறக்குறைய அழுதுவிட்டான்; "அப்பா உங்களைக் கண்டுபிடிப்பதற்காக எத்தனையோ

முயற்சிகள் செய்தார். ஒன்றும் பலிக்காமல் மனம் ஒடிந்து விட்டார். உங்கள் மனைவியைப் பற்றி என்ன சொல்வது? இவ்வளவு காலமும் எங்கே இருந்தீர்கள்? இங்கே போலீஸ்காரர் இருப்பதேன்?"

"நான் மெட்ராஸிலிருந்து கிளம்பி எத்தனை நாளாகிறது."

"நாளா? மூன்று வருஷத்துக்கு மேல் ஆகிவிட்டது."

அவன் ஒரு கோடீசுவரனின் மகன் ஏற்கனவே மணமானவன் என்பது உறுதியாவதைக் காண முருகேசனுக்கு மூளை குழம்பியது. டாக்டர் யோசனையில் ஆழ்ந்தார். சர்க்கிள் சந்தேகத்தின் அடிப்படையிலேயே பேசினார் என்றாலும், மனோகரன் கோடீசுவரன் மகனாயிருக்கலாம் என்பதால் சிறிது மரியாதை காட்டினார்.

"மிஸ்டர் மனோகரன், இந்த வடிவேலு சொல்வது உண்மையாகவே இருக்கட்டும்; நீங்கள் மவுண்ட்ரோட்டில் மறைந்து மூன்று வருஷத்துக்கு மேல் ஆகிறது; இந்தக்காலம் பூராவும் எங்கு கழித்தீர்கள்?"

மனோகரன் விழித்தான்; தலையில் தட்டிக்கொண்டான். பதில் கிடைக்கவில்லை.

"முருகேசன்! மனோகரன் உங்களிடம் வந்து சேர்ந்து எத்தனை வருஷம் ஆகிறது?" என்று கேட்டார் சர்க்கிள்.

"இரண்டு வருஷம், ஏழு மாசம்."

"சரி; மிஸ்டர் மனோகரன், ஏழு மாசம் எங்கெங்கு சுற்றினீர்களோ! முருகேசனின் மகளைப் பார்த்து ஆசைப்பட்டிருக்கிறீர்கள்; அனாதைபோல் வேஷம்போட்டு, முருகேசனின் இரக்கத்துக்குப் பாத்திரமாகி நீலாவை மணம் செய்து கொண்டீர்கள். அவளோடு மனஸ்தாபப்பட்டுக் கொலை செய்து விட்டீர்கள். இப்போது, ஒன்றும் தெரியாதது போல் நடிக்கிறீர்கள் என்று சொல்கிறேன்; என்ன சொல்கிறீர்கள்" என்று வழக்கை ஜோடித்துக் காட்டினார் இன்ஸ்பெக்டர்.

வடிவேலு பக்கத்தில் இருந்ததால் மனோகரனுக்குத் தெம்பாக இருந்தது; கூறினான். "திருவாளர் முருகேசனையோ, அவருடைய மகள் நீலாவையோ எனக்குத் தெரியாது. நான் கண்ணாலும் பாராதவளை எப்படிக் கொலை செய்ய முடியும்? வடிவேலு, நீ அப்பாவுக்கும் ஹரிணிக்கும் தகவல் தெரிவித்து உடனே வரவழை... எனக்குப் பைத்தியம் பிடித்துவிடும் போல் இருக்கிறது."

"அதுவும் சரி; அவர்களையும் விசாரித்தால்தான் உண்மை வெளியாகும்" என்று சர்க்கிளும் ஆமோதித்தார்.

எம்.வி. வெங்கட்ராம்

2

மாமனாருடன் கணவனைப் பார்க்க ஹரிணியும் வந்தாள். அவளுடைய தோற்றத்தில்தான் எத்தனை மாறுதல்! சோகம் சாந்தமாய் அவள் முகத்தோடு இழைந்திருந்தது; பார்க்கிறவர்களுக்கு அவளுடைய இளமையையோ வயதையோ கேட்கத் தோன்றாது; எட்டி நின்று தலை தாழ்த்தவே தோன்றும்.

மூன்று ஆண்டுகள் அவள் மனத்தை மிகவும் பதப்படுத்தி யிருந்தன. திடீரென்று கணவன் மறைந்ததும் அவளுக்குப் பெரும் அதிர்ச்சியாக இருந்தது. அளவுக்குமீறிக் குடித்துவிட்டு எங்காவது விழுந்திருப்பார்; போனது போல் வந்துவிடுவார் என்று எதிர்பார்த்தாள், சிலகாலம். அவன் திட்டமிட்டபடி அண்ணன் கொலையுண்டு இறந்துவிட்டான் – திட்டம் போடுவது வேறு. கொலை வேறு; கொலை நடந்துவிட்டது என்று தெரிந்ததும் மனம் கலங்கி வெறுத்து எங்காவது போயிருக்கலாம்; மனம் அடங்கியதும் வந்துவிடுவான் என்று சிறிது காலம் நம்பினாள். அப்புறம், ஒரு சந்தேகம் எழுந்தது. மனோகரனுக்குப் பெண் சபலம் அதிகம். எங்காவது மோக லாகிரியில் மெய் மறந்திருக்கலாம் – மோகம் தீர்ந்ததும் ஓடி வருவான் என்று காத்திருந்தாள், இன்னும் கொஞ்ச காலம். தெய்வ நம்பிக்கை உடைய அவளுக்கு ஒரு திகிலும் உண்டாயிற்று – கொலைக் குற்றத்திலிருந்து தப்பிவிட்டான்; மனிதர்களை ஏமாற்றலாம்; கடவுளை ஏமாற்ற முடியுமா? அவன் கையில் எப்போதும் பணம் இருக்கும்; மவுண்ட் ரோட்டில் காரிலிருந்து இறங்கியவனைப் பணத்துக்காகக் கொலை செய்திருப்பார்களோ என்னவோ? அப்படியானால் கணவன் திரும்ப மாட்டானா? – அவன் கட்டாயம் திரும்பி வருவான் என்று ஓர் எண்ணம் அழிவில்லாமல் மனத்தில் கிடந்தது.

அவளுடைய மாமனாரின் நிலைமை பரிதாபத்துக்குரியது தானே? வாழ்க்கையில் மிகவும் விளையாடியவர்; இப்போது அவரே விதியின் பொம்மை ஆகிவிட்டார். பலவழிகளில் கோடிக்கணக்காய்ப் பொருள் ஈட்டினார். – அது வெற்றிகர மான வாழ்க்கை என்றுதான் தோன்றும்; ஆனால் இரண்டு பிள்ளைகளில் ஒருவன் இறந்தான். மற்றவன் மறைந்தான். ஒரு மருமகள் கைம்பெண் கோலம் பூண்டு கண்ணீர் பெருக்கினாள்; மற்றொரு மருமகளோ பூவுடனும் பொட்டுட னும் கைம்பெண் போலத் தோற்றம் அளித்தாள். இந்தக் காட்சிகள் அந்த இரும்பு மனிதரை ஆடிப்போகச் செய்தது. பம்பாயிலும் கல்கத்தாவிலும் இருந்த ஆலைகளை விற்று விட்டார்; சென்னை ஆலையையும் விற்பதற்கு ஏற்பாடு செய்து கொண்டிருந்தார். எல்லாவற்றையும் விற்று ரொக்க

மாக்கி மருமகள்களிடம் ஒப்படைத்துவிடவேண்டும் என்பது அவருடைய யோசனை. அந்த இரு பெண்களும் தன்னை விடப் புத்திசாலிகள்; நல்லவிதத்தில் செல்வத்தைப் பயன் படுத்துவார்கள் என அவர் உறுதியாக நம்பினார். "கோடிக் கணக்கில் பொருள் குவிப்பதால் என்ன பயன்?" என்ற கேள்வி அவர் மனத்தில் பிறந்துவிட்டது. அதன்விளைவாக, இதுவரை சடம்போல் இருந்த அவர் உள்ளத்தில் சலனம் உண்டாகியது; நன்மை தீமை, புண்ணியம் – பாவம் என்ற இரட்டைகள் இருப்பதை அவர் உணரலானார்!

அவரிடம் உண்டான இந்த மாறுதலுக்கு ஹரிணிதான் மூலகாரணம் எனலாம். அவள் இப்போது ஃபிராய்டு போன்ற அறிஞர்களின் நூல்களை அணுகி, பாலுணர்ச்சியின் ஆதியை ஆராய்வதில்லை. பாலுணர்ச்சியை மட்டும் அல்ல; எல்லா உணர்ச்சிகளையும் ஒழுங்குபடுத்துவது எப்படி என்று விளக்கும் இந்நாட்டு நூல்களோடு பழகலானாள். மனிதப் பிறவி எடுப்பவர்கள் தங்கள் வாழ்க்கை விதியை வகுத்துக் கொண்டு பிறக்கிறார்கள்; வாழும் முறையால் விதியை வகுத்துக் கொள்கிறார்கள்; அவர்களுடைய உணர்ச்சிகளும் இயல்புகளும் அவர்கள் வகுத்துக்கொண்ட விதிக்கு ஏற்பத் தான் அமைகின்றன; ஃபிராய்டு போன்ற அறிவாளிகளின் அளவுகோலுக்கு எந்த உணர்ச்சியும் இயல்பும் அடங்காது என்று அவள் தெளிவு செய்து கொண்டாள். இத்தெளிவால் அவளுக்கு மனோதிடம் உண்டாயிற்று. கணவன் மாயமான துக்கத்தைக் கம்பீரமாக ஏற்கப் பழகினாள்.

மீண்டும் கணவனைக் காணப் போகிறோம் என்ற எண்ணம் அவளுக்குப் பரபரப்பாயிருந்தது. மூன்று ஆண்டு களுக்குப் பின் சந்தித்தபோது அவளைவிட மனோகரன்தான் மிகுதியாக அழுதான். அவர்கள் அழுகையைப் பார்த்து ராமநாதனும் கண்களைத் துடைத்துக் கொண்டார்.

சந்திப்பு, பரபரப்பு கண்ணீர் எல்லாம் ஓய்ந்து விவ காரத்துக்குக் வந்தபோது குழப்பம் மறுபடியும் தலையெடுத்தது. முருகேசன் திக்பிரமை பிடித்தவர்போல் எல்லாவற்றையும் பார்த்துக்கொண்டிருந்தார். ராமநாதனும் ஹரிணியும் மனோ கரனிடமிருந்து மவுண்ட்ரோட்டில் கார் நின்ற வரை விவரம் தெரிந்து கொண்டார்கள்; முருகேசனிடமிருந்து பாக்கிக் கதையைக் கேட்டறிந்தார்கள். ஒரு கொலைக் குற்றத்திலிருந்து மகனைக் காத்துவிட்டோம் என்று எண்ணிய ராமநாதன் அவன் மற்றொரு கொலையில் சிக்கியிருப்பதைக் கண்டு துன்புற்றார்; தெய்வநீதி எவ்வளவு நுட்பமாக இருக்கிறது என்று வியந்தாள் ஹரிணி.

ராமநாதன் என்ற கோடீசுவரரின் வருகையால் சூழ்நிலையே மாறிவிட்டது. சர்க்கிளும் மிகவும் பணிவாக நடந்து கொண்டார். நீலாவும் மனோகரனும் மணக் கோலத்தில் இருந்த போட்டோக்களையும் அந்த இருவரும் சேர்ந்து நிற்கும் பல போட்டோக்களையும் அவர் மனோ கரனிடம் காட்டி," சொல்லுங்கள். இப்பெண்ணை உங்களுக்குத் தெரியாதா? இத்தனை போட்டோக்களும் போலியா?" என்று கேட்டார்.

"இந்தப் படங்களில் இருப்பவன் நான்தான். ஆனால்... எப்படி நடந்தது இது? எனக்கு ஞாபகமே இல்லையே!" என்று குழம்பிக் குளறினான் அவன்.

ஹரிணிக்குக் கணவனைப் பற்றி உண்மை தெளிவாக விளங்கியது. "டாக்டர்! நான் கொஞ்சம் ஸைகாலஜி படித்திருக்கிறேன்..."

அவனை மேலே பேச விடாமல் டாக்டர் குறுக்கிட்டுக் கூறினார். "நீங்கள் சொல்வது சரி; இது ஒரு ஃபிஸிஷனோ, ஸர்ஜனோ கவனிக்க வேண்டிய கேஸ் அல்ல. ஒரு "ஸைகியாட்ரிஸ்ட்" தான் பார்க்க முடியும்" என்றவர், சென்னை நகரத்தில் பிரபலமான மனநோய் நிபுணரான கிருஷ்ணராவ் பெயரைச் சிபாரிசு செய்தார்.

மனோகரனின் கதை முழுவதையும் ராமநாதன், ஹரிணி, முருகேசன், சர்க்கிள், டாக்டர் ஆகியோரிடம் நுணுக்கமாய்க் கேட்டுத் தெரிந்துகொண்ட கிருஷ்ணராவ் கூறினார்: "இது ஒரு சித்த விகாரம்தான். ஆம்னீஷியா (Amnesia) என்று சொல்வோம். இதனால் பாதிக்கப்படுபவர்கள், மனோ கரனைப் போல், தங்கள் வாழ்க்கையின் ஒரு பகுதியை அறவே மறந்துவிடுவார்கள். ஆனால் அவர்கள் மற்றவர்களைப் போலவே எல்லா வேலைகளையும் கவனிப்பார்கள். சிறிது காலத்துக்குப் பிறகு அவர்களுக்கு மறந்தவையெல்லாம் மறுபடியும் நினைவுக்கு வந்துவிடும். மனோகரன் விஷயத்தில் இந்த மறதி மூன்று ஆண்டுகளுக்கு மேல் நீடித்ததுதான் ஆச்சரியம்."

நிபுணரின் விளக்கம் கதையை விளக்கிவிட்டது. "என்வினைதான் எங்கோ இருந்த மனோகரனை இழுத்து வந்து என்னை இடித்தது" என்று ஆறுதல் சொல்லிக் கொண்டார் முருகேசன். மனோகரனும், பிறகு அவன் சார்பில் ராமநாதனும் ஹரிணியும் அவரிடம் மன்னிப்புக் கோரித் தேறுதல் கூறியபோது – அவர் என்ன செய்வார்? மனோகரனை மனப்பூர்வமாக மன்னித்தார்.

அவர்கள் எல்லாம் ஒத்துப் போகலாம். ஆனால், மனோகரன் மீது கொலைக் குற்றம் சுமத்தப்பட்டு வழக்கு நடக்கிறதே. சட்டம் என்ன செய்யப் போகிறது? நீதி ஸ்தலம் அவனை மன்னிக்குமா?

3

வழக்கு ஒரே ஆண்டில் முடிந்துவிட்டது. இந்த வழக்கில் இருந்த விசேஷம், கொலை செய்ததைக் கொலைகாரன் மறுக்கவில்லையெனினும் தான் குற்றவாளி அல்ல என்று விவாதித்ததுதான். விசாரணை செய்த நீதிபதி மதிநுட்பத்துக் காகப் பிரசித்தி பெற்றவர். பிராஸிகியூசன் (போலீஸ்) தரப்பில் ஆஜரான அஸிஸ்டன்ட் ஸ்டேட் பிராஸிகியூடர் நேர்மை தவறாதவர். குற்றவாளிக்காக ஆஜரான வக்கீல் நாடக பாணியில் வழக்கை நடத்தி வெற்றி காண்பதில் வல்லவர்.

போலீஸ் தரப்பில் வழக்கு அழகாய் ஜோடனை செய்து வாதிக்கப்பட்டது. "கொலை செய்ததை மறந்து விட்டேன் என்று சொல்லிக் குற்றவாளி தப்பித்துக் கொள்ள முடியாது" என்பதுதான் அவர்களுடைய வாதத்தின் ஆதார சுருதி.

குற்றவாளியின் தரப்பில் சாட்சியங்கள் யாருமே விசாரிக்கப்படவில்லை. அரசாங்கத்துக்காக (பிராஸிகியூஷன்) சாட்சி சொல்ல வந்த முருகேசன், டாக்டர், மனநோய் நிபுணர் ஆகியோரின் சாட்சியத்தையே குற்றவாளியின் வக்கீல் பயன்படுத்திக் கொண்டார். அவருடைய வாதம் மிகவும் சுருக்கமாக இருந்தது: "நீலாவைக் கொலை செய்தவன் அவளுடைய கணவன். கோர்ட்டாரின் முன்னிலையில் கொலைக்குற்றம் சுமந்து நிற்பவன் ஹரிணியின் கணவன். நீலாவின் கணவன் செய்த கொலைக்காக ஹரிணியின் கணவனைத் தண்டிக்கச் சட்டமும் நியாயமும் நீதியும் இடம் தருமா?" – இக்கேள்வியுடன் அவர் உட்கார்ந்து விட்டார்.

விசித்திரமான இந்த வழக்கு பத்திரிகைகள் வாயிலாய் விளம்பரம் பெற்றுப் பொதுமக்களைப் பெரிதும் கவர்ந்திருந்தது. தீர்ப்புச் சொல்லப்பட்ட அன்று கோர்ட்டில் அடக்கமுடியாத ஜன நெருக்கடி. தீர்ப்பைக் கேட்டவர்கள் பலவிதமாய்ப் பேசுவதும் ஊகிப்பதும் சகஜம்தானே? குற்றவாளி கோடீசுவரன்; நீதிபதியை விலைக்கு வாங்கி விட்டார்கள் என்ற வதந்தி பலமாக இருந்தது. இந்த வதந்தியை நான் நம்பவில்லை. இந்நாட்டில் ஊழலும் லஞ்சமும் எல்லாத் துறைகளிலும் பரவியுள்ளன என்பது உண்மைதான். ஆனால் நீதிபதிகளில் பெரும்பாலோர் நேர்மை தவறாமல் ஒழுகுகிறார்கள் என்பது

என் கருத்து. நீலா கொலை வழக்கில் நீதிபதி அளித்த தீர்ப்பு முழுவதையும் படிக்கும் வாய்ப்பு எனக்குக் கிடைத்தது.

ஜட்ஜ் மனோகரனை விடுவிக்கவில்லை. இரண்டு ஆண்டுக் கடுங்காவல் தண்டனை விதித்தார். இத்தண்டனை வழங்குவதற்காக அவர் குறிப்பிட்டிருந்த விவேகமான காரணம் எனக்குச் சுவையுள்ளதாகத் தோன்றியது. அப்பகுதியை மட்டும் கீழே தருகிறேன்:

"...ஷஹரிணியின் கணவர் நிரபராதி; நீலாவின் கணவன் குற்றவாளி என்ற வாதத்தை நாம் ஏற்கிறோம். நமக்கு முன்னிலையில் குற்றம் சாட்டப்பட்டு நிற்கிறவன் ஹரிணியின் கணவன். ஆனால் இந்த உடலோடும் உருவத் தோடும் தான் நீலாவின் கணவன் அவளை மனைவியாக ஏற்று, வாழ்ந்து, கொலையும் புரிந்தான் என்பது வெளிப்படை. ஆகையால் இந்த உடலும் உருவமும் தண்டனைக்குரியவை என்று நாம் கருதுவதாலும்,

"இந்த வழக்கில் முக்கியமான சாட்சி கொலையுண்ட பெண்ணின் தந்தை முருகேசன். மனோகரன் உத்தமன். மகள் செய்த தவறால் வெறிகொண்டு அவளைக் கொன் றிருக்கலாம் என்று அவர் சாட்சியம் கொடுத்திருக்கிறார். (ஒரே மகளை இழந்த அத்தந்தையின் இப்பெருந்தன்மை நம் பாராட்டுக்குரியது) நீலாவின் கணவன் நல்லவன். அவனுக்கு எப்படிக் கொலைவெறி வந்தது? அவன்தான் ஹரிணியின் கணவனாக இருந்த வாழ்க்கைப் பகுதியை மறந்திருக்கலாம். ஆனால் ஹரிணியின் கணவனுடைய உள்மனத்தில் இருந்த கொலை வெறிதான் நீலாவின் கணவனுடைய மனத்தையும் தொடர்ந்து வந்திருக்க வேண்டும். அந்த அளவுக்கு ஹரிணியின் கணவனும் தண்டனைக்குரியவன் என்று நாம் கருதுவதாலும்,

"இரண்டு ஆண்டுக் காலம் கடுங்காவல் சிறைத் தண்டனை அனுபவிக்க வேண்டும் என்று நாம் தீர்ப்பு வழங்குகிறோம். குற்றவாளியின் அந்தஸ்தை உத்தேசித்து அவனை ஏ கிளாசில் வைக்க உத்தரவிடுகிறோம்..."

தீர்ப்பைக் கேட்டதும் முருகேசன் கலக்கமுற்றார்.

"இரண்டு வருஷம்தானே?" என்று ஆறுதல் கொண்டார், ராமநாதன்.

"இது தெய்வநீதி" என்று ஹரிணிக்கு மகிழ்ச்சி உண்டாயிற்று.

❦ ❦